പുസ്തകസഞ്ചി

pusthakasanchi

•

dr. b ekbal

•

first edition
february 2017

•

typesetting & published
chintha publishers, thiruvananthapuram

•

•

cover
midas

•

വിതരണം

ദേശാഭിമാനി ബുക്ക് ഹൗസ്

H O തിരുവനന്തപുരം–695 035
phone: 0471-2303026, 6063026
www.chinthapublishers.com
chinthapublishers@gmail.com

ബ്രാഞ്ചുകൾ

ഹെഡ്ഡാഫീസ് ബ്രാഞ്ച് കുന്നുകുഴി • സ്റ്റാച്യു തിരുവനന്തപുരം • കെ എസ്
ആർ ടി സി ബസ് സ്റ്റേഷൻ ആലപ്പുഴ • കെ എസ് ആർ ടി സി ബസ്
സ്റ്റേഷൻ എറണാകുളം • മച്ചിങ്ങൽ ലെയ്ൻ തൃശൂർ • ഐ ജി റോഡ് കോഴി
ക്കോട് • മാവൂർ റോഡ് കോഴിക്കോട് • എൻ ജി ഒ യൂണിയൻ ബിൽഡിങ്
കണ്ണൂർ • സെൻട്രൽ ബസ് ടെർമിനൽ കോംപ്ലക്സ് താവക്കര കണ്ണൂർ

CO - 2482 / 4128
ISBN - 978-93-86364-54-8

പുസ്തകസഞ്ചി

ഡോ. ബി ഇക്ബാൽ

ചിന്ത പബ്ലിഷേഴ്സ്
തിരുവനന്തപുരം-695 035
വില : ₹120

ഡോ. ബി ഇക്ബാൽ

1947 ൽ ചങ്ങനാശ്ശേരിയിൽ ജനനം. തിരുവനന്തപുരം, കോട്ടയം, കോഴിക്കോട് മെഡിക്കൽ കോളേജുകളിൽ ന്യൂറോസർജനായി സേവനം അനുഷ്ഠിച്ചു. ഇന്ത്യയിലെ പ്രമുഖ ജനകീയാരോഗ്യ പ്രവർത്തകൻ. കേരള സർവ്വകലാശാലയുടെ മുൻ വൈസ് ചാൻസലർ. സംസ്ഥാന ആസൂത്രണ ബോർഡിൽ അംഗമായി ജനകീയാസൂത്രണ പ്രവർത്തനങ്ങൾക്ക് നേതൃത്വം നല്കി. നാഷണൽ ഇൻസ്റ്റിറ്റ്യൂട്ട് ഓഫ് സ്പീച്ച് ആന്റ് ഹിയറിങ്ങിന്റെ മുൻ പ്രോജക്ട് ബോർഡ് ചെയർമാൻ. കേരള ശാസ്ത്ര സാഹിത്യ പരിഷത്തിന്റെ പ്രസിഡന്റ്. ഇപ്പോൾ അഖിലേന്ത്യാ ജനകീയാരോഗ്യ പ്രസ്ഥാനത്തിന്റെ (ജന സ്വസ്ഥയ അഭിയാൻ) നിർവ്വാഹക സമിതി അംഗം, ചെയർമാൻ, അക്കാദമി ഓഫ് മെഡിക്കൽ സയൻസസ്, പരിയാരം, കണ്ണൂർ. പ്രസിഡന്റ്, സ്വതന്ത്രവിജ്ഞാന ജനാധിപത്യ സഖ്യം. നിരവധി ഗ്രന്ഥങ്ങളുടെയും ലേഖനങ്ങളുടെയും കർത്താവ്.

പ്രസിദ്ധീകരിക്കപ്പെട്ട കൃതികൾ: നിരോധിച്ച മരുന്നുകൾ നിരോധിക്കേണ്ട മരുന്നുകൾ അവശ്യമരുന്നുകൾ, Science for Social Revolution (Dr. T M Thomas Isaac and Dr. B. Ekbal), ഹാത്തി കമ്മിറ്റി ഒരു പതിറ്റാണ്ടിനുശേഷം (എഡിറ്റർ), Decade of the Brain (Editor), ജനകീയ ഔഷധ നയത്തിനുവേണ്ടി, എല്ലാവർക്കും ആരോഗ്യം ഇന്ന്, കേരളീയ ശാസ്ത്ര പ്രതിഭകൾ, തലവേദന, ഇന്റർനെറ്റും ഇൻഫർമേഷൻ വിപ്ലവവും (കെ രവീന്ദ്രനോടൊപ്പം), ഇൻഫർമേഷൻ ടെക്നോളജി എന്ത്, എങ്ങനെ, എന്തിന് (കെ രവീന്ദ്രനോടൊപ്പം), ആലീസിന്റെ അത്ഭുതരോഗം: സാഹിത്യവും വൈദ്യശാസ്ത്രവും, പുതിയ കേരളം പുതിയ രാഷ്ട്രീയം, ആഗോള വല്ക്കരണകാലത്തെ ജനങ്ങളുടെ ആരോഗ്യം, കേരള ആരോഗ്യ മാതൃക വിജയത്തിൽനിന്നും പ്രതിസന്ധികളിലേക്ക്, സൂക്ഷ്മവായ്പ, സൂക്ഷ്മമല്ലാത്ത സാദ്ധ്യതകൾ, പ്രശ്നങ്ങൾ (എഡിറ്റർ), ഇന്ത്യൻ ഔഷധ മേഖല: ഇന്നലെ ഇന്ന്.

വിലാസം.	:	കുഴുവേലിൽ വീട്,
		ആർപ്പൂക്കര കിഴക്ക്,
		കോട്ടയം 686008
ഫോൺ	:	04812598305, മൊബൈൽ: 94470 60912
ഇമെയിൽ	:	ekbalb@gmail.com

ഉള്ളടക്കം

സമർപ്പണം

പുസ്തകങ്ങളെ ഏറെ സ്നേഹിക്കയും പുസ്തകങ്ങളുടെ
ലോകത്തേക്ക് ഞങ്ങളെ നിരന്തരം ആനയിക്കയും ചെയ്തിരുന്ന
ആരാദ്ധ്യനായ പി ഗോവിന്ദപ്പിള്ളയ്ക്ക്

പ്രസാധകക്കുറിപ്പ്

പ്രശസ്ത ന്യൂറോ സർജനും കേരള സർവ്വകലാശാല മുൻ വൈസ് ചാൻസലറുമായ ഡോ. ബി ഇക്ബാൽ തയ്യാറാ ക്കിയതാണ് *പുസ്തകസഞ്ചി* എന്ന ഈ പുസ്തകം. മാർക്സിയൻ പുസ്തക പ്രളയത്തെയും, ഡാർവിൻ പുസ്തകസഞ്ചയത്തെയും ദസ്തയേവിസ്കിയുടെ സംഭാ വനകളെ സംബന്ധിച്ചും ഇതിൽ പരാമർശങ്ങളുണ്ട്. ഇതിന്റെ സമഗ്രമായ വായന നമുക്ക് ഒരു റഫറൻസ് ഗ്രന്ഥ ശാലയുടെ പ്രയോജനം പ്രദാനം ചെയ്യും.

പുസ്തകലോകത്തിന്റെ ഒരു ഭാഗത്തേക്കു വെളിച്ചം വീശുന്ന പഠനാർഹമായ ഈ ലഘുഗ്രന്ഥം അഭിമാന പൂർവ്വം ഞങ്ങൾ പ്രകാശനം ചെയ്യുന്നു. സ്വീകരിക്കുക.

ചിന്ത പബ്ലിഷേഴ്സ്

മാർക്സിയൻ പുസ്തക പ്രളയം

സോവിയറ്റ് യൂണിയന്റെ തകർച്ചയോടെ ചരിത്രം അവസാനി ച്ചുവെന്നും ഇനി ഉദാരമുതലാളിത്ഥത്തിന്റെ കാലഘട്ടമാണെന്നും ഫ്രാൻ സിസ് ഫുക്കുയാമായെ (Franchis Fukuyama) പോലുള്ള സാമൂഹ്യ ശാസ്ത്രജ്ഞന്മാരും നിരവധി സാമ്പത്തിക വിദഗ്ധരും പ്രഖ്യാപി ച്ചിരുന്നു. മുതലാളിത്ഥത്തിന്റെ സഹജമാണെന്ന് കരുതപ്പെട്ടിരുന്ന അതി ജീവന ശക്തിയിൽ വിശ്വാസം അർപ്പിച്ചിരുന്നവരെ അമ്പരപ്പിച്ചുകൊ ണ്ടാണ് ആഗോള മുതലാളിത്ഥത്തിന്റെ ഏറ്റവുംവലിയ ശക്തികേന്ദ്രമായ അമേരിക്കയിലും തുടർന്ന് യൂറോപ്പിലുമെല്ലാം സാമ്പത്തിക മാന്ദ്യം പൊട്ടിപ്പുറപ്പെട്ടത്. അതോടെ തങ്ങൾക്ക് തെറ്റുപറ്റിയെന്നും മനുഷ്യരാ ശിയുടെ വസ്തുനിഷ്ഠ സാമൂഹ്യവികാസ നിയമങ്ങൾ ആവിഷ്കരിച്ച മാർക്സാണ് ശരിയെന്നും ഇവരിൽ പലരും സമ്മതിച്ചു തുടങ്ങിയിട്ടുണ്ട്.

മുതലാളിത്ത വീക്ഷണമുള്ള സാമ്പത്തിക വിദഗ്ദ്ധർപോലും ലോക സാമ്പത്തിക പ്രതിസന്ധിയുടെ ശാസ്ത്രീയ വിശദീകരണത്തിനായി മാർ ക്സിസത്തിൽ അഭയം പ്രാപിച്ച് തുടങ്ങിയിരിക്കയാണ്. മാർക്സിനെയും മാർക്സിസത്തെയും പുനർവിലയിരുത്തലിന് വിധേയമാക്കിക്കൊണ്ടുള്ള പുസ്തകങ്ങളുടെ പ്രളയംതന്നെയാണ് പാശ്ചാത്യ നാടുകളിലെ പ്രസിദ്ധീകരണശാലകളിൽനിന്നും പുറത്തുവന്നുകൊണ്ടിരിക്കുന്നത്. ചാൾസ് ഡാർവിന്റെ ഇരുന്നൂറാം ജന്മവാർഷികം പ്രമാണിച്ച് ഡാർ വിനെയും പരിണാമസിദ്ധാന്തത്തെയും സംബന്ധിച്ച് 2009 ൽ പ്രസിദ്ധീ കരിക്കപ്പെട്ട പുസ്തക ബാഹുല്യത്തെ ഡാർവിൻ ഇൻഡസ്ട്രി എന്ന് വിശേഷിപ്പിച്ച പുസ്തകപ്രേമികൾ അതിനെ വെല്ലുന്ന മാർക്സിയൻ പുസ്തക പ്രസിദ്ധീകരണ സംരംഭങ്ങളെ മാർക്സിസ്റ്റ് ഇൻഡസ്ട്രി (Marxist Industry) എന്ന് വിളിച്ചു തുടങ്ങിയിരിക്കുന്നു.

സാർവ്വദേശീയ മാർക്സിയൻ വൈജ്ഞാനികാന്വേഷണത്തിന്റെ ഭാഗമായി നിരവധി പ്രസാധകർ മാർക്സിന്റെ മാഗ്നം ഓപ്പസ് എന്ന് വിളിക്കാവുന്ന *മൂലധനം* പുനപ്രസിദ്ധീകരിച്ച് തുടങ്ങിയിട്ടുണ്ട്. ബെൻ ഫോക്സ് (Ben Fowkes) പരിഭാഷപ്പെടുത്തി പ്രസിദ്ധ മാർക്സിസ്റ്റ് സൈദ്ധാന്തികൻ ഏണസ്റ്റ് മാൻഡൽ (Ernest Mandel) ആമുഖമെഴുതി പെൻഗ്വിൻ ദാസ് കാപ്പിറ്റൽ പരമ്പരയിൽ പെടുത്തി മൂന്ന് വാല്യങ്ങളി ലായി പുനപ്രസിദ്ധീകരിച്ചിട്ടുള്ള ഇംഗ്ലീഷ് മൂലധന തർജ്ജമയാണ് (2004) പാശ്ചാത്യ നാടുകളിൽ പ്രത്യേകിച്ച് അക്കാദമിക് സ്ഥാപനങ്ങളിൽ പ്രചുര പ്രചാരത്തിലുള്ളത്. ബ്രിട്ടീഷ് ചരിത്രകാരനായ ഗരേത് സ്റ്റെഡ്മൻ ജോൺസിന്റെ (Gareth Stedman Jones) ആമുഖ പഠനത്തോടെ *കമ്മ്യൂ നിസ്റ്റ് മാനിഫെസ്റ്റോ*യും പെൻഗ്വിൻ ഗ്രേറ്റ് ഐഡിയാസ് പരമ്പരയിൽ (2006) പ്രസിദ്ധീകരിച്ചിട്ടുണ്ട്. ബ്രിട്ടീഷ് മാർക്സിസ്റ്റ് ചിന്തകനായ ഡേവിഡ് മക്ലെല്ലൻ എഡിറ്റ് ചെയ്ത *മൂലധനത്തിന്റെ* ഒരു സംക്ഷിത എഡിഷൻ ഓക്സ്ഫോർഡ് ലോക ക്ലാസിക് പരമ്പരയിൽ (Karl Marx's Capital: A New Abridgement. David McLellan. Oxford World's Classics Oxford University Press: 2008) ഓക്സ്ഫോർഡ് യൂണിവേഴ് സിറ്റി പ്രസും പുറത്തിറക്കി.

മൂലജർമ്മൻ എഡിഷനിൽനിന്നും സാമുവൽ മൂറും (Samuel Moore) എഡ്വേർഡ് അവ്ലിങ്ങും (Edward Aveling) ചേർന്ന് തർജ്ജമചെയ്ത മൂലധനം 2014 ൽ പ്രമുഖ ഇടതുപക്ഷ പുസ്തക പ്രസാധകരായ ഡൽഹിയിലെ ലെഫ്റ്റ് വേർഡ് പ്രീ പബ്ലിക്കേഷൻ സൗജന്യത്തോടെ പ്രസിദ്ധീകരിച്ചു. ഇന്ത്യയിലെ ഇടതുപക്ഷ പ്രവർത്തകർ പ്രധാനമായും വാങ്ങിവരുന്നത് ഈ എഡിഷനാണ്. അതോടൊപ്പം പ്രഭാത് പട്നായ്ക്ക് ജയതി ഘോഷ്, വെങ്കിടേഷ് ആത്രേയ, വിജയ പ്രസാദ് തുടങ്ങിയ മാർ ക്സിസ്റ്റ് ചിന്തകർ ചേർന്നെഴുതിയ മൂലധന വായനയ്ക്കുള്ള ആമുഖ പുസ്തകവും (Marx's Capital an Introductory Read:2011) ലെഫ്റ്റ് വേർഡ് പ്രസിദ്ധീകരിച്ചിട്ടുണ്ട്.

മൂലധനത്തിന്റെ മലയാള പരിഭാഷ സാഹിത്യ പ്രവർത്തക സഹ കരണ സംഘം പരിഷ്കരിച്ച് 2010 ൽ പുനപ്രസിദ്ധീകരിച്ചിട്ടുള്ളത് ഉചി തമായെന്ന് മാത്രമല്ല ചരിത്രത്തോട് നീതികാണിക്കലുംകൂടിയാണെന്ന് പറയേണ്ടിയിരിക്കുന്നു. റഷ്യൻ വിപ്ലവത്തിന് അഞ്ച് വർഷം മുൻപ് മാർ ക്സിന്റെ ജീവചരിത്രം പ്രസിദ്ധീകരിച്ച് ചരിത്രത്തിൽ സ്ഥാനം നേടിയ പ്രദേശമാണല്ലോ കേരളം. സ്വദേശാഭിമാനി രാമകൃഷ്ണപിള്ള മാർക് സിന്റെ ജീവചരിത്രം 1912 ആഗസ്തുമാസത്തിലായിരുന്നു രചിച്ചത്. 1910 ൽ തിരുവിതാംകൂറിൽനിന്നും നാടുകടത്തപ്പെട്ട് പ്രവാസിയായി പാലക്കാട് താമസിക്കുന്ന കാലത്താണ് അദ്ദേഹം മാർക്സിന്റെ ജീവചരിത്രമെഴുതി പ്രസിദ്ധീകരിച്ചത്. മാർക്സിന്റെ 150-ാം ജന്മദിനമായ 1968 മെയ് അഞ്ചിനാണ് എസ് പി സി എസ് *മൂലധനത്തിന്റെ* മലയാള പരിഭാഷ

ആദ്യപതിപ്പിറക്കിയത്. അന്നത്തേക്കാൾ മൂലധനത്തിന്റെ പ്രസക്തി വർദ്ധിച്ച സാഹചര്യത്തിലാണ് പുതിയ പതിപ്പിറങ്ങുന്നത്.

സാമ്പത്തികശാസ്ത്ര വിദ്യാർത്ഥികൾക്ക് പോലും *മൂലധനം* വായിച്ച് മനസ്സിലാക്കുക അത്ര എളുപ്പമുള്ള കാര്യമല്ല. 'സാധാരണ അഭ്യസ്ത വിദ്യർക്കോ മറ്റ് തല്പരർക്കോ വായിച്ച് മനസ്സിലാക്കാവുന്ന ഒരു കൃതിയല്ല' *മൂലധനമെന്ന്* മാർക്സിയൻ സാഹിത്യം ഏറെ പഠിച്ച് സ്വാംശീകരിച്ചിട്ടുള്ള പി ഗോവിന്ദപ്പിള്ള എഴുതിയതുകൊണ്ടാണ്. ഇക്കാ രണംകൊണ്ടാണ് മൂലധനവായനയ്ക്ക് മുൻപായോ വായനയ്ക്ക് ശേഷം സംശയനിവൃത്തി വരുത്തുന്നതിനായോ *മൂലധനം* ബുദ്ധിമുട്ടി വായിക്കാൻ സമയവും ക്ഷമയും കുറവായവർക്കോവേണ്ടി നിരവധി മൂലധന സഹായ ഗ്രന്ഥങ്ങൾ (Companion Volumes) പ്രസിദ്ധീകരിക്കപ്പെട്ടുവരുന്നത്. ഇവയിൽ ശ്രദ്ധേയങ്ങളായവയിൽ ചിലവ താഴെ കൊടുക്കുന്നു.

1. *ഹൗ ടു റീഡ് മാർക്സ് ക്യാപ്പിറ്റൽ:* സ്റ്റീഫൻ ഷാപ്പിറോ: പ്ലൂട്ടോ പ്രസ് (*How to Read Marx's Capial.* Stephen Shapiro. Pluto Press: 2013)

2. *റീഡിങ് ക്യാപ്പിറ്റൽ പൊളിറ്റിക്കലി:* ഹാരി ക്ലീവർ, ജോൺ റ്റെയിലർ ഗറ്റോ എ കെ പ്രസ്: അന്റി തിസീസ് (*Reading Capital Politically:* Harry Cleaver, John Taylor Gatto A K Press. Anti Theses:2012)

3. *റീഡിങ് ക്യാപ്പിറ്റൽ:* ലൂയിസ് അൽത്തൂസർ, എറ്റിനെ ബാലിബാർ: വെർസോ (*Reading Capital.* Louis Althusser and Etienne Balibar. Verso:2016)

4. *എ കമ്പാനിയൻ ടു മാർക്സ് ക്യാപ്പിറ്റൽ:* ഡേവിഡ് ഹാർവി: വെർസോ (*A Companion to Marx's Capital.* David Harvey. Verso. 2010)

5. *മാർക്സ് ദാസ് ക്യാപ്പിറ്റൽ എ ബയോഗ്രഫി:* ഫ്രാൻസിസ് വീൻ: അറ്റ്ലാന്റിക് ബുക്സ്: മഞ്ജുൾ ബുക്സ്: (*Marx's Das Kapital: A Biography.* Francis Wheen. Atlantic Books, Manjul Books:2008)

ഇവയിൽ ഒട്ടേറെ സവിശേഷതകളുള്ളത് ഫ്രാൻസിസ് വീനിന്റെ പുസ്തകമാണ്. അറ്റ്ലാന്റിക് ബുക്സ് (ലണ്ടൻ) പ്രസിദ്ധീകരിച്ചുവരുന്ന ലോകത്തെ ഇളക്കിമറിച്ച പുസ്തകങ്ങളുടെ പരമ്പരയിൽപ്പെടുത്തിയാണ് (*Books That Shook The World*) ഫ്രാൻസിസ് വീനിന്റെ പുസ്തകം പ്രസിദ്ധീകരിച്ചിട്ടുള്ളത്. ഡാർവിന്റെ *ഒറിജിൻ ഓഫ് സ്പീഷീസ്,* പ്ലാറ്റോ യുടെ *റിപ്പബ്ലിക്, ബൈബിൾ* തുടങ്ങിയവയാണ് ഈ പരമ്പരയിലെ മറ്റ് ചില പുസ്തകങ്ങൾ. ഈ പരമ്പരയുടെ വിലകുറഞ്ഞ ഇന്ത്യൻ എഡി ഷൻ ഭോപ്പാലിലെ മഞ്ജുൾ പബ്ലിഷിങ് ഹൗസ് പ്രസിദ്ധീകരിച്ചുവരുന്നു.

വീനിന്റെ പുസ്തകത്തിന്റെ പ്രത്യേകത മൂലധന രചനയെ മാർ ക്സിന്റെ ജീവിതവുമായി ബന്ധപ്പെടുത്തി അത്യധികം ഹൃദയസ്പർ ശിയായി അവതരിപ്പിക്കുന്നു എന്നതാണ്. മാർക്സും എംഗൽസുമായുള്ള ബൗദ്ധികവും വ്യക്തിപരവുമായ ബന്ധം ഹൃദ്യമായ ഭാഷയിൽ വീൻ

വിവരിക്കുന്നുണ്ട്. കൊടുംപട്ടിണിയും പരിവട്ടവുമായി ലണ്ടനിൽ കഴിഞ്ഞിരുന്ന മാർക്സിന് മൂലധനത്തിന്റെ ആദ്യ സഞ്ചിക പൂർത്തി യാക്കാൻ കഴിഞ്ഞത് എംഗൽസിന്റെ സാമ്പത്തിക സഹായവും നിരന്ത രമായ സമ്മർദ്ദവുംകൊണ്ട് മാത്രമായിരുന്നു. മാർക്സിനു മുൻപുതന്നെ മാഞ്ചസ്റ്ററിൽ തന്റെ അച്ഛന്റെ തുണിഫാക്ടറിയിൽ ജോലിനോക്കിയിരുന്ന എംഗൽസിന് മുതലാളിത്ത വ്യവസ്ഥയെ നേരിട്ട് മനസ്സിലാക്കാൻ കഴിഞ്ഞിരുന്നു. മാർക്സാവട്ടെ സാഹിത്യം, ചരിത്രം, ശാസ്ത്രം തുടങ്ങി മിക്ക വൈജ്ഞാനിക മേഖലകളിലും അപാര പാണ്ഡിത്യമുള്ള വ്യക്തിയും. സമ്പത്തിനെക്കുറിച്ച് വിജ്ഞാനമുണ്ടായിരുന്ന എംഗൽസും വിജ്ഞാനത്താൽ സമ്പന്നനായിരുന്ന മാർക്സും പരസ്പര പൂരകരാ യിരുന്നുവെന്ന് (They complemented each other perfectly-Marx with his Wealth of Knowledge, Engels with his Knowledge of Wealth) വീൻ എഴുതുന്നു.

മൂലധന സഹായ ഗ്രന്ഥങ്ങളിൽ ഏറെ സാർവ്വദേശീയ പ്രശസ്തി നേടിയിട്ടുള്ളത് മാർക്സിസ്റ്റ് സൈദ്ധാന്തികനും നരവംശശാസ്ത്ര പ്രൊഫസറും *ദി ലിമിറ്റ്സ് ടു ക്യാപ്പിറ്റൽ, ദി എനിഗ്മാ ഓഫ് ക്യാപ്പിറ്റൽ,* തുടങ്ങിയ ഗ്രന്ഥങ്ങളുടെ കർത്താവുമായ ഡേവിഡ് ഹാർവിയുടെ (David Harvey) പുസ്തകമാണ്. ലണ്ടൻ റവ്യൂ ഓഫ് ബുക്സിന്റെ 2011 ഫെബ്രുവരി ലക്കത്തിൽ ഈ പുസ്തകം പരിചയപ്പെടുത്തിയിട്ടുണ്ട്. കഴിഞ്ഞ നാലു പതിറ്റാണ്ടായി മാർക്സിന്റെ മൂലധനത്തിലെ അടിസ്ഥാന പ്രമാണങ്ങളെ പരിചയപ്പെടുത്തിക്കൊണ്ട് ഡേവിഡ് ഹാർവി നല്കി വന്നിരുന്ന പ്രഭാഷണങ്ങൾ മൂലധന പഠനകോഴ്സായി ഹാർവിയുടെ വെബ് സൈറ്റിൽ നല്കിയിട്ടുണ്ട് (http://davidharvey.org/).

മുതലാളിത്ത സാമ്പത്തിക വിദഗ്ദ്ധർ മാത്രമല്ല മാർക്സിയൻ ചിന്താഗതിക്കാരും മനുഷ്യരാശിയുടെ വിമോചന തത്ത്വശാസ്ത്രമായി തുടരുന്ന മാർക്സിസത്തിന്റെ അടിസ്ഥാന പ്രമാണങ്ങളെയും താല്ക്കാ ലികമായ തിരിച്ചടി നേരിട്ടെങ്കിലും ഇപ്പോഴും പ്രസക്തങ്ങളായി തുടരുന്ന സോഷ്യലിസ്റ്റ് പരീക്ഷണങ്ങളെയും സംബന്ധിച്ച് ശ്രദ്ധേയങ്ങളായ ഒട്ടനവധി പഠനങ്ങൾ പ്രസിദ്ധീകരിച്ചുവരുന്നുണ്ട്. ഇവയിൽ ഏറ്റവും ശ്രദ്ധേയമായ പുസ്തക പരമ്പര എഡിറ്റ് ചെയ്ത് പ്രസിദ്ധീകരിച്ചുവരു ന്നത് മുൻ ട്രോട്സ്കിയിസ്റ്റും ന്യൂ ലെഫ്റ്റ് റവ്യൂവിന്റെ എഡിറ്റോറിയൽ ബോർഡംഗവും മാർക്സിസ്റ്റ് സൈദ്ധാന്തികനായ കെ ദാമോദരനുമായി നടത്തിയ സംവാദത്തിലൂടെ കേരളീയർക്ക് പരിചിതനുമായ താരിഖ് അലി യാണ്.

പാകിസ്ഥാനിലെ ആദ്യകാല മാർക്സിസ്റ്റുകളിൽ പ്രമുഖനായ മസാർ അലിഖാന്റെ മകനായി ലാഹോറിൽ ജനിച്ച താരിഖ് അലിയും ചെറുപ്പത്തിൽത്തന്നെ മാർക്സിസ്റ്റായി മാറി. പാകിസ്ഥാൻ സർക്കാ രുമായി നിരന്തരം ഏറ്റുമുട്ടിയ അലി പിന്നീട് രാജ്യം വിടുകയും ബ്രിട്ടനിൽ

സ്ഥിരതാമസമാക്കുകയും ചെയ്തു. സോവിയറ്റ് യൂണിയന്റെ വിമര
ശകനായി മാറിയ അലി ഒരു ട്രോട്സ്കിയിസ്റ്റും നാലാം ഇന്റർനാഷണ
ലിൽ അംഗവുമായിരുന്നു. എന്നാൽ, കിഴക്കൻ യൂറോപ്യൻ രാജ്യങ്ങളുടെ
പതനം വിലയിരുത്തുന്നതിൽ പരാജയപ്പെട്ടു എന്നാരോപിച്ച് അദ്ദേഹം
ട്രോട്സ്കിയിസ്റ്റുകളുമായുള്ള ബന്ധം ഉപേക്ഷിക്കയും ലോക സോഷ്യ
ലിസ്റ്റ് ഫോറം തുടങ്ങിയ വേദികളിൽ പങ്കെടുത്തുതുടങ്ങുകയും ചെയ്തു.
ബ്രസീലിലെ പോർട്ടോ അലിഗ്രയിൽ 2005 ൽ ചേർന്ന ലോക സോഷ്യ
ലിസ്റ്റ് ഫോറത്തിന്റെ മാനിഫെസ്റ്റോ തയ്യാറാക്കിയവരിൽ ഒരാൾ താരിഖ്
അലിയായിരുന്നു. ഇപ്പോഴും തന്റെ സോവിയറ്റ് വിരോധം അവസാനിപ്പി
ച്ചിട്ടില്ലെങ്കിലും പഴയ ട്രോട്കിയിസ്റ്റ് ശാഠ്യങ്ങൾ പലതും അലി ഉപേക്ഷി
ച്ചിട്ടുണ്ട്. നോം ചോംസ്കിയെപ്പോലെ അമേരിക്കൻ വിദേശനയങ്ങളുടെ
ശക്തനായ എതിരാളിയായിട്ടാണ് അലി ഇപ്പോൾ കൂടുതലും അറി
യപ്പെടുന്നത്.

താരിഖ് അലി എഡിറ്റ് ചെയ്ത് പ്രസിദ്ധീകരിക്കുന്ന *എന്തായിരുന്നു
കമ്മ്യൂണിസം* (*What was Communism*) എന്ന പുസ്തക പരമ്പരയിൽ
ഇതുവരെ നാലുപുസ്തകങ്ങളാണ് പ്രസിദ്ധീകരിച്ചിട്ടുള്ളത്. താരിഖ് അലി
യുടെ *കമ്മ്യൂണിസമെന്ന ആശയം* (*The Idea of Communism*. Univer-
sity of Chicago Press: 2009) എന്നതാണ് ഈ പരമ്പരയിലെ ആദ്യത്തെ
പുസ്തകം. ഇ എം എസിന്റെയും കെ ദാമോദരന്റെയും രചനകളെ അനു
സ്മരിക്കുന്നവിധം മാർക്സിസത്തിന്റെ അടിസ്ഥാന പ്രമാണങ്ങൾ അത്യ
ധികം ലളിതമായി അലി വിശദീകരിക്കുന്നു. സോഷ്യലിസ്റ്റ് ഭരണകൂട
ങ്ങൾ ചില രാജ്യങ്ങളിൽ തകർന്നുപോയെങ്കിലും ക്യൂബയിലും വെനി
സ്വേല, ഇക്വഡോർ, പരാഗ്വേ തുടങ്ങിയ ലാറ്റിനമേരിക്കൻ രാജ്യങ്ങളിലും
നടക്കുന്ന സോഷ്യലിസ്റ്റ് പരീക്ഷണങ്ങൾ സോഷ്യലിസ്റ്റ് ഭാവിയെ സംബ
ന്ധിച്ച് വലിയ പ്രതീക്ഷയ്ക്ക് വക നല്കുന്നുണ്ട് - അലി വാദിക്കുന്നു.
തെറ്റുകളിൽനിന്നും പാഠം ഉൾക്കൊണ്ടുകൊണ്ട് പുനരുജ്ജീവിക്കാൻ
സോഷ്യലിസ്റ്റ് തത്ത്വസംഹിതയ്ക്ക് മാത്രമേ കഴിയൂ എന്ന ശുഭാപ്തി
വിശ്വാസം പ്രകടിപ്പിച്ചുകൊണ്ടാണ് പുസ്തകം അവസാനിക്കുന്നത്.

പ്രസിദ്ധ റഷ്യൻ മാർക്സിസ്റ്റ് ചിന്തകൻ ബോറിസ് കഗാർലിസ്കി
യുടെ (Boris Kagarlisky) *യു എസ് എസ് ആറിൽ തിരികെ* (*Back in
The USSR*, University of Chicago Press: 2009)എന്നതാണ് ഈ പര
മ്പരയിലെ രണ്ടാമത്തെ പുസ്തകം. സോവിയറ്റ് യൂണിയന്റെ തകർച്ചയ്ക്ക്
ശേഷം രൂപീകരിക്കപ്പെട്ട റഷ്യൻ ഫെഡറേഷനിലെ ഇപ്പോഴത്തെ
സാമൂഹ്യ സാമ്പത്തിക രാഷ്ട്രീയ സ്ഥിതിഗതികൾ കഗാർലിസ്കി ഈ
പുസ്തകത്തിൽ വിലയിരുത്തുന്നു. അതിവേഗം വളർന്നുവരുന്ന മധ്യ
വർത്തി വിഭാഗത്തിന്റെ ഉപഭോഗതൃഷ്ണയെ തൃപ്തിപ്പെടുത്തിക്കൊണ്ട്
റഷ്യൻ ഭരണകൂടം രാജ്യത്തെ മറ്റൊരു മുതലാളിത്ത രാജ്യമാക്കി
മാറ്റിക്കൊണ്ടിരിക്കയാണെന്ന് കഗാർലിസ്കി നിരീക്ഷിക്കുന്നു.

ചെഗുവേരയുടെ സുഹൃത്തായിരുന്ന ചിത്രകാരി ഫ്രിദ കാലോ യുടെ ജീവിതത്തെ ആസ്പദമാക്കിയുള്ള *ഫ്രിഡാസ് ബെഡ് (Frida's Bed:* Penguin Books) എന്ന നോവലിന്റെ രചനയിലൂടെ പ്രസിദ്ധയായ മുൻ യുഗോസ്ലാവിയയുടെ ഭാഗമായിരുന്ന ക്രൊയേഷ്യയിൽ ജനിച്ച സാഹിത്യകാരിയും സാമൂഹ്യ വിമർശകയുമായ സ്ലൈവെങ്കാ ഡ്രാക്കുലി ക്കിന്റെ (Slavenka Drakulic) *രണ്ട് ദുർബ്ബലരും ഒരു പൂച്ചയുമാണ് (Two Underdogs and a Cat.* University of Chicago Press: 2009) ഈ പര മ്പരയിലെ മറ്റൊരു കൃതി. കിഴക്കൻ യൂറോപ്യൻ രാജ്യങ്ങളിൽ നില നിന്നിരുന്ന സോഷ്യലിസ്റ്റ് ഭരണകൂടങ്ങളുടെ വലിയൊരു വിമർശകയാണ് ഡ്രാക്കുലിക്. പുസ്തകത്തിന്റെ പേരു സൂചിപ്പിക്കുന്നതുപോലെ തികച്ചും സാഹിത്യ ഭാഷയിലും പ്രതീകങ്ങളിലൂടെയും രൂപകങ്ങളിലൂടെയും കിഴക്കൻ യൂറോപ്യൻ സോഷ്യലിസ്റ്റ് ഭരണകൂടങ്ങളുടെ പാളിച്ചകളും പരിമിതികളുമാണ് ഡ്രാക്കുലിക് അനാവരണം ചെയ്യാൻ ശ്രമിക്കുന്നത്. മുൻ കിഴക്കൻ യൂറോപ്യൻ രാജ്യങ്ങളിലെ സ്ഥിതിഗതികൾ വിമർശന പരമായി പരിശോധിക്കുന്ന *ഹൗ വീ സർവൈവ്ഡ് കമ്യൂണിസം ആൻഡ് ഈവൻ ലാഫ്ഡ് (How We Survived Communism and Even Laughed:* Vintage: 1993), *കഫെ യൂറോപ്പാ ലൈഫ് ആഫ്റ്റർ കമ്യൂ ണിസം (Café Europa: Life After Communism:* Penguin Books: 1999) എന്നീ ആത്മകഥാക്കുറിപ്പുകളും *ഹോളോഗ്രാം ഓഫ് ഫിയർ (Holo-gram of Fear.* The Women's Press: 1993), *മാർബിൾ സ്കിൻ (Marble Skin. Hutchinson:* 1993) എന്ന നോവലും അവർ എഴുതിയിട്ടുണ്ട്. സോഷ്യലിസ്റ്റ് രാജ്യങ്ങളിലുണ്ടായ തിരിച്ചടികളിൽനിന്നും പാഠം ഉൾ ക്കൊള്ളാൻ സ്വയം വിമർശനപരമായി ശ്രമിക്കുന്ന ഇടതുപക്ഷ ചിന്ത കർ ഡ്രാക്കുലിക്കിന്റെ പുസ്തകങ്ങൾ ഗൗരവമായ പഠനത്തിനു വിധേ യമാക്കുന്നുണ്ട്.

അമേരിക്കൻ അട്ടിമറി ശ്രമങ്ങളെയും സാമ്പത്തിക ഉപരോധ ത്തെയുമെല്ലാം അതിജീവിച്ച് ക്യൂബയിൽ നടക്കുന്ന സോഷ്യലിസ്റ്റ് ഭരണ ത്തിന്റെ വിജയകഥയാണ് *ക്യൂബൻ പെരുമ്പറ (The Cuban Drumbeat.* University of Chicago Press: 2009) എന്ന പുസ്തകത്തിൽ പിയറോ ഗ്ലെജെസെസ് (Piero Gleigeses) പറയുന്നത്. ലാറ്റിനമേരിക്കയിലെ അമേരിക്കൻ സൈനിക ഇടപെടലുകളെക്കുറിച്ച് നിരവധി ഗ്രന്ഥങ്ങൾ രചിച്ചിട്ടുള്ള രാഷ്ട്രീയ നിരീക്ഷകനാണ് ഇറ്റലിക്കാരനായ ഗ്ലെജെസെസ്. ഈ പുസ്തകത്തിന്റെ ഒരു സവിശേഷത അംഗോള തുടങ്ങി നിരവധി ആഫ്രിക്കൻ രാജ്യങ്ങളിൽ ഇടക്കാലത്ത് അധികാരത്തിലെത്തിയ ജനാ ധിപത്യ ഭരണകൂടങ്ങളെ സഹായിക്കുന്നതിനും നിലനിർത്തു ന്നതിനുമായി ക്യൂബ നല്കിയ സൈനിക സഹായത്തെ സംബന്ധിച്ച് ഇതുവരെ പുറത്തുവരാത്ത നിരവധി വിവരങ്ങൾ നല്കുന്നുവെന്നതാണ്. മാത്രമല്ല ലാറ്റിനമേരിക്കയിലെയും ആഫ്രിക്കയിലെയും ഒട്ടനവധി രാജ്യ

ങ്ങൾക്ക് ആഭ്യന്തര സാമ്പത്തിക പ്രതിസന്ധികൾക്കിടയിലും ആരോഗ്യ സേവനം, വിദ്യാഭ്യാസം തുടങ്ങിയ മേഖലകളിൽ ക്യൂബ നല്കിവരുന്ന സേവനങ്ങളെപ്പറ്റിയും ഗ്ലെജെസെസ് കൂടുതൽ വിവരങ്ങൾ നല്കുന്നുണ്ട്. നൂറുപേജുകളോളം വരുന്ന വളരെ ആകർഷകമായി തയ്യാറാക്കിയിട്ടുള്ള ഈ പുസ്തകങ്ങളുടെ ഇന്ത്യയിലെ പ്രസാധകർ ലണ്ടനിലെ സീഗൾ ബുക്സ് (Seagull Books) ആണ്. ഇവരുടെ കൊൽക്കത്ത കേന്ദ്രത്തിൽ നിന്നും വിലകുറഞ്ഞ ഇന്ത്യൻ എഡിഷനും പ്രസിദ്ധീകരിച്ചുവരുന്നു. ശരാശരി 350 രൂപ വിലയിട്ടിട്ടുള്ള ഈ ഹാർഡ്കവർ പുസ്തകങ്ങളുടെ വില അവയുടെ മൂല്യം കണക്കിലെടുക്കുമ്പോൾ ഒട്ടും കൂടുതലല്ല. സോവിയറ്റ് യൂണിയന്റെ പതനത്തിനുശേഷം നടന്നുവരുന്ന സോഷ്യലി സ്റ്റ് പുനർനിർമ്മാണ സൈദ്ധാന്തിക ചർച്ചകൾക്ക് ഏറെ സഹായകരമായ താരിഖ് അലിയുടെ പുസ്തക പരമ്പരയിലെ മറ്റു പുസ്തകങ്ങൾ പ്രതീ ക്ഷയോടെ കാത്തിരിക്കുന്നവർ നിരവധിയാണ്.

കാലിഫോർണിയ കേന്ദ്രമാക്കി പ്രവർത്തിക്കുന്ന സെന്റർ ഫോർ സോഷ്യലിസ്റ്റ് ഹിസ്റ്ററി അഞ്ചു വാല്യങ്ങളിലായി പ്രസിദ്ധീകരിച്ചിട്ടുള്ള അമേരിക്കൻ സോഷ്യലിസ്റ്റും മാർക്സിസ്റ്റ് സിദ്ധാന്തങ്ങളുടെ ഗവേഷക നുമായ ഹാൽ ഡ്രെപ്പറിന്റെ *കാറൽ മാർക്സിന്റെ വിപ്ലവ സിദ്ധാന്തങ്ങൾ* (*Karl Marx's Theory of Revolution* (5 Volumes): Hal Draper: Monthly Review Press: 1990) എന്ന പുസ്തക സമുച്ചയം മാർക്സിസ്റ്റ് ആശയങ്ങളെ സംബന്ധിച്ചു കൂടുതൽ ആഴത്തിലുള്ള പഠനത്തിൽ താല് പര്യമുള്ളവർക്ക് ആധികാരിക സ്രോതസ്സായി പ്രയോജനപ്പെടുത്താ വുന്നതാണ്. *ഭരണകൂടവും ബ്യൂറോക്രസിയും, സാമൂഹ്യ വർഗ്ഗങ്ങളുടെ രാഷ്ട്രീയം, തൊഴിലാളിവർഗ്ഗ സർവ്വാധിപത്യം, ഇതര സോഷ്യലിസ്റ്റ് ധാരകളുടെ വിമർശനം, യുദ്ധവും സോഷ്യലിസവും* എന്നീ അഞ്ചു വിഷയങ്ങളുടെ അടിസ്ഥാനത്തിലാണ് വിവിധ സഞ്ചികകൾ തയ്യാറാക്കി യിട്ടുള്ളത്. ഈ പുസ്തകങ്ങളുടെ രൂപ വിലകുറഞ്ഞ ഇന്ത്യൻ എഡി ഷൻ (അഞ്ചു സഞ്ചികകൾക്കും കൂടി 1975 രൂപ) ഡൽഹിയിലെ ഇടതു പക്ഷ പുസ്തക പ്രസാധകരായ ആകാർ ബുക്സ് പ്രസിദ്ധീകരിച്ചിട്ടുണ്ട്.

ചെക്ക് തത്ത്വചിന്തകനും നിരൂപകനുമായ ഏണസ്റ്റ് ഫിഷർ 1968 ൽ എഴുതിയ *ഹൗ ടു റീഡ് മാർക്സ്* എന്ന വിശ്രുതഗ്രന്ഥം ജോൺ ബെല്ലാമി ഫോസ്റ്ററിന്റെ ആമുഖവും പോൾ എം സൂസിയുടെയും പഠ നവും ചേർത്ത് (*How To Read Karl Marx*: Ernst Fisher: Introduction: John Bellamy Foster. Commentary: Paul M Sweezy: New Left Review:) 1996 ൽ ന്യൂ ലെഫ്റ്റ് റവ്യൂ പ്രസിദ്ധീകരണ വിഭാഗം ഇംഗ്ലീ ഷിലേക്ക് പരിഭാഷപ്പെടുത്തി പ്രസിദ്ധീകരിച്ചിരുന്നു. മാർക്സിസത്തിന്റെ അടിസ്ഥാന പ്രമാണങ്ങൾ തുടക്കക്കാർക്ക് മനസ്സിലാക്കാൻ സഹായക രമായ ഈ പുസ്തകത്തിന്റെയും വിലകുറഞ്ഞ ഇന്ത്യൻ എഡിഷൻ ആകാർ പ്രസിദ്ധീകരിച്ചിട്ടുണ്ട്.

മാർക്സിസത്തിനെതിരെ ഉയർന്നുവന്നിട്ടുള്ള വിമർശനങ്ങളെ പത്തു ചോദ്യങ്ങളായി തിരിച്ചു അവയ്ക്ക് മറുപടി പറഞ്ഞുകൊണ്ട് മാർ ക്സിയൻ സിദ്ധാന്തങ്ങൾ വിശദീകരിക്കാൻ ശ്രമിക്കുന്ന ലങ്കാസ്റ്റർ സർ വ്വകലാശാലയിലെ ഇംഗ്ലീഷ് ഭാഷാ പ്രൊഫസറും സാഹിത്യകാരനുമായ ടെറി *ഈഗിൾടണിന്റെ എന്തുകൊണ്ട് മാർക്സ് ശരിയാണ്* (*Why Marx was right*: Terry Eagleton: Yale University Press: New Haven: 2011) എന്ന പുസ്തകവും സമീപകാലത്ത് മാർക്സിസ്റ്റ് സാഹിത്യ പഠിതാ ക്കൾ പ്രകീർത്തിക്കുന്ന കൃതിയാണ്. സാമ്പ്രദായിക മാർക്സിയൻ ശൈ ലിയിൽനിന്നും വ്യത്യസ്തമായ സാഹിത്യഭാഷയും മാർക്സിസത്തിനെ തിരെ ഉയരുന്ന വിമർശനങ്ങൾക്ക് മറുപടി പറയുന്നതിനിടെ മാർക്സി സത്തിന്റെ ചില അടിസ്ഥാന പ്രമാണങ്ങളെ ചോദ്യം ചെയ്യുന്നുവെന്ന് തോന്നുമാറ് ഈഗിൾടൺ നടത്തുന്ന നിരീക്ഷണങ്ങളുംമൂലം ചില മാർക്സിസ്റ്റ് പണ്ഡിതർക്ക് തീരെ രുചിക്കാത്ത പുസ്തകംകൂടിയാണിത്.

1990 ൽ പ്രസിദ്ധീകരിച്ച ഇപ്പോൾ മിക്ക പുസ്തകശാലകളിലും കിട്ടാനില്ലാത്ത റോബർട്ട് മീസ്റ്ററുടെ പ്രസിദ്ധമായ മാർക്സിയൻ സൈ ദ്ധാന്തിക പഠന ഗ്രന്ഥം *പൊളിറ്റിക്കൽ ഐഡന്റിറ്റി: തിങ്കിങ് ത്രൂ മാർക്സ്* (*Political Identity: Thinking Through Marx*: Robert Meister: Basil Backwell: Cambridge USA: 1991). അമേരിക്കയിലെ സെക്കന്റ് ഹാന്റ് ബുക്സ്റ്റാളിൽനിന്നും വാങ്ങി ഒരു സുഹൃത്ത് അയച്ചു തന്നിരുന്നു. രാഷ്ട്രീയ വ്യതിരിക്തത, ജനാധിപത്യ ഭരണക്രമം, ഫെമിനിസം, ചരിത്ര രചനാരീതികൾ, സാംസ്കാരിക പഠനം തുടങ്ങിയ സമകാലീന സംവാദ വിഷയങ്ങളെ മാർക്സിയൻ സിദ്ധാന്തങ്ങളുടെ അടിസ്ഥാനത്തിൽ പുനർവിലയിരുത്തലിനു വിധേയമാക്കാനാണ് മീസ്റ്റർ ശ്രമിക്കുന്നത്.

സ്ലാവോയ് സിസെക്, കോസ്റ്റാസ് ഡൂസിനാസും ചേർന്ന് എഡിറ്റ് ചെയ്ത ടെറി ഈഗിൾടൺ, അന്റോണിയോ നെഗ്രി, ആൽബർട്ടോ റ്റെസ് കാനോ തുടങ്ങിയ പതിനഞ്ചോളം പ്രസിദ്ധരായ സാമൂഹ്യശാസ്ത്രജ്ഞ രുടെ ലേഖനങ്ങളടങ്ങിയ *ദി ഐഡിയ ഓഫ് കമ്മ്യൂണിസവും* (*The Idea of Communism*: Costas Douzinas, Slavoj Zizek (Editors): *Verso UK*: 2010.). സമീപകാലത്ത് ഏറെ ശ്രദ്ധ ആകർഷിക്കപ്പെട്ട കൃതിയാണ്. മാർ ക്സിസത്തിന്റെ പ്രസക്തിയെക്കുറിച്ച് സെസക്, അലക്സ് കല്ലിനികോസ്, ജോൺ ഹോളോവേ എന്നിവർ ചേർന്ന് നടത്തുന്ന സംവാദം യൂട്യൂബിൽ കേൾക്കാവുന്നതാണ് (http://youtube/ivpN1VgrbC4).

കാറൽ മാർക്സ്, ഫ്രഡറിക് ഏംഗൽസ് എന്നിവരുടെയും മാർ ക്സിന്റെ സഹധർമ്മിണി ജെന്നിയുടെയും മകൾ എലനോരയുടെയും എംഗൽസിന്റെയും നിരവധി ജീവചരിത്രങ്ങളും പ്രസിദ്ധീകരിക്കപ്പെ ട്ടുവരുന്നുണ്ട്. മാർക്സിന്റെ ജീവചരിത്രങ്ങൾ ഏറ്റവും ശ്രദ്ധേയങ്ങളായി രചിച്ചിട്ടുള്ളത് മൂലധന സഹായ ഗ്രന്ഥങ്ങൾ രചിച്ചിട്ടുള്ള ഫ്രാൻസിസ് വീനും ഡേവിഡ് മക് ലെല്ലനുമാണ്. ഇവയിൽ പലകാരണങ്ങളാലും

ചികച്ചുനില്ക്കുന്നത് മാർക്സിനെ ഒരു വിപ്ലവചിന്തകൻ എന്ന നിലയിലും വ്യക്തിയെന്നനിലയിലും ഹൃദ്യതയോടെ ചിത്രീകരിക്കുന്ന *കാൾ മാർക്സ് എ ലൈഫ്* (*Karl Marx A Life: Francis Wheen*: WW Norton New York: 2012) എന്ന ഫ്രാൻസിസ് വീനിന്റെ ഏറെ പ്രസിദ്ധമായ ജീവ ചരിത്രഗ്രന്ഥമാണ്. ഡേവിഡ് മക് ലെല്ലൻ ഫൊണ്ടാന പ്രസാധകരുടെ മോഡേൺ മാസ്റ്റേഴ്സ് പുസ്തകപരമ്പരയിൽ മാർക്സിന്റെ 92 പേജുള്ള ചെറിയൊരു ജീവചരിത്രവും (*Marx*: David McLennan Fontana *Modern Masters*: London: 1997), ഹാർപ്പർ കോളോഫോൺ ബൂക്സിനു വേണ്ടി 500 പേജുകളോളം വരുന്ന വലിയൊരു പുസ്തകവും (*Karl Marx: His Life and Thought*: David McLennan. Harper Colophon Books: London: 1973) പ്രസിദ്ധീകരിച്ചിട്ടുണ്ട്.

1986 ൽ പ്രസിദ്ധീകരിച്ച എച്ച് എഫ് പീറ്റേഴ്സിന്റെ ജെന്നി മാർ ക്സിന്റെ ആദ്യത്തെ ജീവചരിത്രം (*Red Jenny: A life with Karl Marx*: H F Peters: St Martins Press New York: 1986) പുനഃപ്രസിദ്ധീകരി ക്കാനുള്ള ശ്രമം നടന്നുവരുന്നു. സോഷ്യലിസ്റ്റ് പാർട്ടി പ്രവർത്തകയും പ്രക്ഷോഭകാരിയും നടിയും എഴുത്തുകാരിയുമായിരുന്ന മാർക്സിന്റെ ഇളയമകൾ എലിയനോർ മാർക്സിന്റെ ആത്മഹത്യയിലവസാനിച്ച ദുര ന്തജീവിത കഥ ബൃഹത്തായ രണ്ടു വാല്യങ്ങളിലായി 1976 ൽ ലണ്ട നിലെ ഫാസിസ്റ്റ് വിരുദ്ധ പ്രവർത്തകയായിരുന്ന യോന്നെ കാപ്പ് എഴു തിയിട്ടുണ്ട്. ഇപ്പോൾ തീരെ കിട്ടാനില്ലാത്ത ഈ അമൂല്യ ഗ്രന്ഥത്തിന്റെ (*Eleanor Marx*: Yvonne Kapp: Pantheon Books New York: 1976) രണ്ടാം വാല്യവും റെഡ് ജന്നിയും ഈ ലേഖകനു ഏബ് ബുക്സ് (abebooks.com)എന്ന ഓൺ ലൈൻ ബുക്ക് സ്റ്റോറിൽനിന്നും നിസ്സാര വിലയ്ക്ക് ഈയിടെ ലഭിച്ചു. മാർക്സിന്റെ രണ്ടാമത്തെ മകൾ ലോറയും അവരുടെ ഭർത്താവ് ഫ്രഞ്ച് സോഷ്യലിസ്റ്റ് പോൾ ലഫാർഗേയുമായി എംഗൽസ് നടത്തിയ കത്തിടപാടുകൾ യോന്നെ കാപ്പ് ഇംഗ്ലീഷിലേക്ക് തർജ്ജമ ചെയ്തു പ്രസിദ്ധീകരിച്ചിരുന്നത് ഇപ്പോൾ ലഭ്യമല്ല.

മൂലധന രചനയുടെ കാലഘട്ടത്തിൽ മാർക്സിന്റെ കുടുംബം കട ന്നുപോയ അതിദുസ്സഹമായ ജീവിത സാഹചര്യങ്ങളും പങ്കപ്പാടുകളും അവതരണം ചെയ്യുന്നതിൽ മാർക്സും ജന്നിയും തമ്മിലുള്ള ആഴത്തി ലുള്ള സ്നേഹബന്ധവും അസാധാരണമായ ദാമ്പത്യ ജീവിതവും വഹിച്ച പങ്കും ചിത്രീകരിക്കുന്ന അപൂർവതകളേറെയുള്ള പുസ്തകമാണ് മേരി ഗബ്രിയേലിന്റെ *ലൗവ് ആന്റ് കാപിറ്റൽ* എന്ന എഴുന്നൂറോളം പേജുകളുള്ള സമാന്യം വലിയ പുസ്തകം (*Love and Capital: Karl and Jenny Marx and the Birth of a Revolution*: Mary Gabriel: Little Brown and Company: New York: 2011) മാർക്സിനെ ഒരു വിപ്ലവ ചിന്തകൻ എന്നതിനു പുറമെ വികാരങ്ങളും ദൗർബല്യങ്ങളുമുള്ള വ്യക്തി യെന്ന നിലയിൽ കൂടി മനസ്സിലാക്കാൻ ശ്രമിക്കുന്നവർക്ക് ആഹ്ലാദകര

മായ വായനാനുഭവം നല്കുന്ന പുസ്തകമാണിത്. അരസികനായ ഒരു വിപ്ലവകാരിയായയല്ല പച്ചയായ ഒരു മനുഷ്യനായാണ് ഗബ്രിയേൽ കാൾ മാർക്സിനെ ഈ പുസ്തകത്തിൽ അവതരിപ്പിക്കുന്നത്. ജർമ്മനി, ഫ്രാൻസ്, ബൽജിയം തുടങ്ങിയ രാജ്യങ്ങളിൽനിന്നും പുറത്താക്കപ്പെട്ട് ലണ്ടനിൽ അഭയം തേടിയ മാർക്സിനോടൊപ്പം ജന്നിയും രോഗഗ്രസ്ത രായ കുട്ടികളോടൊപ്പം യൂറോപ്പിൽ അലഞ്ഞു തിരിഞ്ഞു. മൂന്നുകുട്ടികൾ പട്ടിണിയും രോഗവുംമൂലം മരണമടഞ്ഞു. മൂന്നു ദശകത്തോളം നീണ്ടുനിന്ന മൂലധനത്തിന്റെ രചനയുടെ കാലത്ത് ദുഃഖത്തിലും കഷ്ട പ്പാടിലുമെല്ലാം മാർക്സിനു കൂട്ടായിരുന്ന ജെന്നിയുടെ പങ്ക് അനു താപത്തോടെ ഗബ്രിയേൽ അന്വേഷിക്കുന്നു. അതേയവസരത്തിൽ ഇതൊരു വെറും മാർക്സിന്റെ കുടുംബകഥ മാത്രവുമല്ല. മാർക്സ് വിതച്ച വിപ്ലവ ചിന്തകൾ യൂറോപ്പിൽ വളർന്ന് പടർന്നുപന്തലിച്ച് വിപ്ലവാന്ത രീക്ഷം സൃഷ്ടിച്ചതെങ്ങനെയെന്ന രാഷ്ട്രീയാന്വേഷണവും ഗബ്രിയേൽ നടത്തുന്നുണ്ട്.

പ്രസിദ്ധ ചരിത്രകാരനും അമേരിക്കയുടെ ജനകീയ ചരിത്രത്തിന്റെ കർത്താവുമായ ഹോവാർഡ് സിൻ എഴുതിയ *മാർക്സ് ഇൻ സോഹോ* (*Marx in Soho*: Howard Zinn: South End Press: Cambridge: 2014)എന്ന ഒറ്റ അങ്കമുള്ള ചെറുനാടകവും സമീപകാലത്ത് ഏറെ ചർച്ചചെയ്യപ്പെ ടുന്നുണ്ട്. 1995 ൽ വാഷിങ്ടൺ ചർച്ച് സ്ട്രീറ്റ് തിയേറ്ററിൽ വച്ച് ആദ്യ മായവതരിപ്പിച്ച ഈ അതീവ രസകരമായ നാടകത്തിൽ കാറൽ മാർ ക്സ്, ഭാര്യ ജന്നി, മകൾ എലനോർ, മാർക്സിന്റെ മുഖ്യ ബൗദ്ധിക എതിരാളിയായിരുന്ന മിഖയേൽ ബകുനിൻ, എംഗൽസ് എന്നിവരുമായി നടത്തുന്ന പ്രത്യയശാസ്ത്ര ചർച്ചകൾ നർമ്മബോധത്തോടെ ചിത്രീകരി ച്ചിരിക്കുന്നു.

എംഗൽസിന്റെ സമീപകാലത്ത് പ്രസിദ്ധീകരിക്കപ്പെട്ട ഏറ്റവും ശ്രദ്ധേയവും ആധികാരികവുമായ ജീവചരിത്രം ലണ്ടൻ സർവ്വകലാശാല യിലെ ചരിത്രാദ്ധ്യാപകനായ ട്രിസ്ട്രാം ഹണ്ട് എഴുതിയ *മാർക്സിന്റെ ജനറൽ* എന്ന പുസ്തകമാണ് (*Marx's General*: The Revolutionary Life of Friedrich Engels: Tritsram Hunt: Mteropolitan Books: New York: 2010). മാർക്സിന്റെ നിഴലിൽനിന്നും മാറ്റിനിർത്തി ഇതുവരെ പലരും അവഗണിച്ച നിരവധി ചരിത്ര രേഖകളുടെ സഹായത്തോടെ സോഷ്യലിസ്റ്റ് ആശയരൂപീകരണത്തിൽ എംഗൽസ് നല്കിയിട്ടുള്ള മൗലിക സംഭാവനകൾ വിലയിരുത്താനാണ് ഹണ്ട് ശ്രമിക്കുന്നത്. അതോ ടൊപ്പം എംഗൽസിന്റെ വ്യക്തിജീവിതത്തിലേക്കും ഹണ്ട് വെളിച്ചം വീശുന്നുണ്ട്. എംഗൽസിന്റെ പൊതുവിൽ അവഗണിക്കപ്പെട്ടുപോയ ലണ്ടനിലെ തൊഴിലാളിവർഗ്ഗത്തിന്റെ സ്ഥിതി (Conditions of Working Class in England) എന്ന 1844 ൽ പ്രസിദ്ധീകരിച്ച പുസ്തകത്തിന്റെ പ്രാധാന്യവും പുസ്തക രചനയുടെ ചരിത്രവും ഹണ്ട് രേഖപ്പെടുത്തുന്നു.

വ്യവസായവല്ക്കരണത്തിന്റെ ആദ്യകാലഘട്ടത്തിൽ ഇംഗ്ലണ്ടിലെ തൊഴി ലാളി വർഗ്ഗത്തിന്റെ ജീവിതദുരിതങ്ങളാണ് എംഗൽസ് ഈ പുസ്ത കത്തിൽ പരിശോധിക്കുന്നത്. അക്കാലത്ത് തൊഴിലാളികളെ ബാധിച്ചി രുന്ന മിക്ക രോഗങ്ങളും അവരുടെ ദുസ്സഹമായ ജീവിത സാഹചര്യ ങ്ങളുടെ സൃഷ്ടിയാണെന്ന് എംഗൽസ് കണ്ടെത്തുന്നുണ്ട്. ജീവിതസാഹ ചര്യങ്ങളാണ് അടിസ്ഥാനപരമായി മനുഷ്യരുടെ ആരോഗ്യസ്ഥിതി നിശ്ച യിക്കുന്ന നിർണ്ണായക ഘടകങ്ങളെന്ന എംഗൽസിന്റെ നിരീക്ഷണ ത്തിന്റെ അടിസ്ഥാനത്തിലാണ് സാമൂഹ്യാരോഗ്യ ശാസ്ത്രത്തിന്റെ ബൈബിൾ എന്നു വിശേഷിപ്പിക്കപ്പെടുന്ന അപ്പർസിലേസ്യ റിപ്പോർട്ട് (Upper Silesia Report) ജർമ്മനിയിലെ പത്തോളജിസ്റ്റും രാഷ്ട്രീയ പ്രവർത്തകനുമായിരുന്ന റഡോൾഫ് വിർക്കോ (Rudolf Virchow-1811- 1902) 1848 ൽ തയ്യാറാക്കിയത്. *ദി ഫ്രോക്ക് കോട്ടഡ് കമ്മ്യൂണിസ്റ്റ്: ദി റവല്യൂഷണറി ലൈഫ് ഓഫ് ഫ്രഡറിക് എംഗൽസ്: ദി ലൈഫ് ആന്റ് ടൈംസ് ഓഫ് ദി ഒറിജിനൽ ഷമ്പെയിൻ സോഷ്യലിസ്റ്റ്* (*The Frock-Coated Communist: The Revolutionary Life of Frederich Engels: The Life and Times of the Original Champagne Socialist:* Penguin Books:2009) എന്ന ദീർഘവും രസകരവുമായ പേരിലാണ് ഇതേ പുസ്തകം ലണ്ടനിൽ പെൻഗ്വിൻ പ്രസിദ്ധീകരിച്ചിട്ടുള്ളത്.

സോഷ്യലിസ്റ്റ് വിപ്ലവത്തിന്റെ രണ്ടാം വരവിനെ പ്രതീക്ഷയോടെ കാത്തിരിക്കുന്ന പുരോഗമനചിന്താഗതിക്കാർക്ക് ആവേശം നല്കിക്കൊ ണ്ടിരിക്കുന്ന കൃതിയാണ് കേരളീയർക്ക് പരിചിതനായ ചരിത്രകാരൻ എറിക് ഹോബ്സ്ബാമിന്റെ *ഹൗ ടു ചേഞ്ച് ദി വേൾഡ്:* (*How to Change the World: Tales of Marx and Marxis: Marx and Marxis:* Eric Hobsbawm: Little Brown: UK: 2011)എന്ന് സമീപകാല മാർക്സിയൻ ഗ്രന്ഥങ്ങളിൽ ഏറ്റവും വലിയ പ്രസാധക വിജയം കൈവരിച്ച പുസ്തകം. ഹാച്ചെറ്റ് ഇന്ത്യ എന്ന പ്രസാധകർ പുസ്തകത്തിന്റെ താരതമ്യേന വില കുറഞ്ഞ ഹാർഡ് കവർ പുസ്തകം മാർക്കറ്റ് ചെയ്തിട്ടുണ്ട്. യൂറോപ്യൻ സാമ്പത്തിക ശാസ്ത്രത്തിലും, ജർമ്മൻ തത്ത്വ ശാസ്ത്രത്തിലും, ഫ്രെഞ്ച് സോഷ്യലിസ്റ്റ് ചിന്തകളിലുമുള്ള മാർക്സിസത്തിന്റെ വേരുകൾ മുതൽ ഗ്രാംഷിയൻ ആശയങ്ങൾ മാർക്സിയൻ ധാരകളെ എങ്ങനെ വിപുലീകരിക്കയും സമ്പുഷ്ടമാക്കയും ചെയ്യുന്നു എന്നതുവരെ ഹോബ് സ്ബാം പരിശോധിക്കുന്നു. കഴിഞ്ഞ മുപ്പതുവർഷമായി സോഷ്യലിസ്റ്റ് ഭരണകൂടങ്ങളും ആശയങ്ങളും നേരിട്ടുവരുന്ന വെല്ലുവിളികളും പ്രതി സന്ധികളും വസ്തുനിഷ്ഠമായി ഗ്രന്ഥകർത്താവ് പരിശോധിക്കുന്നു. മാർ ക്സിസത്തിന്റെ തിരിച്ചുവരവ് പ്രവചിക്കുന്നു. പുസ്തകം അവസാനി ക്കുന്നതിങ്ങനെ ശുഭാപ്തി വിശ്വാസം നല്കിക്കൊണ്ടാണ്: 'ഇരുപ ത്തൊന്നാം നൂറ്റാണ്ട് നേരിടുന്ന പ്രതിസന്ധികൾ പരിഹരിക്കാൻ സാമ്പ ത്തികവും രാഷ്ട്രീയവുമായ ഉദാരവല്ക്കരണത്തിനു ഒറ്റയ്ക്കോ കൂട്ടായോ

കഴിയില്ല. മാർക്സിനെ വീണ്ടും ഗൗരവമായി പരിഗണിക്കേണ്ട കാല മായിരിക്കുന്നു.'

ലോക പുസ്തകമാർക്കറ്റിൽ ദിനംപ്രതി എത്തിക്കൊണ്ടിരിക്കുന്ന വയും ഈ ലേഖകന്റെ ശ്രദ്ധയിൽ പെട്ടിട്ടുള്ളവയുമായ മാർക്സിയൻ പുസ്തകങ്ങളുടെ നഖചിത്രം മാത്രമാണ് ഇവിടെ അവതരിപ്പിച്ചിട്ടുള്ളത്. മാർക്സിസത്തിന്റെ സമകാലീന പ്രസക്തി കണക്കിലെടുക്കുമ്പോൾ ലോക മാർക്സിയൻ പുസ്തക പ്രളയത്തിൽനിന്നും മികച്ച പുസ്തക ങ്ങൾ കൂടുതൽ സൂക്ഷ്മതയോടെ തെരഞ്ഞെടുക്കേണ്ടതുണ്ട്. രാഷ്ട്രീയ പ്രവർത്തകർ, ഗവേഷകർ, സാമൂഹ്യസാമ്പത്തിക ശാസ്ത്ര വിദ്യാർ ത്ഥികൾ തുടങ്ങിയ വിവിധ വായനാ സമൂഹത്തിന്റെ താല്പര്യങ്ങൾക്കനു യോജ്യമായ വായനാ പട്ടികകളും (Reading Lists) ഗ്രന്ഥവിവരണവും (ബിബിലിയോഗ്രാഫിയും) തയ്യാറാക്കാൻ മാർക്സിസ്റ്റ് സാഹിത്യ പഠിതാക്കളോ ബന്ധപ്പെട്ട സർവ്വകലാശാലാ വകുപ്പുകളോ, സാംസ കാരിക സ്ഥാപനങ്ങളോ തയ്യാറാവേണ്ടതാണ്.

ഡാർവിൻ പുസ്തക പ്രപഞ്ചം

ചാൾസ് ഡാർവിന്റെ ഇരുനൂറാം ജന്മവാർഷികവും *ജീവജാതി കളുടെ ഉല്പത്തി* എന്ന മഹദ് ഗ്രന്ഥം രചിച്ചതിന്റെ 150-ാം വാർഷികവും ആചരിക്കപ്പെട്ട 2009 ലും തുടർന്നും ഡാർവിൻ എഴുതിയ പുസ്തക ങ്ങൾക്കും രേഖകൾക്കും പുറമെ ഡാർവിന്റെ ജീവിതത്തെയും സിദ്ധാ ന്തങ്ങളെയും വ്യത്യസ്ത കാഴ്ചപ്പാടുകളിൽ വിലയിരുത്തിക്കൊണ്ടുള്ള നിരവധി ഗ്രന്ഥങ്ങൾ പ്രസിദ്ധീകരിക്കപ്പെട്ടു വരുന്നുണ്ട്. ഡാർവിൻ പുസ് തക പ്രസിദ്ധീകരണ സംരംഭങ്ങളെ പുസ്തകങ്ങളുടെ ബാഹുല്യംമൂലം ഡാർവിൻ വ്യവസായം (Darwin Industry) എന്നാണ് വിശേഷിപ്പിക്കാ റുള്ളത്.

ഡാർവിന്റെ പരിണാമ സിദ്ധാന്തത്തിന് കൂടുതൽ ശാസ്ത്രീയ അടി ത്തറയും ന്യായീകരണവും നല്കിയ തന്മാത്ര ഭൗതികശാസ്ത്രത്തി ന്റെയും പാരമ്പര്യശാസ്ത്രത്തിന്റെയും ഭൗമപഠനത്തിന്റെയും അടിസ്ഥാ നത്തിൽ ശ്രദ്ധേയങ്ങളായ ഏതാനും ഗ്രന്ഥങ്ങൾ 2009 ൽ പ്രസിദ്ധീ കരിക്കപ്പെട്ടു. ഡാർവിനിസത്തെപ്പറ്റി എതിരാളികൾ പ്രചരിപ്പിച്ചു വന്നി രുന്ന ആരോപണങ്ങൾക്കും വിവാദങ്ങൾക്കും അവസാനംകുറിച്ച് കൊണ്ടും ഡാർവിനിസത്തെ മാർക്സിയൻ കാഴ്ചപ്പാടിൽ വിലയിരുത്തി കൊണ്ടുമുള്ള കൃതികളും രചിക്കപ്പെട്ടു. നേരത്തെ പ്രസിദ്ധീകരിച്ചിരുന്ന നിരവധി ഗ്രന്ഥങ്ങൾ പുനപ്രസിദ്ധീകരിക്കപ്പെട്ടു. വിദേശ പ്രസാധകരുടെ വിലകൂടിയ പുസ്തകങ്ങളുടെ കുറഞ്ഞ വിലയ്ക്കുള്ള പേപ്പർ ബാക്ക് എഡിഷനുകളും ഇന്ത്യൻ എഡിഷനുകളും പ്രസിദ്ധീകരിക്കപ്പെട്ടത് കൂടുതൽ പുസ്തകപ്രേമികളിലേക്ക് ഡാർവിനിസത്തെപ്പറ്റിയുള്ള ശാസ്ത്രീയ ധാരണ എത്താൻ സഹായിക്കുകയും ചെയ്തു.

ബംഗാൾ യാത്രക്കാലത്തും അതിനുശേഷവും ബന്ധുക്കൾക്കും സുഹൃത്തുക്കൾക്കും ലോകത്തിന്റെ വിവിധഭാഗങ്ങളിലുള്ള ശാസ്ത്ര കാരന്മാർക്കും ഡാർവിൻ അയച്ച ഏതാണ്ട് പതിനയ്യായിരത്തോളം വരുന്ന കത്തുകൾ മുപ്പത് വാല്യങ്ങളിലായി സമാഹരിച്ച് ലോകം കണ്ടി ട്ടുള്ള ഏറ്റവും ബൃഹത്തായ പ്രസാധക സംരംഭം ഡാർവിൻ കറസ്പോ ണ്ടൻസ് പ്രോജക്ട് (Darwin Correspondence Project) എന്ന പേരിൽ കഴിഞ്ഞ മൂന്നു ദശാബ്ദക്കാലമായി നടന്നുവരികയാണ്. ഡാർവിന്റെ 1961 – 62 ലെ കത്തിടപാടുകൾ 1965 ൽ ആദ്യ വാല്യമായി പ്രസിദ്ധീകരിച്ചു. ഫ്രെഡറിക് ബുർക്ഹാർഡാണ് (Frederick Burkhart) ഗ്രന്ഥസമുച്ച യത്തിന്റെ ജനറൽ എഡിറ്റർ. കേംബ്രിഡ്ജ് യൂണിവേഴ്സിറ്റി പ്രസാണ് പ്രസാധകർ. 2014 ൽ 1872 ലെ രേഖകൾ ഉൾക്കൊള്ളിച്ചുകൊണ്ടുള്ള 20-ാം വാല്യവും ജന്മവാർഷികം പ്രമാണിച്ച് 2009 ൽ ആദ്യത്തെ എട്ടുവാല്യ ങ്ങളുടെ കുറഞ്ഞ വിലയ്ക്കുള്ള പേപ്പർ ബാക്ക് വാല്യങ്ങളും പ്രസിദ്ധീ കരിക്കപ്പെട്ടു. 2025 ൽ മുപ്പത് വാല്യങ്ങളുള്ള അന്യാദൃശ്യമായ ഈ പ്രസിദ്ധീകരണ സംരംഭം പൂർത്തിയാവുമെന്നാണ് കരുതപ്പെടുന്നത്.

ഡാർവിനെയും അദ്ദേഹത്തിന്റെ സിദ്ധാന്തങ്ങളെയുംപറ്റി പ്രസിദ്ധീ കരിച്ചിട്ടുള്ള ഏറ്റവും ആധികാരികമെന്ന് ശാസ്ത്രലോകം വിലയിരു ത്തിയിട്ടുള്ള രണ്ടുവാല്യമുള്ള ഗ്രന്ഥം രചിച്ചിട്ടുള്ളത് ഹാർവാർഡ് സർ വ്വകലാശാലയിലെ ശാസ്ത്ര ചരിത്ര പ്രൊഫസർ ജാനെറ്റ് ബ്രൗൺ എന്ന ബ്രിട്ടീഷ് ഗ്രന്ഥകാരിയാണ്. അമേരിക്കയിലെ പ്രസിദ്ധമായ പ്രിൻ സ്റ്റൺ സർവ്വകലാശാല പ്രസാണ് ഈ ഗ്രന്ഥം പ്രസിദ്ധീകരിച്ചിട്ടുള്ളത്. (*Charles Darwin: Voyaging a Biography*. Janet Brown: Princeton University Press. New Jersey, USA 1995 2002) ലോകത്തെ മാറ്റിമറിച്ച പുസ്തകങ്ങളുടെ സീരിസിൽ ഡാർവിന്റെ *ജീവജാതികളുടെ ഉല്പ ത്തിയെപ്പറ്റിയുള്ള* പുസ്തകം രചിച്ചതും ജാനെറ്റ് ബ്രൗൺ തന്നെ. (*Darwin's Origin of Species A Biography*. Crows Nest, Autsralia. 2006). ജൈവപ്രപഞ്ചത്തെപ്പറ്റിയുള്ള മനുഷ്യരാശിയുടെ ചിന്താഗതി യാകെ മാറ്റി മറിച്ച ഡാർവിന്റെ ഗ്രന്ഥത്തിന്റെ രചനയുടെ ചരിത്രപരമായ വിശകലനമാണ് ജാനെറ്റ് ബ്രൗൺ ഈ പുസ്തകത്തിൽ നടത്തുന്നത്. ഭോപ്പാലിലെ മഞ്ജുൾ പബ്ലിഷിങ് ഹൗസ് ഈ പുസ്തകത്തിന്റെ കുറഞ്ഞ വിലയ്ക്കുള്ള ഇന്ത്യൻ പേപ്പർ ബാക്ക് എഡിഷൻ പുറത്തിറ ക്കിയിട്ടുണ്ട്.

ഓക്സ്ഫോർഡ് യൂണിവേഴ്സിറ്റി പ്രസ് സമീപകാലത്താരംഭിച്ച ലോകപ്രശസ്തരായ വ്യക്തികളെപ്പറ്റിയുള്ള ഗ്രന്ഥാവലിയിൽ (Very Interesting Peoples: VIP Series) ഡാർവിന്റെ ജീവചരിത്രം എഴുതി യിട്ടുള്ളത് ജാനെറ്റ് ബ്രൗണും യൂണിവേഴ്സിറ്റി കോളേജ് ലണ്ടൻ ബയോളജി ഡിപ്പാർട്ട്മെന്റിലെ ഗവേഷകനും ഡാർവിനിസത്തെപ്പറ്റി

നിരവധി ആധികാരിക ഗ്രന്ഥങ്ങൾ എഴുതി പ്രസിദ്ധനുമായ ആഡ്രിയാൻ ഡെസ്മണ്ടും ബ്രിട്ടീഷ് ഓപ്പൺ യൂണിവേഴ്സിറ്റിയിലെ ശാസ്ത്ര ചരിത്ര പ്രൊഫസർ ജെയിംസ് മൂറും ചേർന്നാണ് (*Charles Darwin*: Adrian Desmond, James Moore and Janet Brown: Oxford University Press. UK 2007). ഡാർവിനെപ്പറ്റി ഏതാണ്ട് എല്ലാവിവരങ്ങളും ചുരുങ്ങിയ സമയംകൊണ്ട് മനസ്സിലാക്കാൻ സമയക്കുറവുള്ളവർക്ക് പെട്ടെന്ന് വായിച്ചു തീർക്കാവുന്ന 132 പേജു മാത്രമുള്ള ഈ ചെറുപുസ്തകം സഹായിക്കും.

പ്രപഞ്ചവും ജീവരൂപങ്ങളും വസ്തുനിഷ്ഠനിയമങ്ങൾക്ക് വിധേയ മാണെങ്കിലും മനുഷ്യനെന്ന സവിശേഷ ജീവിയിൽ മറ്റ് ജീവജാലങ്ങളിൽ നിന്നും വ്യത്യസ്തമായി ആത്മബോധവും (self consciousness, ആത്മാവും (Soul), ധാർമ്മിക ചിന്തയും (Moral Sense) ഉളവാക്കിയത് ദൈവമാണെന്ന് വാദിക്കുന്ന വിശ്വാസികളായ ചില പ്രമുഖ ശാസ്ത്ര ജ്ഞരുണ്ട്. അവരിൽ പ്രധാനിയായ മനുഷ്യ ജീനോം പ്രോജക്റ്റിന്റെ പൂർത്തീകരണത്തിന് നേതൃത്വം നല്കിയ ശാസ്ത്രജ്ഞൻ ഫ്രാൻസിസ് കോളിൻസ് രചിച്ച *ദി ലാംഗ്വേജ് ഓഫ് ഗോഡ്* (*The Language of God: Francis Collins:* Free Press 2007) എന്ന ഗ്രന്ഥത്തിലാണ് ഈ വാദഗതി ഏറ്റവും ശക്തമായി അവതരിപ്പിച്ചിട്ടുള്ളത്. ദൈവവിശ്വാസവും ശാസ്ത്രബോധവും തമ്മിൽ സമന്വയം സാദ്ധ്യമാണെന്ന് നിലപാട് സ്വീകരിച്ചിട്ടുള്ള കോളിൻസ് ബൈബിളിലെ ദൈവംതന്നെയാണ് ജീനോമിലെയും ദൈവമെന്നും ദൈവത്തെ പള്ളിയിലെന്നപോലെ ലാബ റട്ടറിയിലും ആരാധിക്കാമെന്നും വാദിക്കുന്നു. സെൽഫിഷ് ജീൻ (Selfish Gene: Richard Dawkins. Oxford University Press 1976) തുടങ്ങിയ ശാസ്ത്ര പുസ്തക രചനയിലൂടെ പ്രസിദ്ധനായ ജനിതകശാസ് ത്രജ്ഞൻ റിച്ചാർഡ് ഡാക്കിൻസ് ദി ഗോഡ് ഡെല്യൂഷൻ (The God Delusion: Black Swan: 2007) എന്ന ഗ്രന്ഥത്തിലൂടെ ഫ്രാൻസിസ് കോളിൻസിന് മറുപടി നല്കുന്നു. ഡാർവിന്റെ പ്രകൃതിനിർദ്ധാരണ സിദ്ധാന്തത്തിന്റെ അടിസ്ഥാനത്തിൽ മനുഷ്യനിൽ വളർന്നുവന്ന ധാർ മ്മികനൈതികസാമൂഹ്യ മൂല്യ ബോധങ്ങളെ വിശദീകരിക്കാനാവു മെന്നാണ് ഡാക്കിൻസ് വാദിക്കുന്നത്. ദൈവാസ്തിത്വത്തെ ന്യായീ കരിക്കാനായി ഉന്നയിക്കാറുള്ള ഇന്റലിജന്റ് ഡിസൈൻ (Intelligent Design) പരികല്പനയെ നിരാകരിച്ചുകൊണ്ട് ഡാക്കിൻസ് *ദി ബ്ലൈൻഡ് വാച്ച് മേക്കർ* (*The Blind Watchmaker*. W W Norton and Company. 1986) എന്നൊരു ഗ്രന്ഥവും രചിച്ചിട്ടുണ്ട്. ദൈവാസ്തിത്വ സംവാദം ഇപ്പോഴും തുടരുന്നുവെന്നും ദൈവ സങ്കല്പത്തെ നിരാകരിക്കുന്നവർ തങ്ങളുടെ വാദമുഖങ്ങളവതരിപ്പിക്കുവാൻ ഇപ്പോഴും ആശ്രയിക്കുന്നത് ഡാർവിന്റെ സിദ്ധാന്തങ്ങളെയുമാണെന്നാണ് ഇതെല്ലാം സൂചിപ്പി ക്കുന്നത്.

ഡാർവിനിസത്തിലെ മാനവികതയുടെ വേരുകൾ ഡാർവിന്റെ കത്തു കളുടെ അടിസ്ഥാനത്തിൽ കണ്ടെത്തുന്ന ആഡ്രിയാൻ ഡെസ്മണ്ടും ജെയിംസ് മൂറും ചേർന്നെഴുതിയ *ഡാർവിൻസ് സേക്രഡ് കോസ്* (*Darwin's Sacred Cause: Race, Slavery, and the Quest for Human Origins*. Adrian Desmond and James Moore. Allen Lane: 2009) ഏറ്റവും ശ്രദ്ധേയവും ഏറെ ചർച്ചചെയ്യപ്പെട്ടുവരുന്നതുമായ ഗ്രന്ഥമാണ്. സോഷ്യൽ ഡാർവിനിസം എന്ന ആശയത്തിന്റെ അടിസ്ഥാനം ഡാർ വിന്റെ അർഹരായവരുടെ അതിജീവനം എന്ന ആശയമാണെന്നും ഫ്രാൻസിസ് ഗാൽട്ടന്റെ യൂജനിക്സ് സിദ്ധാന്തവും സോഷ്യൽ ഡാർ വിനിസവും ചേർന്നാണ് ജൂതന്മാരുടെ വംശഹത്യക്ക് കാരണമായ ഹിറ്റ ലറുടെ നാസിസത്തിലേക്കും മറ്റും വഴിവെച്ചതെന്നുമുള്ള ഒരടിസ്ഥാനവു മില്ലാത്ത ആരോപണങ്ങൾക്കുള്ള മറുപടികൂടിയാണ് ഏറെ ഗവേഷണം ചെയ്ത് എഴുതിയിട്ടുള്ള ഈ ബൃഹത് ഗ്രന്ഥം.

ഓക്സ്ഫോർഡ് യൂണിവേഴ്സിറ്റി പ്രൊഫസറും പ്രസിദ്ധ ബ്രിട്ടീഷ് കവിയും ഡാർവിന്റെ കുടുംബാംഗവുമായ റത്ത് പാഡൽ ഡാർവിന്റെ ജീവിത സന്ദർഭങ്ങളെ കവിതയിൽ ആവിഷ്കരിച്ച് *ഡാർവിൻ എ ലൈഫ് ഇൻ പോയംസ്* (*Darwin: A life in Poems*. Ruth Podel. Alfred A Knoff: 2012) എന്ന പേരിൽ അതീവ ഹൃദ്യമായ ഒരു കാവ്യഗ്രന്ഥം എഴു തിയിട്ടുണ്ട്. ഡാർവിന്റെ ജീവിതത്തിലെ നിർണ്ണായക സന്ദർഭങ്ങൾ ഏതൊക്കെയെന്ന് ഗദ്യത്തിലും അവയെപ്പറ്റി ലളിതവും ഹൃദയസ്പർ ശിയുമായ രീതിയിൽ കവിതാശകലങ്ങളിലുമായിട്ടാണ് പുസ്തകം രചി ച്ചിട്ടുള്ളത്. വർഷങ്ങൾക്ക് മുൻപ് പ്രസിദ്ധീകരിച്ച ഡാർവിനെ സംബ ന്ധിക്കുന്ന രണ്ട് പ്രശസ്തകൃതികളുടെ പുനപ്രകാശനവും ജന്മവാർ ഷികത്തിന്റെ ഭാഗമായി നടക്കുകയുണ്ടായി. വിൻസെന്റ് വാൻ ഗോ (*Lust for Life*: 1934). മൈക്കൽ ആഞ്ചലോ (*Agony and Ecstacy*: 1961), സിങ്മെണ്ട് ഫ്രോയിഡ് (*The Passions of the Mind*: 1971) തുടങ്ങി യവരുടെ ജീവചരിത്ര നോവലുകളെഴുതി ശ്രദ്ധേയനായ ഇർവിങ് സ്റ്റോൺ ഡാർവിന്റെ ജീവിതത്തെ അടിസ്ഥാനമാക്കി എഴുതിയ നോവലാണ് (*The Origin: A biographical novel of Charles Darwin*. Irving Stone: Doubleday: 1980) ഇതിലൊന്ന്. ആൽബർട്ട് ഐൻസ്റ്റൈൻ *Einstein: The Life and Times*: 1972), ലെനിൻ (Vladimir Lenin: 1988) എന്നിവരുടെ മികച്ച ജീവചരിത്രങ്ങളെഴുതി പ്രസിദ്ധനായ റൊണാൾഡ് ക്ലർക്കിന്റെ ഡാർവിൻ ജീവചരിതമാണ് (*The Survival of Charles Darwin: A biography of a Man and an Idea*: Ronald Clark: Avon Books 1984) പുനഃപ്രസിദ്ധീകരിച്ച മറ്റൊരു പുസ്തകം.

ഡാർവിന്റെ സിദ്ധാന്തങ്ങളെ വൈരുദ്ധ്യാത്മക ഭൗതികവാദത്തിന്റെ വെളിച്ചത്തിൽ വിശകലനംചെയ്യുന്ന കഴിഞ്ഞ കുറച്ച് നാളുകളായി

ലഭ്യമല്ലാതിരുന്ന ഹാർവാർഡ് യൂണിവേഴ്സിറ്റി പ്രൊഫസർമാരും മാർ
ക്സിസ്റ്റ് ചിന്തകരുമായ റിച്ചാർഡ് ലെവിനും റിച്ചാർഡ് ലിവോൺ ടിയും
ചേർന്ന് 1985 ലെഴുതിയ പുസ്തകം ഡൽഹിയിലെ ആക്കർ ബുക്സ്
പുനഃപ്രസിദ്ധീകരിച്ചിട്ടുണ്ട്. (*The Dialectical Biologist*. Richard Levins
and Richard Lewontin: Aaakar Books. 2009). മാർക്സിസത്തിലും ഡാർ
വിനിസത്തിലും താല്പര്യമുള്ള ഏവരും അവശ്യം വായിച്ചിരിക്കേണ്ട
ഈ വിശ്രുത കൃതി കേരളത്തിലെ പുസ്തകശാലകളിലും വില്പന
ക്കെത്തിയിട്ടുണ്ട്.

ഡാർവിന്റെ പരിണാമസിദ്ധാന്തം അതിന്റെ നൂറ്റി അമ്പതാം വാർ
ഷികത്തിലും ശാസ്ത്രലോകത്ത് ശക്തമായ ധൈഷണിക സ്രോതസ്സായി
നിലനില്ക്കുന്നുവെന്നാണ് ഡാർവിൻ പുസ്തക പ്രപഞ്ചം തെളിയി
ക്കുന്നത്.

ദസ്തയേവിസ്കിയുടെ
ജീവിതത്തിലൂടെ

വിശ്വസാഹിത്യത്തിലെ മിക്ക മികച്ച കൃതികളും മലയാള ഭാഷ യിലേക്ക് പരിഭാഷപ്പെടുത്തപ്പെട്ടിട്ടുണ്ട്. റഷ്യൻ, ഫ്രഞ്ച് സാഹിത്യകൃതി കളാണ് മുൻ കാലങ്ങളിൽ മലയാളത്തിലേക്ക് കൂടുതലായി തർജ്ജമ ചെയ്യപ്പെട്ടിരുന്നത്. ലിയോ ടോൾസ്റ്റോയി, വിക്ടർ യൂഗോ, ബൽസാക്ക്, പുഷ്കിൻ, തർജനീവ്, ചെക്കോവ്, മാക്സിം ഗോർക്കി, മോപ്പസാങ് തുടങ്ങിയ വിശ്വസാഹിത്യകാരന്മാർ കേരളീയ സാഹിത്യകാരന്മാരെ പോലെതന്നെ മലയാളികൾക്ക് പരിചിതരാണ്. വിശ്വസാഹിത്യത്തിലെ എല്ലാ കാലത്തെയും ഏറ്റവും മഹത്തായ നോവലുകളായ *വിക്ടർ യൂഗോയുടെ പാവങ്ങൾ* നാലപ്പാട്ട് നാരായണ മേനോനും ലിയോ ടോൾ സ്റ്റോയിയുടെ *യുദ്ധവും സമാധാനവും* ഇടപ്പള്ളി കരുണാകരമേനോനും ലളിതവും ഹൃദ്യവുമായ ഭാഷയിൽ തർജ്ജമചെയ്ത് മൂലഗ്രന്ഥങ്ങളുടെ തനിമ നഷ്ടപ്പെടുത്താതെ തന്നെ മലയാളികൾക്ക് ആസ്വദിക്കാൻ ലഭ്യമാക്കി.

റഷ്യൻ സാഹിത്യകാരനായ ദസ്തയേവിസ്കിയുടെ എല്ലാ നോവ ലുകളും മിക്ക ചെറുകഥകളും വർഷങ്ങൾക്ക് മുൻപ് തന്നെ മലയാള ത്തിലേക്ക് തർജ്ജമ ചെയ്യപ്പെട്ടിരുന്നു. അതുല്യ സാഹിത്യ പ്രതിഭയായ ദസ്തയേവിസ്കിയുടെ കൃതികൾ മലയാളികൾ ഇപ്പോഴും ഒരു ഹരം പോലെ പേർത്തും പേർത്തും വായിച്ചാസ്വദിച്ചു വരുന്നുണ്ട്.

ഒരു മുൻ സൈനിക സർജനായിരുന്നു ദസ്തയേവിസ്കിയുടെ പിതാവ്. പാവപ്പെട്ടവർക്ക് വേണ്ടിയുള്ള മോസ്കോ ആശുപത്രിയിലാ യിരുന്നു അദ്ദേഹം ജോലിചെയ്തിരുന്നത്. ദസ്തയേവിസ്കി ജനിച്ചത് അതേ ആശുപത്രിയിലുമായിരുന്നു. മോസ്കോയിലെ ബോർഡിങ് സ്കൂ ളുകളിലായിരുന്നു ദസ്തയേവിസ്കിയുടെ ആദ്യകാല വിദ്യാഭ്യാസം. പിന്നീട് സെന്റ് പീറ്റേഴ്സ് ബർഗ് മിലിറ്ററി എഞ്ചിനീയറിങ് അക്കാദമിയിൽ

ചേരുകയും 1843 ൽ ബിരുദം നേടുകയുംചെയ്തു. കുറച്ചു നാളത്തെ സൈനിക സേവനത്തിനുശേഷം ദസ്തയേവിസ്കി തന്റെ ജീവിതം സാഹിത്യത്തിനുവേണ്ടി സമർപ്പിച്ചു. 1844 നും 1849 നുമിടയ്ക്ക് അദ്ദേഹം രണ്ടു നോവലുകളും അനേകം ചെറുകഥകളും പ്രസിദ്ധപ്പെടുത്തി. 1849 ൽ രാജ്യദ്രോഹക്കുറ്റം ചുമത്തി അദ്ദേഹത്തെ അറസ്റ്റു ചെയ്യുകയും വധശിക്ഷയ്ക്ക് വിധിക്കുകയുംചെയ്തു. നിയമവിരുദ്ധ രാഷ്ട്രീയ പ്രവർ ത്തനങ്ങളുടെ പേരിലായിരുന്നു ശിക്ഷ. വധശിക്ഷ നടപ്പാക്കുന്നതിന് ഏതാനും നിമിഷങ്ങൾക്ക് മുമ്പ് മാത്രമാണ് അത് തടവുശിക്ഷയായി മാറ്റിക്കൊണ്ടുള്ള സാർചക്രവർത്തിയുടെ ഉത്തരവുണ്ടായത്. തുടർന്ന് അദ്ദേഹത്തെ സൈബീരിയയിലേക്ക് നാടുകടത്തി. അവിടെ ജയിലിൽ ചങ്ങലയ്ക്കിട്ട തടവുകാരനായി നാലുകൊല്ലക്കാലം കഴിച്ചു കൂട്ടേണ്ടി വന്നു. വിടുതൽ നേടിയശേഷം അദ്ദേഹം സാഹിത്യസേവനം തുടർന്നു. പിന്നീട് പത്തു നോവലുകളും അനേകം ചെറുകഥകളും ലേഖനങ്ങളും വിവിധ ആനുകാലികങ്ങളിൽ പ്രസിദ്ധപ്പെടുത്തി. അനാരോഗ്യം, സാമ്പത്തികവും കുടുംബപരവുമായ പ്രശ്നങ്ങൾ എന്നിവ നിരന്തരം അദ്ദേഹത്തെ പീഡിപ്പിച്ചുകൊണ്ടിരുന്നു. ക്ഷയരോഗബാധിതനായ അദ്ദേഹം 1881 ൽ ശ്വാസകോശത്തിൽനിന്നുള്ള രക്തസ്രാവം നിമിത്തം നിര്യാതനായി. അപ്പോഴേക്കും ദസ്തയേവിസ്കി അത്യപൂർവ്വ കൃതി കളുടെ രചയിതാവെന്ന നിലയിൽ ലോകസാഹിത്യത്തിലെ പ്രകാശ ഗോപുരമായി മാറിക്കഴിഞ്ഞിരുന്നു.

നമ്മുടെ ബഷീറിന്റെയും ചങ്ങമ്പുഴയുടെയുമൊക്കെ കാര്യത്തി ലെന്നപോലെ ദസ്തയേവിസ്കിയുടെ സാഹിത്യകൃതികൾക്കു പുറമെ അദ്ദേഹത്തിന്റെ വ്യക്തിജീവിതവും കേരളത്തിൽ ഇപ്പോഴും ഏറെ ചർച്ച ചെയ്യപ്പെട്ടുവരുന്നുണ്ട്. മദ്യപാനത്തിലും ചൂതുകളിയിലും മുഴുകി തികച്ചും അരാജകത്വം നിറഞ്ഞ അനിശ്ചിതമായ ജീവിതം നയിച്ചു കൊണ്ടാണ് ദസ്തയേവിസ്കി തന്റെ മഹത്തായ കൃതികൾ രചിച്ചത്. അത്യപൂർവ്വമായ ഒരുതരം അപസ്മാര രോഗം ദസ്തയേവിസ്കിയെ നിര ന്തരം പീഡിപ്പിച്ചിരുന്നു. അപസ്മാരബാധയുണ്ടാകുന്നതിനു മുമ്പായി അദ്ദേഹത്തിന് ഒരുതരം ആനന്ദമൂർച്ഛ (Ecstsay) അനുഭവപ്പെട്ടിരുന്നു. വൈദ്യശാസ്ത്ര ഗ്രന്ഥങ്ങളിൽ അപൂർവ്വമായിമാത്രം രേഖപ്പെടുത്തിയി ട്ടുള്ള ആനന്ദാപസ്മാരം (Ecstatic Epilespy) എന്ന ഒരു പ്രത്യേകതരം ചുഴലിരോഗമായിരുന്നു അദ്ദേഹത്തെ ബാധിച്ചിരുന്നത്. കടുത്ത അപസ് മാരവും സാഹിത്യപ്രതിഭയും ദസ്തയേവിസ്കിയിൽ സൃഷ്ടിപരവും നാടകീയവുമായ സഹവർത്തിത്വമാണ് പുലർത്തിയിരുന്നത്. ദസ്തയേ വിസ്കി തന്റെ പന്ത്രണ്ടു നോവലുകളിൽ നാലെണ്ണത്തിൽ (*ഇഡിയറ്റ്, കാരമസോവ് സഹോദരന്മാർ, നിന്ദിതരും പീഡിതരും, ഭൂതാവിഷ്ടർ*) അപ സ്മാരരോഗികളായ കഥാപാത്രങ്ങളെ അവതരിപ്പിക്കുന്നുണ്ട്. നാഡീരോഗ വിദഗ്ദ്ധർ ദസ്തയേവിസ്കിയുടെ അപസ്മാരരോഗികളായ കഥാപാത്ര ങ്ങളെ ഏറെ പഠനത്തിനു വിധേയമാക്കി. സാഹിത്യകൃതികളുടെ വൈദ്യ

ശാസ്ത്ര പ്രസക്തി പരിശോധിക്കുന്ന ഈ ലേഖകന്റെ *ആലീസിന്റെ അത്ഭുത രോഗം* (ഡി സി ബുക്സ് 2002) എന്ന പുസ്തകത്തിൽ *ഇഡിയറ്റി*ലെ മുഖ്യ കഥാപാത്രമായ മെഷ്കിൻ രാജകുമാരന്റെ അപസ്മാര രോഗത്തെ വൈദ്യശാസ്ത്രദൃഷ്ട്യാ വിശകലനം ചെയ്തിട്ടുണ്ട്.

ദസ്തയേവിസ്കിയുടെ ഗ്രന്ഥങ്ങളെപ്പോലെത്തന്നെ ദസ്തയേവിസ്കിയുടെ ജീവിതത്തെക്കുറിച്ചുള്ള പുസ്തകങ്ങളും മലയാളികൾക്ക് പ്രിയങ്കരങ്ങൾ തന്നെയാണ്. കഴിഞ്ഞ ഒരു ദശബ്ദക്കാലത്തിനിടയ്ക്ക് കേരളത്തിൽ ഏറ്റവുമധികം വിറ്റഴിക്കപ്പെട്ട കൃതികളിൽ ഒന്നാണ് ദസ്തയേവിസ്കിയുടെ ജീവിതത്തെ അടിസ്ഥാനമാക്കി പെരുമ്പടവം ശ്രീധരൻ എഴുതിയിട്ടുള്ള *ഒരു സങ്കീർത്തനം പോലെ* (വിതരണം എൻ ബി എസ് 1993 സങ്കീർത്തനം പബ്ലിക്കേഷൻസ് കൊല്ലം) എന്ന നോവൽ. ചൂതാട്ടക്കാരൻ എന്ന നോവലിന്റെ രചനയിൽ ഏർപ്പെട്ടിരുന്ന ദസ്തയേവിസ്കിയുടെ ജീവിതത്തിലേക്ക് അന്ന എന്ന യുവതിയെത്തുന്നതും തന്നെക്കാൾ വളരെ ചെറുപ്പമായ അന്നയോടു ദസ്തയേവ്സികിക്കു തീവ്രപ്രണയം തോന്നുന്നതും ഒടുവിൽ ഇരുവരും ജീവിത പങ്കാളികളാകുന്നതും അതിനിടയിലുള്ള അന്തർമ്മുഖനായ ദസ്തയേവ്സ്കിയുടെ ആത്മ സംഘർഷങ്ങളും ആശങ്കകളുമാണ് ഈ നോവലിന്റെ ഇതിവൃത്തം. 12 വർഷംകൊണ്ട് നാല്പത്തിയേഴ് പതിപ്പുകളിലായി ഒരു ലക്ഷത്തിലേറെ കോപ്പികൾ വിറ്റഴിഞ്ഞ ഈ നോവൽ വയലാർ അവാർഡടക്കം എട്ട് ബഹുമതികൾ നേടിയിട്ടുണ്ട്. ജീവചരിത്ര നോവൽ (Biographical Novel) രീതിയിൽ കെ സുരേന്ദ്രൻ ദസ്തയേവിസ്കിയുടെ ജീവിതകഥ അതീവ ഹൃദ്യമായി (*ദസ്തയേവിസ്കിയുടെ കഥ.* ഡി സി ബുക്സ് 1976) എഴുതിയിട്ടുണ്ട്. ശപ്തവും ദാരുണവും യാതനാമയവുമായ ദസ്തയേവിസ്കിയുടെ ജീവിതകഥ നോവലിസ്റ്റിന്റെ സർഗ്ഗാത്മകതയോടെ സുരേന്ദ്രൻ രേഖപ്പെടുത്തുന്നു. നോവലിന്റെ രസനീയതയും ജീവചരിത്രത്തിന്റെ കെട്ടുറപ്പും ഒരുപോലെ ഇതിൽ സമന്വയിച്ചിരിക്കുന്നു. ദസ്തയേവിസ്കിയെ സംബന്ധിച്ച് മലയാളത്തിൽ പ്രസിദ്ധീകരിക്കപ്പെട്ട മറ്റൊരു ശ്രദ്ധേയമായ കൃതിയാണ് ജി എൻ പണിക്കരുടെ *ദസ്തയോവിസ്കി: ജീവിതവും കൃതികളും* (പ്രഭാത് ബുക്ക് ഹൗസ്.1971) എന്ന ഇപ്പോഴും ഏറെ വായിക്കപ്പെടുന്ന കൃതി. ദസ്തോയേവിസ്കിയുടെ പ്രധാനപ്പെട്ട പുസ്തകങ്ങളുടെയെല്ലാം സംക്ഷിപ്തവും മികവുറ്റതുമായ പഠനങ്ങൾ ഉൾക്കൊള്ളിച്ചിട്ടുണ്ടെന്നതാണ് ഈ പുസ്തകത്തെ വ്യത്യസ്തമായ വായനാനുഭവമായി മാറ്റുന്നത്. പുസ്തകത്തിന്റെ നിരവധി പതിപ്പുകൾ ഇതിനകം പുറത്തിറങ്ങിക്കഴിഞ്ഞിട്ടുണ്ട്.

ദസ്തയേവിസ്കിയുടെ ആരാധകരായ ആസ്വാദകർ കേരളത്തിലെ ബുക്ക് സ്റ്റാളുകളിൽനിന്നും ബുക്ക് ഫെസ്റ്റിവലുകളിൽനിന്നും സമീപകാലത്ത് ദസ്തയേവിസ്കിയുടെ ജീവിതത്തെക്കുറിച്ച് ആവേശപൂർവ്വം വാങ്ങി വായിച്ച രണ്ടു ഇംഗ്ലീഷ് പുസ്തകങ്ങളുണ്ട്. 2003 ൽ സാഹിത്യത്തിനുള്ള നോബൽ സമ്മാനം ലഭിച്ച ജെ എം ക്യൂറ്റ്സെയുടെ (J M

Cotezee) *ദി മാസ്റ്റർ ഓഫ് പീറ്റേഴ്സ് ബർഗ്* (*The Master of Peters-burg*- Secker and Warburg. 1994), ലിയോനിഡ് സിപ്ക്കിന്റെ (Leonid Tsypkin), *സമ്മർ ഇൻ ബേദൻ-ബേദൻ* (*Summer in Baden-Baden*-1982) എന്നിവയാണവ. കുറ്റ്സെയുടെയും ദസ്തയേവിസ്കിയുടെയും ജീവിതാനുഭവങ്ങൾ ഇടകലർത്തിയും 1872 ൽ ദസ്തയേവിസ്കി രചിച്ച *ഡെവിൾസ്* എന്ന നോവലിലെ (*Devils, The Possessed* എന്നീ രണ്ടു പേരുകളിൽ ഈ നോവൽ പ്രസിദ്ധീകരിച്ചിട്ടുണ്ട്. നോവലിന്റെ മലയാള പരിഭാഷയ്ക്ക് *ഭൂതാവിഷ്ടർ* എന്ന പേരാണ് നല്കിയിട്ടുള്ളത്) എഡിറ്റർ പ്രസിദ്ധീകരിക്കാതെ ഉപേക്ഷിച്ച വിപ്ലവപൂർവ റഷ്യയിലെ തീവ്രവല തുപക്ഷ പ്രസ്ഥാനത്തെക്കുറിച്ചുള്ള പരാമർശങ്ങളെ അടിസ്ഥാന മാക്കിയുമാണ് ബോധധാരാപ്രവാഹരീതിയിൽ ക്യുറ്റ്സെയുടെ കൃതി രചി ച്ചിട്ടുള്ളത്. ഡോക്യൂ നോവൽ എന്ന വിഭാഗത്തിൽപ്പെടുത്താവുന്ന ഒരു ഭ്രമാത്മക കൃതിയാണ് ക്യുറ്റ്സെയുടേത്.

റഷ്യൻ സാഹിത്യകാരനായ ലിയോനിഡ് സിപ്ക്കിൻ (1926 – 1982) 1981 ൽ രചിച്ച *സമ്മർ ഇൻ ബേദൻ – ബേദൻ* അദ്ദേഹത്തിന്റെ മരണത്തിന് ഒരാഴ്ച മുൻപ് അമേരിക്കയിലെ ഒരു റഷ്യൻ പ്രവാസി മാസികയിലാണ് വെളിച്ചം കണ്ടത്. 2001 ൽ പുസ്തകത്തിന്റെ ഇംഗ്ലീഷ് പരിഭാഷ പ്രസിദ്ധ സാഹിത്യകാരിയും പ്രസാധകയുമായ സൂസൻ സോണ്ടാഗിന്റെ ആമുഖ ത്തോടെ പ്രസിദ്ധീകരിച്ചു. ഒരു ഡോക്ടറായിരുന്ന സിപ്ക്കിൻ മുൻ സോവി യറ്റ് യൂണിയനിലെ തീരെ അറിയപ്പെടാതെ പോയ പ്രതിഭാശാലിയായ ശാസ്ത്രജ്ഞനും സാഹിത്യകാരനുമായിരുന്നു. റഷ്യൻജൂത ഡോക്ടർ ദമ്പതികളുടെ പുത്രനായി ജനിച്ച സിപ്ക്കിൻ 1947 ൽ വൈദ്യപഠനം പൂർത്തിയാക്കി. ടോൾസ്റ്റോയിയുടെയും ദസ്തയേവിസ്കിയുടെയും ആരാധകനായിരുന്ന സിപ്ക്കിൻ 1960 മുതലാണ് ആതുര സേവ നത്തിന്റെയും വൈദ്യഗവേഷണത്തിന്റെയും തിരക്കിനിടയിലും തന്റെ സാഹിത്യസപര്യ ആരംഭിച്ചത്. *സമ്മർ ഇൻ ബേദൻ – ബേദനു* പുറമെ ആത്മകഥാപരമായ രണ്ടു നോവലുകളും നിരവധി ലേഖനങ്ങളും ഗവേഷണ പ്രബന്ധങ്ങളും സിപ്ക്കിൻ രചിച്ചിട്ടുണ്ട്.

1982 മാർച്ച് ആദ്യവാരം മുതൽ ന്യൂയോർക്കിലെ ഒരു വാരികയിലാണ് *സമ്മർ ഇൻ ബേദൻ – ബേദൻ* ഖണ്ഡശ: പ്രസിദ്ധീകരിച്ച് തുടങ്ങിയത്. മാർച്ച് 20 ന് പുസ്തകത്തിന്റെ പ്രസിദ്ധീകരണം പൂർത്തിയാവുന്നതിനു മുമ്പ സിപ്ക്കിൻ മരണമടഞ്ഞു. ജീവിതത്തെക്കുറിച്ച് ആഴത്തിൽ പഠിച്ചും അദ്ദേഹം താമസിച്ച സ്ഥലങ്ങളും വീടുകളും സന്ദർശിച്ച് വിവരങ്ങൾ ശേഖരിച്ചുമാണ് സിപ്ക്കിൻ ബേദൻ ബേദൻ എഴുതുന്നതിനുള്ള തയ്യാ റെടുപ്പ് നടത്തിയത്. 1867 മാർച്ചിൽ തന്റെ നവവധുവായ അന്നയുമൊത്ത് ജർമ്മനിയിലേക്ക് ട്രെയിൻ യാത്രചെയ്യുന്ന ദസ്തയേവിസ്കിയെ അവ തരിപ്പിച്ചുകൊണ്ടാണ് ബേദൻ ബേദൻ ആരംഭിക്കുന്നത്. ദസ്തയേവിസ് കിയുടെ നാലുവർഷക്കാലത്തെ ജർമ്മൻ വാസത്തിനിടെയുള്ള ജീവിത മാണ് നോവലിൽ അനാവരണം ചെയ്യപ്പെടുന്നത്. ദസ്തയേവിസ്കിയെ

വിടാതെ പിടികൂടുന്ന ചൂതുകളിഭ്രാന്തും അതിനിടയിൽത്തന്നെ അദ്ദേഹം പ്രകടിപ്പിക്കുന്ന സൃഷ്ടിപരതയും അന്നയുടെ കഷ്ടപ്പാടുകളുമെല്ലാം പുസ്തകത്തിൽ സിപ്പ്കിൻ അനിതര സാധാരണമായ മികവോടെ വർണ്ണിക്കുന്നു. ദസ്തയേവിസ്കിയുടെ ജീവിതത്തെക്കുറിച്ച് ഏറെ വെളിച്ചം വീശുന്ന പ്രസ്തുതകൃതിയുടെ മലയാള പരിഭാഷ ഗ്രീൻ ബുക്സ് (*ബേദൻ – ബേദനിലെ ഗ്രീഷ്മ കാലം. ഗ്രീൻ ബുക്സ്. 2014*) പ്രസിദ്ധീകരിച്ചിട്ടുണ്ട്.

മഹാത്മാ അയ്യൻകാളി:
പുസ്തകങ്ങളിലൂടെ

സാമൂഹ്യനീതിയിലും തുല്യതയിലും അധിഷ്ഠിതമായ സാമൂഹ്യ ക്രമം കേരളത്തിന് കൈവരിക്കാൻ കഴിഞ്ഞതിൽ സംഭാവന നല്കിയ നവോത്ഥാന നായകരിൽ എന്തുകൊണ്ടു ഏറ്റവും പ്രമുഖനാണ് അയ്യൻ കാളി. എന്നാൽ, അദ്ദേഹത്തിന്റെ സംഭാവനകളുടെ വ്യാപ്തിയും പ്രസ ക്തിയും വസ്തുനിഷ്ഠമായി വിലയിരുത്തുന്നതിനോ കേരള ചരി ത്രത്തിൽ അർഹമായ സ്ഥാനത്ത് അദ്ദേഹത്തെ പ്രതിഷ്ഠിക്കുന്നതിനോ നമുക്ക് കഴിഞ്ഞിട്ടില്ല. കഴിഞ്ഞ ഒന്നു രണ്ട് ദശകക്കാലത്തിനിടയിൽ മാത്രമാണ് ദളിത് പ്രസ്ഥാനങ്ങൾക്ക് പുറത്തുള്ള പൊതു സംഘടനകൾ അയ്യൻകാളിയെ ആദരിച്ച് തുടങ്ങിയിട്ടുള്ളത്.

അക്ഷരാർത്ഥത്തിൽ സമൂഹത്തിൽനിന്നും ബഹിഷ്കരിക്കപ്പെ ട്ടിരുന്ന ജനവിഭാഗങ്ങളുടെ മനുഷ്യാവകാശങ്ങൾ സ്ഥാപിച്ചെടുക്കു ന്നതിനുവേണ്ടിയാണ് അയ്യൻകാളി പോരാടിയത്. കൃഷിചെയ്യാനായി ജന്മിമാർക്ക് ആവശ്യമായ ഉപകരണമെന്നതിൽ കവിഞ്ഞ പ്രാധാന്യ മൊന്നും പറയർ, പുലയർ തുടങ്ങിയ അധഃസ്ഥിതർക്ക് അയ്യൻകാളി ജനി ച്ചുവളർന്ന തിരുവിതാംകൂർ പ്രദേശത്തോ കേരളത്തിന്റെ മറ്റ് ഭാഗ ങ്ങളിലോ ഉണ്ടായിരുന്നില്ല. കടുത്ത അയിത്താചാരംമൂലം പൊതു വഴികളിലൂടെ സഞ്ചരിക്കാനും ഉചിതമായ വസ്ത്രം ധരിക്കാനും വിദ്യ നേടാനും മറ്റുമുള്ള കേവലമായ പൗരാവകാശങ്ങൾപോലും ഇവർക്ക് നിഷേധിക്കപ്പെട്ടിരുന്നു. മറ്റ് സാമൂഹ്യ പരിഷ്കരണ നേതാക്കളിൽനിന്നും വ്യത്യസ്തമായി ഔപചാരിക വിദ്യാഭ്യാസമൊന്നും ലഭിക്കാതിരുന്ന അയ്യൻകാളി സ്വന്തം ജീവിതാനുഭവങ്ങളിൽനിന്നാണ് അധഃസ്ഥിതരുടെ ഉന്നമനത്തിനായുള്ള കർമ്മപരിപാടിക്ക് രൂപംനല്കിയത്.

അധഃസ്ഥിതർക്ക് വഴിനടക്കാനും തുണിയുടുക്കാനും അക്ഷരം പഠിക്കാനുമുള്ള അവകാശം നേടിയെടുക്കുന്നതിനുവേണ്ടി നിരവധി

സമരങ്ങൾക്ക് അയ്യൻകാളി നേതൃത്വം നല്കി. കേരളത്തിന്റെ ചരിത്രം മാറ്റിയെഴുതിയ ഈ ഐതിഹാസിക സമരങ്ങളെ പുലയ ലഹളകളെന്ന് പേരിട്ട് നിസ്സാരവല്ക്കരിക്കാനും പുച്ഛിക്കാനുമാണ് പല പ്രമുഖ മുഖ്യധാരാ ചരിത്രകാരന്മാരും ശ്രമിച്ചത്. സമരനേതാവെന്നതിന് പുറമെ ശ്രീമൂലം പ്രജാസഭാ മെമ്പർ എന്ന നിലയിലും അദ്ദേഹം അധഃസ്ഥി തരുടെ വിദ്യാലയ പ്രവേശം, പുറമ്പോക്ക് പതിച്ച് നല്കൽ തുടങ്ങിയവ സാക്ഷാൽക്കരിക്കുന്നതിനുള്ള ഒട്ടനവധി നിയമനിർമ്മാണങ്ങൾ നടപ്പി ലാക്കുന്നതിനായി പരിശ്രമിക്കയും വിജയിക്കയും ചെയ്തു.

അധഃസ്ഥിതരുടെ ഉന്നമനത്തിന് പ്രാഥമികമായും വേണ്ടത് വിദ്യാ ഭ്യാസം നേടുകയാണെന്ന് നിരക്ഷരനായ അയ്യൻകാളി തിരിച്ചറി ഞ്ഞിരുന്നു. സർക്കാർ ഉത്തരവുണ്ടായിട്ടും സർക്കാർ സ്കൂളുകളിൽ മറ്റ് കുട്ടികളോടൊപ്പം അയിത്ത ജാതിക്കാരെ പ്രവേശിപ്പിക്കാൻ സവർണ്ണ സമുദായത്തിൽപ്പെട്ടവർ അനുവദിച്ചില്ല. അയിത്ത ജാതിയിൽപ്പെട്ട കുട്ടികൾ പഠിക്കാനായെത്തിയ സ്കൂളുകൾ തീയിട്ട് നശിപ്പിക്കാനും സവർണ്ണർ മടിച്ചില്ല. സർക്കാർ സ്കൂളുകളിൽ തങ്ങളുടെ കുട്ടികളെ പ്രവേശിപ്പിക്കുന്നതുവരെ നാഞ്ചിനാട്ടിലെ വയലുകളിൽ മുട്ടിപ്പുല്ലു മുള പ്പിക്കും എന്ന് പ്രഖ്യാപിച്ചുകൊണ്ട് അയ്യൻകാളി സംഘടിപ്പിച്ച ഒരു വർഷക്കാലത്തോളം നീണ്ടുനിന്ന കർഷകത്തൊഴിലാളി പണിമുടക്ക് കേരളചരിത്രത്തിലെ ഉജ്ജ്വലമായ ഏടായി മാറിക്കഴിഞ്ഞിട്ടുണ്ട്. ജന്മി മാരുടെ ഭീഷണിക്കു മുൻപിൽ ഒരാൾപോലും കീഴടങ്ങിയില്ല. ജന്മിമാർ നേരിട്ട് കൃഷിയിറക്കാൻ നടത്തിയ ശ്രമവും പരാജയപ്പെട്ടതിനെത്തുടർന്ന് അധഃകൃതരുടെ കുട്ടികൾക്ക് വിദ്യാലയ പ്രവേശനം നല്കാൻ സവർണ്ണർ തയ്യാറാവുകയും സമരം വിജയകരമായി പര്യവസാനിക്കയുംചെയ്തു. 1937 ലെ തിരുവിതാംകൂർ ക്ഷേത്രപ്രവേശന വിളംബര പ്രഖ്യാപനത്തെ തുടർന്ന് അതിന്റെ ആഘോഷങ്ങളിൽ പങ്കെടുക്കാൻ തിരുവനന്തപുരം സന്ദർശിക്കുന്ന അവസരത്തിൽ മഹാത്മാഗാന്ധി അയ്യൻകാളിയെ സന്ദർശിച്ചു.

തന്റെ സമുദായത്തിൽപ്പെട്ട പത്ത് ബി എക്കാരെ കണ്ടിട്ട് മരിക്കണം എന്ന ആഗ്രഹം മാത്രമേ തനിക്കുള്ളൂ എന്നാണ് ഗാന്ധിജിയോട് അയ്യൻകാളി പറഞ്ഞത്.

ക്ഷേത്രപരിസരത്തുള്ള പാതയിലൂടെ വഴി നടക്കാനുള്ള അയിത്ത ജാതിക്കാരുടെ അവകാശം നേടിയെടുക്കുന്നതിന് വേണ്ടിയിട്ടായിരുന്നു വൈക്കം സത്യഗ്രഹം 1924 – 25 കാലത്ത് നടന്നത്. എന്നാൽ, ഇതിനെ ത്രയോ വർഷങ്ങൾക്ക് മുൻപ് 1893 ൽ മണികെട്ടിയ രണ്ടു കാളകൾ വലിച്ച വില്ലുവണ്ടിയിൽ വെങ്ങാനൂരിൽനിന്നും കല്ലിയൂർവരെ പൊതുവഴി യിലൂടെ സവർണ്ണരുടെ ഭീഷണിയെ അവഗണിച്ച് അയ്യൻകാളി ജൈത്ര യാത്ര നടത്തിയിരുന്നു. കൂലിക്കൂടുതലിനും ജോലിഭാരം കുറയ്ക്കുന്ന തിനുമായി കർഷകത്തൊഴിലാളികൾ പെരിനാട് നടത്തിയ സമരത്തെ തുടർന്ന് കൊല്ലത്ത് 1915 ൽ ചേർന്ന മഹാസഭയിൽ അയ്യൻകാളിയുടെ

നിർദ്ദേശാനുസരണം സ്ത്രീകൾ കല്ലുമാല അറുത്തുമാറ്റിയത് മറ്റൊരു സാമൂഹ്യ വിപ്ലവത്തിന് തിരികൊളുത്തിയ സംഭവമായിരുന്നു.

അയിത്തജാതിക്കാരായ വ്യത്യസ്ത ജനവിഭാഗങ്ങളെ സാധുജന പരിപാലന സംഘം എന്ന പൊതുസംഘടനയുടെ കീഴിൽ അയ്യൻകാളി അണിനിരത്തി. *സാധുജന പരിപാലിനി* എന്ന പേരിൽ ഒരു പ്രസിദ്ധീ കരണവും അയ്യൻകാളി ചങ്ങനാശ്ശേരിയിൽനിന്നും ആരംഭിച്ചിരുന്നു.

അയ്യൻകാളിയുടെ സംഭവബഹുലവും ആവേശകരവുമായ ജീവിതത്തെപ്പറ്റി നിരവധി ഗ്രന്ഥങ്ങളും ലേഖനങ്ങളും രേഖകളും പ്രസിദ്ധീകരിക്കപ്പെട്ടിട്ടുണ്ട്. അയ്യൻകാളിയെ സംബന്ധിച്ച് ആദ്യമായി പുറത്തു വന്നത് രണ്ട് ലേഖനങ്ങളാണ്. ഒന്ന് വെങ്ങാനൂർ കൃഷ്ണൻ 101-ാമത് അയ്യൻകാളി ജന്മദിനം പ്രമാണിച്ച് 1964 ൽ *കേരള കൗമുദി* പത്രത്തിൽ എഴുതിയ ലേഖനമാണ്. തൊട്ടടുത്ത വർഷം ജയന്തിക്ക് പുത്തൻകാനത്ത് അയ്യൻകാളി പ്രതിമാസ്ഥാപനവുമായി ബന്ധപ്പെട്ട് പെരുന്ന വാസുദേവൻനായർ എഴുതിയ ലേഖനവുമാണ് രണ്ടാമത്തേത്. അയ്യൻകാളിയുടെ ആദ്യത്തെ ജീവചരിത്രം ശ്രീ. ടി എച്ച് പി ചെന്താരശ്ശേരി രചിച്ച് പ്രഭാത് ബുക്ക് ഹൗസ് 1979 ൽ പ്രസിദ്ധീകരിച്ച *അയ്യൻകാളി* എന്ന പുസ്തകമാണ്. ഈ ഗ്രന്ഥത്തിന്റെ രണ്ടാം പതിപ്പ് 1983 പുറത്തിറങ്ങി. ഈ പുസ്തകത്തിന്റെ സംഗ്രഹവും 9 പേരുടെ പ്രസിദ്ധീകൃത ലേഖനങ്ങളും ചേർത്ത് *അയ്യൻകാളി നടത്തിയ സ്വാതന്ത്ര്യ സമരങ്ങൾ* എന്ന പേരിൽ മാതൃഭൂമി പ്രിന്റിങ് ആൻഡ് പബ്ലിഷിങ് കമ്പനി 1991 ൽ മറ്റൊരു പുസ്തകവും പ്രസിദ്ധീകരിച്ചു. മലയാളത്തിൽ മറ്റ് രണ്ട് പുസ്തകങ്ങൾക്ക് പുറമേ (*കേരള ചരിത്രത്തിന്റെ ഗതിമാറ്റിയ അയ്യൻകാളി.* സി ഐ സി സി ബുക്ക് ഹൗസ് എറണാകുളം 2000, *അയ്യൻകാളി അധഃസ്ഥിതരുടെ പടത്തലവൻ.* മൈത്രി ബുക്സ് തിരുവനന്തപുരം 2007) ഇംഗ്ലീഷിൽ ഒരു പുസ്തകവും (*Ayyankali The First Dalit Leader*: നവ്ദിൻ പ്രകാശൻ കേന്ദ്ര, ഡൽഹി. 1996) അയ്യൻ കാളിയെപ്പറ്റി ചെന്താരശ്ശേരി പ്രസിദ്ധീകരിച്ചിട്ടുണ്ട്. *അയ്യൻകാളി പടത്തലവൻ:* അയ്യൻകാളിയുടെ മകൾ തങ്കമ്മയുടെ മകൻ അപ്പൻ വഞ്ചിയൂർ എഴുതി 1985 ൽ ശ്രീ അയ്യൻ കാളി സ്മാരക മന്ദിര നിർമ്മാണ ട്രസ്റ്റ് കൊല്ലം പ്രസിദ്ധീകരിച്ച പുസ്തകമാണ് ശ്രദ്ധേയമായ മറ്റൊരു പുസ്തകം.

ദളിത് ബന്ധു എൻ കെ ജോസാണ് ചെന്താരശ്ശേരിക്ക് പുറമെ അയ്യൻകാളിയെ സംബന്ധിച്ച് ഏറ്റവുമധികം പുസ്തകങ്ങൾ രചിച്ചിട്ടു ള്ളത്. *അയ്യൻകാളി* 1988, *അയ്യൻകാളിയുടെ മതം* 1994, *സാധുജനപരി പാലന സംഘം* 1994, *അയ്യൻകാളി ജയന്തി* 2000, *അയ്യൻകാളി ഒരു സമഗ്ര പഠനം* 2002 (എല്ലാം ഹോബി പബ്ലിക്കേഷൻസ്, വൈക്കം), *മഹാനായ അയ്യൻകാളി ജീവിതവും ദർശനവും.* ബഹുജൻ വാർത്ത തിരുവനന്ത പുരം. 2009) തുടങ്ങിയ ആറ് പുസ്തകങ്ങൾ അദ്ദേഹം എഴുതിയിട്ടുണ്ട്. സാംസ്കാരിക പ്രസിദ്ധീകരണ വകുപ്പ് 1990 ആഗസ്തിൽ പ്രസിദ്ധീകരിച്ച

സി അഭിമന്യുവിന്റെ *അയ്യൻകാളിയാണ്* സംസ്ഥാന സർക്കാരിന്റേതായി ആദ്യമായി പുറത്തുവന്ന അയ്യൻകാളി ജീവചരിത്രം.

ശ്രീമൂലം പ്രജാസഭയിൽ അയ്യൻകാളിയുടെ പ്രസംഗങ്ങൾ: എന്ന പേരിൽ കല്ലട ശശി 1976 ൽ ഒരു പുസ്തകം പ്രസിദ്ധീകരിച്ചിരുന്നു. 1983 ൽ ദേശാഭിമാനി വാരികയിൽ തെക്കുംഭാഗം മോഹൻ എഴുതിയ 'ഉറയൂരുന്ന ചരിത്രങ്ങൾ' എന്ന പരമ്പരയിലെ നാലു ലേഖനങ്ങൾ അയ്യൻകാളിയുടെ സമരങ്ങളെക്കുറിച്ചാണ്. ആ പരമ്പര *അടിമഗർജ്ജനം* എന്ന പുസ്തക മായി 1993 മേയിൽ സി ഐ സി സി ബുക്ക് ഹൗസ് പുറത്തിറക്കി. രാജഗോപാൽ വാകത്താനം 1994 ൽ പ്രസിദ്ധീകരിച്ച *അയ്യൻകാളിയുടെ ചരിത്ര പ്രസക്തി* എന്ന ചെറുഗ്രന്ഥത്തിന്റെ (സഹോദരൻ പ്രസിദ്ധീ കരണം, വാകത്താനം) നാലു പതിപ്പുകൾ 2005 വരെ പുറത്തിറങ്ങി യിട്ടുണ്ട്.

ഈ പുസ്തകങ്ങളിൽ മിക്കവയും അയ്യൻകാളിയെ സംബന്ധിച്ച് വിവിധ സംഘടനകൾ വിവിധകാലയളവിൽ പ്രസിദ്ധീകരിച്ച സുവനീറു കളെയും സ്മരണികകളെയും അടിസ്ഥാനമാക്കി രചിച്ചിട്ടുള്ളവയാണ്. അയ്യൻകാളിയുടെ മകൻ പൊന്നുവിന്റെ മകൻ കവിയായ വെങ്ങാന്നൂർ സുരേന്ദ്രൻ 111-ാം ജന്മവാർഷികത്തിൽ എഡിറ്റ് ചെയ്ത *ശ്രീ അയ്യൻകാളി സ്മാരക ഗ്രന്ഥം. 1974, അയ്യൻകാളി സോവനീർ:* ഹരിജൻസ് ഇന്റർ നാഷണൽ; തിരുവനന്തപുരം. 1979, *അയ്യൻകാളി സ്മാരകോപഹാരം.* അപ്പൻ വഞ്ചിയൂർ (എഡിറ്റർ). കേരള പുലയർ മഹാസഭ വെങ്ങാനൂർ. 1979, വെള്ളയമ്പലത്ത് അയ്യൻകാളി പ്രതിമ അനാവരണത്തോടനുബ ന്ധിച്ച് അയ്യൻകാളി സ്മാരക ട്രസ്റ്റ് 1982 ൽ പ്രസിദ്ധീകരിച്ച *അയ്യൻകാളി സ്മരണിക, ശ്രീ അയ്യൻകാളി സോവനീർ* അപ്പൻ വഞ്ചിയൂർ (എഡിറ്റർ). ഓൾ കേരള പുലയർ മഹാസഭ ലെനിൻ നഗർ തിരുവനന്തപുരം. 1994. തുടങ്ങിയ പ്രസിദ്ധീകരണങ്ങൾ അയ്യൻകാളിയെ സംബന്ധിച്ചുള്ള വിലപ്പെട്ട വിവരങ്ങൾ നൽകുന്നുണ്ട്.

അയ്യൻകാളിയുടെ ജീവിത പോരാട്ടങ്ങളെ ആസ്പദമാക്കി ഏതാനും സാഹിത്യ കൃതികളും രചിക്കപ്പെട്ടിട്ടുണ്ട്. *അയ്യൻകാളി* (കവിത) കല്ലട ശശി പി എം എസ് പബ്ലിക്കേഷൻസ് ആശ്രാമം കൊല്ലം. 1965, *മലനാടിന്റെ മാറ്റൊലി* (കവിത) കെ കെ എസ് ദാസ്. അംബേദ്കർ പബ്ലിഷിങ് ഹൗസ് മൂക്കൂട്ടുതറ കോട്ടയം. 1975. *അയ്യൻകാളി ഗുരു ഗാനങ്ങളും പഞ്ചമിസ്മൃതി ഗീതങ്ങളും* (51 ഗാനങ്ങൾ) കെ പത്മശേഖർ ഗുരുനാഥൻ തിയേറ്റേഴ്സ് ആൻഡ് ബുക്സ് തിരുവല്ല.1995. *അയ്യൻകാളി* (നാടകം) പി എം ആന്റണി. ഇന്ത്യൻ ഏതീസ്റ്റ് പബ്ലിക്കേഷൻസ് ന്യൂഡൽഹി. 1995 എന്നിവയാണ് ഇവയിൽ പ്രധാനപ്പെട്ടവ. അയ്യൻകാളി മണ്മറഞ്ഞതിന് ശേഷമുള്ള കാലഘട്ടത്തിലെ കഥയാണ് എസ് പി സി എസ് 2001 ൽ പ്രസിദ്ധീകരിച്ച കവിയൂർ മുരളിയുടെ *അയ്യൻകാളിപ്പട* എന്ന നോവലിലുള്ളത്.

കഴിഞ്ഞ ഒന്നര ദശാബ്ദക്കാലത്തിനിടയ്ക്ക് അയ്യൻകാളിയുടെ

ജീവിതത്തെ ആസ്പദമാക്കി വിവിധ വീക്ഷണകോണുകളിൽനിന്നും നോക്കിക്കാണുന്ന ഒരു ഡസൻ കൃതികളോളം ഇംഗ്ലീഷിലും മലയാള ത്തിലുമായി പ്രസിദ്ധീകരിക്കപ്പെട്ടിട്ടുള്ളത്.

Ayyankali: A Dalit Leader of Organic Protest: M Nissar and Meena Kandasamy: Other Books: Kozhikode: 2007. *അയ്യൻകാളിയുടെ ലോകവീക്ഷണം* കെ എം സലിംകുമാർ.എം പവിത്രൻ സ്മാരക ദളിത് പഠനകേന്ദ്രം വടകര, കോട്ടയം 2008, *അയ്യൻകാളിക്ക് ആദരത്തോടെ ചെറായി രാമദാസ്* ഉപരോധം ബുക്സ് എറണാകുളം 2009, *ആചാര്യ അയ്യൻകാളി*. ടി എ മാത്യൂസ് അവന്തി പബ്ലിക്കേഷൻസ് കോട്ടയം 2009, *സാധുജന പരിപാലന സംഘത്തിന്റെ ചരിത്രം ചില വിയോജന ക്കുറിപ്പുകൾ*. ടി കെ അനിയൻ മഹാത്മാ ബുക്സ് തിരുവനന്തപുരം 2010, *അഗ്രഗാമിയുടെ കാല്പാടുകൾ*. എ വി ദിവാകരൻ. നയലപം പബ്ലിക്കേഷൻ തിരുവനന്തപുരം 2012, *അയ്യൻകാളി ജീവിതവും പോരാട്ടവും*. രാജേഷ് ചിറപ്പാട് ചിന്ത പബ്ലിഷേഴ്സ് 2013, *അയ്യൻകാളിയും കേരള നവോത്ഥാനവും:* എഡിറ്റർ: സി കെ ലൂക്കോസ്. നേതാജി സാമൂഹ്യസാംസ്കാരിക പഠനകേന്ദ്രം: യൂണിറ്റി ബുക്സ് ആന്റ് പബ്ലിക്കേഷൻസ്: തിരുവനന്തപുരം: 2013. *മഹാത്മാ അയ്യൻകാളി അയ്യൻ കാളിയുടെ അറിയപ്പെടാത്ത ചരിത്രം* കുന്നുകുഴി എസ് മണി, പി എസ് അനിരുദ്ധൻ ഡി സി ബുക്സ് 2013 തുടങ്ങിയാണ് ഇവയിൽ പ്രധാനപ്പെട്ടവ.

ഇവയിൽ ഏറ്റവും ശ്രദ്ധേയമായത് കോഴിക്കോട് സർവ്വകലാശാ ലയിൽ ഗവേഷകനായിരുന്ന എം നിസാറും പ്രസിദ്ധ കവി മീന കന്ത സാമിയും ചേർന്ന് ഇംഗ്ലീഷിൽ എഴുതിയിട്ടുള്ള കൃതിയാണ്. 103 പേജു കളുള്ള പുസ്തകത്തിന്റെ 66 പേജുകളും അയ്യൻകാളിയടക്കമുള്ള നവോത്ഥാന നായകരുടെ കാലഘട്ടത്തെ ആഴത്തിൽ വിശകലനം ചെയ്യാ നാണ് ഗ്രന്ഥകർത്താക്കൾ വിനിയോഗിച്ചിട്ടുള്ളത്. അക്കാലത്ത് തിരുവി താംകൂറിലും കൊച്ചിയിലും മലബാറിലും നടന്ന ഭൂപരിഷ്കരണങ്ങൾ, കൊളോണിയൽ ആധുനികതയുടെ ഭാഗമായി നടന്ന പൊതുമണ്ഡല സൃഷ്ടി തുടങ്ങിയ അത്യധികം പ്രസക്തങ്ങളായ നിരീക്ഷണങ്ങൾ ഇവർ നടത്തുന്നുണ്ട്. നമ്മുടെ നവോത്ഥാന കാലഘട്ടത്തെപ്പറ്റി മറ്റാരും നട ത്താത്ത പരികല്പനകളാണ് ഇവർ മുന്നോട്ടുവെക്കുന്നത്. ചെറായി രാമ ദാസിന്റെ പുസ്തകത്തിൽ അയ്യൻകാളിയെക്കുറിച്ച് പ്രസിദ്ധീകരിക്കപ്പെട്ട ലേഖനങ്ങളെയും പുസ്തകങ്ങളെയും സംബന്ധിച്ച് നല്കിയിട്ടുള്ള വിവരങ്ങൾ ഗവേഷകർക്ക് വളരെ പ്രയോജനപ്രദങ്ങളാണ്. അയ്യൻ കാളിയുടെ പ്രജാസഭയിലെ പ്രഭാഷണങ്ങളെയും ഇടപെടലുകളെയും വിശകലനംചെയ്യുന്ന ഒരു ഗ്രന്ഥം ചെറായി രാമദാസ് തയ്യാറാക്കിയ വരികയാണ്.

തികച്ചും വിരുദ്ധങ്ങളും അവ്യക്തങ്ങളും ആധികാരിക രേഖകളുടെ പിന്തുണയുമില്ലാത്ത നിരവധി വിവരങ്ങളുമാണ് അയ്യൻകാളിയെ

സംബന്ധിച്ച് പ്രസിദ്ധീകരിക്കപ്പെട്ടിട്ടുള്ള പുസ്തകങ്ങളിൽ പലതിലും കാണാൻ കഴിയുന്നത്. അയ്യൻകാളിയുടെ നേതൃത്വത്തിൽ നടത്തിയ ഐതിഹാസികമായ കർഷകത്തൊഴിലാളി സമരത്തിന്റെ തീയതിയുടെ കാര്യത്തിൽപ്പോലും ഭിന്നാഭിപ്രായങ്ങളാണ് വിവിധ പുസ്തകത്തിൽ നല് കിയിട്ടുള്ളത്. അയ്യൻകാളി വൈക്കം സത്യഗ്രഹത്തിൽ സജീവമായി പങ്കെടുത്തെന്നും അതല്ല അദ്ദേഹത്തെ സവർണ്ണർ സമരരംഗത്ത് നിന്നും ഒഴിച്ച് നിർത്തിയതാണെന്നും അദ്ദേഹത്തിന് ആ സമരത്തിൽ താല് പര്യമേയില്ലായിരുന്നെന്നും വിവിധ പുസ്തകങ്ങളിലായി രേഖപ്പെടു ത്തപ്പെട്ടിരിക്കുന്നു. ഇങ്ങനെ വായനക്കാർക്ക് ആശയക്കുഴപ്പമുണ്ടാക്കുന്ന വിവരങ്ങൾ വിവിധ പുസ്തകങ്ങളിലായി കാണാൻ കഴിയും. കൂടുതൽ വിശദമായ പഠനത്തിന്റെയും ഗവേഷണത്തിന്റെയും സഹായത്തോടെ അയ്യൻകാളിയുടെ ജീവിതത്തെയും സംഭാവനകളെയുംപറ്റിയുള്ള സമ ഗ്രമായ ജീവചരിത്ര രചന നടത്തേണ്ടതിന്റെ ആവശ്യകതയിലേക്കാണ് ഇത് വിരൽചൂണ്ടുന്നത്. സർക്കാരിന്റെ സാംസ്കാരിക വകുപ്പോ, സർവ്വ കലാശാല ഡിപ്പാർട്ട്മെന്റുകളോ, കേരള സർവ്വകലാശാലയിലെ അയ്യൻ കാളി ചെയറോ, കേരള ചരിത്ര കൗൺസിലോ ഇക്കാര്യത്തിൽ മുൻ കൈയെടുക്കേണ്ടതാണ്.

എന്നും തളിർക്കുന്ന ഹോർത്തൂസ് മലബാറിക്കൂസ്

കേരള സർവ്വകലാശാല വൈസ് ചാൻസലറായി ചുമതലയേല് ക്കുമ്പോൾ സർവ്വകലാശാലയ്ക്ക് എല്ലാ കാലത്തും അഭിമാനിക്കാവുന്ന വിലപ്പെട്ട ഏതാനും പുസ്തകങ്ങൾ പ്രസിദ്ധീകരിക്കണമെന്ന് ആഗ്ര ഹിച്ചിരുന്നു. മഹാകവി ഉള്ളൂർ എസ് പരമേശ്വരയ്യരുടെ *സാഹിത്യ ചരിത്രം* (5 വാള്യം:) കേരള സർവ്വകലാശാല പ്രസിദ്ധീകരിച്ച പ്രസിദ്ധ ഗ്രന്ഥങ്ങളിലൊന്നാണ്. 1950 ൽ ഈ പുസ്തകം പ്രസിദ്ധീകരിച്ച ശേഷം അത്രത്തോളം മൂല്യവത്തായ പുസ്തകങ്ങളൊന്നും സർവ്വകലാശാല പ്രസിദ്ധീകരിച്ചിരുന്നില്ല. ഈ കുറവ് പരിഹരിക്കണമെന്ന് എനിക്കാഗ്രഹ മുണ്ടായിരുന്നു. ഇതോടൊപ്പം വൈസ് ചാൻസലറാവുന്നതിന് തൊട്ട് മുൻപ് ലണ്ടനിൽ പോയ അവസരത്തിൽ ഓക്സ്ഫോർഡ് സർവ്വകലാ ശാല സന്ദർശിച്ചപ്പോൾ ഉണ്ടായ പ്രചോദനവും മറ്റൊരു കാരണ മായിരുന്നു. ഓക്സ്ഫോർഡ് സർവ്വകലാശാല അറിയപ്പെടുന്നത് തന്നെ ഓക്സ്ഫോർഡ് യൂണിവേഴ്സിറ്റി പ്രസിന്റെയും അവർ പ്രസിദ്ധീ കരിക്കുന്ന കനപ്പെട്ട പുസ്തകങ്ങളുടെയും പേരിലാണല്ലോ. എന്തു കൊണ്ട് കേരള സർവ്വകലാശാല പ്രസിദ്ധീകരണ വിഭാഗവും ഇങ്ങനെ ആധികാരിക ഗ്രന്ഥങ്ങളുടെ പേരിൽ അറിയപ്പെട്ടുകൂടാ എന്നും ഞാൻ ചിന്തിച്ചിരുന്നു.

കേരളത്തിന്റെ *സാമൂഹ്യ വികാസ ചരിത്രം* (Social History of Kerala) നാലോ അഞ്ചോ വാള്യങ്ങളിലായി കേരള ചരിത്രത്തിൽ അവബോധമുള്ള ഒരു പണ്ഡിതന്റെ നേതൃത്വത്തിൽ മലയാളത്തിലും ഇംഗ്ലീഷിലുമായി തയ്യാറാക്കണമെന്നാണ് ആദ്യം ചിന്തിച്ചിരുന്നത്. പക്ഷേ, പിന്നീട് പല ഗ്രന്ഥങ്ങളിൽനിന്നും ലേഖനങ്ങളിൽനിന്നും വ്യക്തികളിൽ നിന്നും അറിഞ്ഞിരുന്ന *ഹോർത്തൂസ് മലബാറിക്കൂസ്* എന്ന വിശ്രുത

ഗ്രന്ഥം മലയാളത്തിൽ പ്രസിദ്ധീകരിക്കാമെന്ന് തീരുമാനിച്ചു. മലയാള ഭാഷ ആദ്യമായി അച്ചടിച്ച കേരള സംസ്കാരവുമായി അടുത്ത ബന്ധ മുള്ള ഒരു ഗ്രന്ഥം എന്നല്ലാതെ ഹോർത്തൂസിനെപ്പറ്റി യാതൊരു അറിവും അപ്പോൾ എനിക്കുണ്ടായിരുന്നില്ല. യൂണിവേഴ്സിറ്റി ലൈബ്രറിയിൽ നിന്നും ഹോർത്തൂസിന്റെ ഫോട്ടോ കോപ്പി ചെയ്ത ഒരു വാള്യം പരി ശോധിക്കാനെടുത്തപ്പോഴാണ് ഹോർത്തൂസ് രചിച്ചിട്ടുള്ളത് ലാറ്റിൻ ഭാഷ യിലാണെന്ന് മനസ്സിലായത്. തുടർന്നുള്ള വായനയുടെയും അന്വേഷണ ത്തിന്റെയും ഫലമായിട്ടാണ് ഹോർത്തൂസ് 12 വാല്യങ്ങളുള്ള ഔഷധ സസ്യങ്ങളെപ്പറ്റിയുള്ള പുസ്തക സമുച്ചയമാണെന്ന് മനസ്സിലായത്.

1979 ൽ മാതൃഭൂമി വാരികയിൽ പ്രൊ. കെ എസ് മണിലാൽ എഴു തിയ ലേഖനത്തിൽനിന്നാണ് ഹോർത്തൂസ് കേരളത്തിലെ ഔഷധസസ്യ ങ്ങളെപ്പറ്റി നാട്ടുചികിത്സകനായിരുന്ന ഇട്ടി അച്ച്യുതന്റെ സഹായത്തോടെ കൊച്ചിയിലെ ഡച്ച് ഗവർണറായിരുന്ന ഹെൻട്രിക് വാൻ റീഡ് (Hendrik Van Rheede 1636 – 1691), ലാറ്റിൻ ഭാഷയിൽ തയ്യാറാക്കിയ അമൂല്യഗ്രന്ഥ സമുച്ചയമാണെന്ന് മനസ്സിലാക്കാൻ കഴിഞ്ഞത്. പ്രൊഫസർ മണിലാൽ ഹോർത്തൂസിനെപ്പറ്റി എഴുതിയ സസ്യശാസ്ത്രവും ഹോർത്തൂസ് മലബാറിക്കുസിന്റെ ചരിത്രവും (*Botany and History of Hortus Malabaricus*.Oxford and IBHM Publishing House:1980) എന്ന ലേഖന സമാഹാരവും ഇട്ടി അച്ച്യുതന്റെ സംഭാവനകളെപ്പറ്റിയുള്ള ലഘു ഗ്രന്ഥവും (*ഹോർത്തൂസ് മലബാറിക്കുസും ഇട്ടി അച്ച്യുതനും: ഹോർ ത്തൂസ് മലബാറിക്കുസിന്റെ രചനയിൽ ഇട്ടി അച്ച്യുതനുള്ള പങ്കിനെപ്പറ്റി ഒരന്വേഷണം:* കെ എസ് മണിലാൽ. മെന്റർ ബുക്സ് കോഴിക്കോട്: 1996) പിന്നീട് വായിച്ചതോടെ ഹോർത്തൂസിന്റെ സസ്യശാസ്ത്രം, വൈദ്യശാ സ്ത്രം, ചരിത്രം തുടങ്ങിയ മേഖലകളിലെ പ്രാധാന്യത്തെപ്പറ്റിയും പ്രൊഫ. മണിലാൽ ഈ ഗ്രന്ഥസമുച്ചയത്തെപ്പറ്റി നടത്തുന്ന ഗവേഷണ ങ്ങളെപ്പറ്റിയും കൂടുതലായി മനസ്സിലാക്കാൻ കഴിഞ്ഞു.

കഴിഞ്ഞ അര നൂറ്റാണ്ടായി ഒരു തപസ്യപോലെ ഹോർത്തൂസിന്റെ ഇംഗ്ലീഷ് പരിഭാഷയും ആധുനിക സസ്യശാസ്ത്ര ഭാഷ്യവും (Botani- cal Annotation) തയ്യാറാക്കുന്നതിനായി പ്രൊഫ. മണിലാൽ നടത്തി വരുന്ന പരിശ്രമം കേരളം വേണ്ടത്ര ശ്രദ്ധിക്കുകയോ അംഗീകരി ക്കുകയോ ചെയ്തിട്ടില്ല. കേന്ദ്ര ശാസ്ത്ര സാങ്കേതിക വകുപ്പിന്റെ (De- partment of Science and Technology) സഹകരണത്തോടെ പ്രൊഫ. മണിലാൽ വർഷങ്ങൾ നീണ്ട കഠിന പ്രയത്നത്തിലൂടെയാണ് ഹോർത്തൂസിന്റെ 12 വാല്യങ്ങളുടെ ഇംഗ്ലീഷ് പരിഭാഷയും ഗ്രന്ഥത്തിൽ സൂചിപ്പിച്ചിട്ടുള്ള ഔഷധ സസ്യങ്ങളുടെ ആധുനിക സസ്യശാസ്ത്ര നാമകരണവും തയ്യാറാക്കിയത്. പൗരാണിക ലത്തീൻ ഭാഷയിലെ കാലഹരണപ്പെട്ട ചില പദങ്ങളിൽ കുറിക്കപ്പെട്ട വിവരങ്ങൾ നിരവധി

ലാറ്റിൻ ഭാഷാപണ്ഡിതന്മാരുടെ സഹായത്തോടെയാണ് പ്രൊഫ. മണിലാൽ ഇംഗ്ലീഷിലേക്ക് പരിഭാഷപ്പെടുത്തിയത്.

കോഴിക്കോട്ട് പ്രൊഫ. മണിലാലിന്റെ വീട്ടിൽ ചെന്ന് ഹോർത്തൂ സിന്റെ ഇംഗ്ലീഷ് പരിഭാഷ പ്രസിദ്ധീകരിക്കാനുള്ള താല്പര്യം അറിയി ക്കയും ചെയ്തു. അദ്ദേഹം യാതൊരു മടിയും കൂടാതെ പ്രസിദ്ധീകരണാ നുമതി നല്കി. സർവ്വകലാശാല 2003 ൽ ഇംഗ്ലീഷ് പതിപ്പ് പ്രസിദ്ധീക രിച്ചു. 20,000 രൂപ മുഖവിലയും 15,000 പ്രീ പബ്ലിക്കേഷൻ വിലയുമിട്ടാണ് ഹോർത്തൂസ് പ്രസിദ്ധീകരിച്ചത് (*VAN RHEEDE'S HORTUS MALABARICUS*. English Edition. with Annotation and Modern Botanical Nomenclature by K S Manilal. University of Kerala). തിരുവനന്തപുരത്തെ സെന്റ് ജോസഫ് പ്രസ് സാർവ്വദേശീയ നിലവാരത്തിലാണ് ഹോർത്തൂസിന്റെ അച്ചടി നടത്തിയത്. പുസ്തക ത്തിന്റെ ആദ്യ പ്രതി ഇന്ത്യൻ രാഷ്ട്രപതി ഡോ. അബ്ദുൾ കലാമിന് നല്കണമെന്ന് ഞങ്ങൾ ആഗ്രഹിച്ചിരുന്നു. 2003 ജൂൺ 12 ന് ഡൽഹിയിൽ രാഷ്ട്രപതി ഭവനിൽവച്ച് ആദ്യപ്രതി അദ്ദേഹം സ്വീകരിച്ചു. രാഷ്ട്രപതിഭവ നിലെ തോട്ടത്തിൽ ഹോർത്തൂസിൽ രേഖപ്പെടുത്തിയ ഏതാനും ഔഷധ സസ്യങ്ങൾ വളർത്താനുള്ള നിർദ്ദേശവും അദ്ദേഹം നല്കിയിരുന്നു.

കേരളത്തിലെ ഗ്രാമീണ ലൈബ്രറിക്ക് താങ്ങാവുന്ന വിധത്തിൽ കുറഞ്ഞവിലയ്ക്കുള്ള മലയാള പരിഭാഷകൂടി പ്രസിദ്ധീകരിക്കണമെന്ന് ആഗ്രഹിച്ചിരുന്നു. ഇതിലേക്കായി അന്നത്തെ മുഖ്യമന്ത്രി ശ്രീ. എ കെ ആന്റണിയെ കണ്ട് അഭ്യർത്ഥിച്ചതിനെത്തുടർന്ന് 10 ലക്ഷം രൂപ സർക്കാർ അനുവദിച്ചു. മലയാള പരിഭാഷയ്ക്കുള്ള പ്രവർത്തനങ്ങൾ ആരംഭിച്ചശേ ഷമാണ് ഞാൻ വൈസ് ചാൻസലർ ചുമതല ഒഴിഞ്ഞത്. 2008 ൽ ഹോർ ത്തൂസിന്റെ മലയാള പരിഭാഷ സർവ്വകലാശാല പ്രസിദ്ധീകരിച്ചു (*വാൻ റീഡിന്റെ ഹോർത്തൂസ് മലബാറിക്കൂസ് മലയാളം പതിപ്പ് ആധുനിക സസ്യശാസ്ത്ര വ്യാഖ്യാന സഹിതം. 6 വാല്യം കേരള സർവ്വകലാശാല*). ആറു വാല്യത്തിനുംകൂടി 7500 രൂപയാണ് മുഖവില.

കാലത്തെ അതിജീവിക്കുന്ന സാഹിത്യ കൃതികളുണ്ട്. അപൂർ വ്വുമായ ജീവചരിത്രങ്ങളുണ്ട്. പക്ഷേ, ഒരു ഔഷധസസ്യ ശാസ്ത്ര ഗ്രന്ഥം കാലത്തെ അതിജീവിച്ച് കൂടുതൽ ഭാഷകളിലേക്ക് പരിഭാഷപ്പെടുത്ത പ്പെട്ട് വീണ്ടും നമ്മുടെ മുന്നിലെത്തി നമ്മെ വിസ്മയിപ്പിക്കുന്നു. ഒരു പതിറ്റാണ്ടല്ല, ഒരു നൂറ്റാണ്ടല്ല മൂന്നിലേറെ നൂറ്റാണ്ടുകൾക്ക് ശേഷം;. അതാണ് ഹോർത്തൂസിന്റെ വിസ്മയം ജനിപ്പിക്കുന്ന സവിശേഷത.

കേരളത്തിലെ സസ്യശാസ്ത്ര സമ്പത്തിനെക്കുറിച്ച് എഴുതപ്പെട്ട ആദ്യ ഗ്രന്ഥമാണിത്. എഴുതിയതാവട്ടെ മലയാളത്തിലല്ല താനും. എന്നാൽ, ചരിത്രത്തിലാദ്യമായി മലയാള അക്ഷരങ്ങൾ മുദ്രണം ചെയ്യ പ്പെട്ടത് ഈ ഗ്രന്ഥത്തിലാണ്. ഹോളണ്ടിലെ ആംസ്റ്റർഡാമിൽ 1678 ൽ ഈ പുസ്തകത്തിന്റെ ആദ്യ വാല്യം അച്ചടിച്ചു. ഒരു മലയാള ഗ്രന്ഥ

തിനുവേണ്ടി ഇന്ത്യയിൽ ആദ്യമായി അച്ചടിമഷി പുരണ്ടത് പിന്നെയും 133 വർഷം കഴിഞ്ഞാണ്. മുംബെയിലെ മുരിയർ പ്രസിൽ സി എം എസ് മിഷനറിയായ ഡോ. ബുക്കാന്റെ നേതൃത്വത്തിൽ തയ്യാറാക്കിയ ബൈബിളിനുവേണ്ടി.

ആദ്യപ്രതി പുറത്തിറങ്ങി 325 വർഷങ്ങൾക്ക് ശേഷമാണ് ഹോർ ത്തൂസിന്റെ ഇംഗ്ലീഷിലേക്ക് മൊഴിമാറ്റം നടത്തിയ പതിപ്പ് കേരള സർവ്വകലാശാല പ്രസിദ്ധീകരിച്ചത്. എന്താണ് ഈ കൃതിയുടെ കാലത്തെ അതിജീവിക്കുന്ന ഈടുവയ്പ്? മറ്റൊരിടത്തും ആലേഖനം ചെയ്യപ്പെട്ടിട്ടില്ലാത്ത കേരളത്തിന്റെ രാഷ്ട്രീയ സാംസ്കാരിക ഭാഷാ ചരിത്രം കൂടി ഇതിൽ അന്തർല്ലീനമായിരിക്കുന്നു എന്നതു തന്നെ കാരണം. പതിനേഴാം നൂറ്റാണ്ടിന്റെ രണ്ടാം പകുതിയിൽ കൊച്ചിയിൽ ഡച്ച് ഗവർണർ ആയിരുന്ന ഹെൻട്രിക് ആൻഡ്രിയാൻ വാൻ റീഡ് ആണ് ഹോർത്തൂസ് മലബാറിക്കൂസിന്റെ കർത്താവ്. 1678 ൽ ഒന്നാം വാല്യവും പതിനഞ്ചു വർഷത്തിനുശേഷം 1793 ൽ 12-ാം വാല്യവും വാൻ റീഡ് പ്രസിദ്ധീകരിച്ചു. 12 വാല്യങ്ങളിലായി 1595 പേജുകളുള്ള ഗ്രന്ഥത്തിൽ 742 സസ്യങ്ങളെപ്പറ്റിയുള്ള വിവരങ്ങളും അവയുടെ ചിത്രങ്ങളും ചേർത്തിരിക്കുന്നു. 1704 ൽ സർ ഐസക്ക് ന്യൂട്ടന്റെ ഓപ്റ്റിക്സ് ഇംഗ്ലീഷ് ഭാഷയിൽ പ്രസിദ്ധീകരിക്കുന്നതുവരെ ശാസ്ത്രഗ്രന്ഥങ്ങൾ ലാറ്റിൻ ഭാഷ യിലാണ് യൂറോപ്പിൽ പ്രസിദ്ധീകരിച്ചിരുന്നത്. ശാസ്ത്രഗ്രന്ഥങ്ങളുടെ ആധികാരികതയ്ക്ക് ലാറ്റിൻ ഭാഷയിൽ പ്രസിദ്ധീകരിക്കേണ്ടതാവ ശ്യമാണെന്ന ധാരണയായിരുന്നു അന്നുണ്ടായിരുന്നത്. ഹോർത്തൂസും ലാറ്റിനിൽ പ്രസിദ്ധീകരിക്കാൻ വാൻ റീഡ് തീരുമാനിച്ചത് അതു കൊണ്ടാണ്. ഔഷധസസ്യങ്ങളെ സംബന്ധിച്ചുള്ള വിവരങ്ങൾ ഒറ്റ വാല്യ ത്തിലൊതുക്കാമെന്നായിരുന്നു ആദ്യം വാൻ റീഡ് കരുതിയത്. അതു കൊണ്ടാണ് ഹോർത്തൂസിന്റെ ആദ്യ വാല്യത്തിന് ഏകനാമം സൂചി പ്പിക്കുന്ന *ഹോർത്തൂസ് മലബാറിസി* (Hortus Malabarici) എന്ന നാമ കരണം ചെയ്തത്. വാല്യങ്ങളുടെ എണ്ണം വർദ്ധിച്ചപ്പോൾ രണ്ടാം വാല്യം മുതൽ പുസ്തകത്തിന്റെ പേർ *ഹോർത്തൂസ് മലബാറിക്കൂസ്* (Hortus Malabaricus) എന്ന ബഹുവചനമായി മാറ്റുകയാണുണ്ടായത്.

ഏഷ്യൻ ഭൂഖണ്ഡത്തിലെ ഔഷധമൂല്യമുള്ള സസ്യജാലങ്ങളെക്കു റിച്ച് മറ്റെവിടെയും ലഭിക്കാത്ത വിലപ്പെട്ട വിവരങ്ങളാണ് ഈ ഗ്രന്ഥ ത്തിലുള്ളത്. കേരളത്തിൽ അന്ന് ലഭ്യമായിരുന്ന ഔഷധസസ്യങ്ങളുടെ സവിശേഷതകൾ, ഇവ ഉപയോഗിച്ച് ചികിത്സിച്ച് ഭേദപ്പെടുത്താവുന്ന രോഗങ്ങൾ, ചികിത്സാവിധിയെക്കുറിച്ചുള്ള വിവരങ്ങൾ എന്നിവയെല്ലാം ഹോർത്തൂസിലുണ്ട്. ആദ്യത്തെ അദ്ധ്യായത്തിലെ ആദ്യത്തെ സസ്യ മായി പരിചയപ്പെടുത്തുന്നത് തെങ്ങിനെയാണ്. രണ്ടാമത്തേത് കവുങ്ങ്, തുടർന്ന് കരിമ്പന, ചൂണ്ടപ്പന, വാഴ, പപ്പായ, മുള അങ്ങനെ പോകുന്നു ആ പട്ടിക. പല സസ്യങ്ങളുടെയും പേരുകൾ അന്നത്തെ മലയാളത്തിൽ

വാമൊഴിയായി കേട്ട വാൻ റീഡ് ആദ്യം പോർച്ചുഗീസിലേക്കും പിന്നീട് ഡച്ച് ഭാഷയിലേക്കും തുടർന്ന് ലത്തീനിലേക്കും മൊഴിമാറ്റം നടത്തിയാണ് മൂലഗ്രന്ഥത്തിൽ ചേർത്തത്. ഈ ഭാഷാന്തര യാത്രയിൽ ചില സസ്യ നാമങ്ങൾക്ക് അവ്യക്തത വന്നിട്ടുണ്ട്. മലയാളഭാഷയ്ക്ക് വന്ന രൂപപരി ണാമങ്ങൾ സസ്യനാമങ്ങളെ പിന്നെയും വികലമാക്കിയിരിക്കാം. ഈ കടമ്പകളെല്ലാം കടന്നാണ് ഹോർത്തൂസിന്റെ ഇംഗ്ലീഷ് പരിഭാഷ പ്രൊഫ. മണിലാൽ സാദ്ധ്യമാക്കിയത്.

ഹോർത്തൂസ് മലബാറിക്കൂസിന്റെ പ്രാധാന്യത്തെയും പ്രസക്തി യേയുംപറ്റി പ്രൊ. മണിലാൽ എഴുതുന്നു.

ഹോർത്തൂസ് മലബാറിക്കൂസ് ഇത്രമാത്രം പ്രാധാന്യമുള്ളതാകാൻ കാരണം ഇതിലെ സവിശേഷ വിവരങ്ങളാണ്. പ്രധാനപ്പെട്ടവ താഴെ പറയുന്നു.

1. മലബാറിലെ (ഇത് ഇന്ത്യയിൽ തന്നെ ഏറ്റവും സസ്യസമ്പുഷ്ടമായ മേഖലയാണ്) സസ്യസമ്പത്തിനെക്കുറിച്ചുള്ള ഈ വിഭാഗത്തിലുള്ള ആദ്യത്തെ അച്ചടിച്ച പുസ്തകമാണ്.

2. ഓരോ ചെടിയെക്കുറിച്ചും മലബാറിലെ വൈദ്യന്മാർക്ക് ഉണ്ടായിരുന്ന പരമ്പരാഗതമായ അറിവുകളെക്കുറിച്ചും അവയുടെ ഔഷധഗുണ ത്തെക്കുറിച്ചും ഉപയോഗിക്കുന്ന രീതിയെക്കുറിച്ചും ഔഷധക്കൂട്ടു കളെക്കുറിച്ചും ഇതിൽ വിവരിക്കുന്നു.

3. ഇന്ത്യയിലെ സസ്യശാസ്ത്ര ചരിത്രത്തെക്കുറിച്ചും മലബാറിൽ അനുവർത്തിച്ചിരുന്ന ചെടികളുടെ ശാസ്ത്രീയമായ വർഗ്ഗീകരണ ത്തെക്കുറിച്ചും ഇതിൽ വിവരിക്കുന്നു. മലബാറിലെ പരമ്പരാഗത വൈദ്യന്മാർക്ക് വിവിധ ഇനം ചെടികൾ തമ്മിലുള്ള ബന്ധത്തെ ക്കുറിച്ച് ഉണ്ടായിരുന്ന അറിവ് ഇതിൽ വെളിവാകുന്നു.

4. 17-ാം നൂറ്റാണ്ടിലെ മലബാറിനെയും ഇന്ത്യയിൽ പൊതുവേയുമുള്ള സാമ്പത്തിക സാമൂഹിക സ്ഥിതിയെക്കുറിച്ചുമുള്ള വിവരം.

5. മലബാറിലെ ചെടികളെക്കുറിച്ചുള്ള ഒരു പുസ്തകം എങ്ങനെയാണ് 17-ാം നൂറ്റാണ്ടിലെ ഇന്ത്യയിലെയും നെതർലണ്ടിലെയും രാഷ്ട്രീയ ചരിത്രത്തിന് ഉപോൽബലകമായി മാറിയതെന്നും അതുപോലെ ഡച്ചുകാർക്ക് പിന്നാലെ മറ്റ് യൂറോപ്യൻ രാജ്യക്കാരും ഇന്ത്യയിലേക്ക് വരാൻ ഇടയായതെന്നും ഇതിൽനിന്നും മനസ്സിലാക്കാം.

6. മലയാള ഭാഷയുടെ ലിപിയുടെയും ഭാഷാശാസ്ത്രത്തിന്റെയും പരിണാമത്തിന്റെ ചരിത്രം അനാവരണം ചെയ്യുന്നു.

7. കൊങ്കണി ഭാഷയുടെ ചരിത്രത്തിലെ വിസ്മൃതമായ ഒരു നാഴിക ക്കല്ല്.

8. ചെടികളെക്കുറിച്ചുള്ള ഒരു പുസ്തകം ഇന്ത്യയിലെ രണ്ട് പ്രധാന മതവിഭാഗങ്ങളായ ഹിന്ദുമതത്തിലും ക്രിസ്ത്യൻ മതത്തിലും ഉണ്ടാക്കിയ പ്രത്യാഘാതങ്ങൾ.

9.   അറബി മലയാള ഭാഷയുടെ ആരംഭകാല ചരിത്രം.

10.   മലയാള റോമൻ സംഖ്യകളുടെയും സംഖ്യാശാസ്ത്രത്തിന്റെയും പരിണാമത്തിന്റെ ചരിത്രത്തിലെ വിവിധ ഘട്ടങ്ങൾ.

11.   അച്ചടി എന്ന സാങ്കേതികശാസ്ത്രത്തിന്റെ പരിണാമ ചരിത്രം തുടങ്ങിയവ ഇതിൽനിന്നും പഠിക്കാം.

(കെ എസ് മണിലാൽ, പ്രവേശിക. ഹോർത്തൂസ്
മലബാറിക്കൂസ്. മലയാളം പതിപ്പ്)

അക്ഷരങ്ങളുടെ അച്ച് നിരത്തിയല്ല ഹോർത്തൂസ് മുദ്രണം ചെയ്തത്. ചെമ്പുതകിടുകളിൽ കൊത്തിയുണ്ടാക്കിയ വലിയ ബ്ലോക്കു കൾ ഉപയോഗിച്ച് ഓരോ പേജും അച്ചടിക്കുകയാണ് ചെയ്തത്. മലയാളം, അറബി, റോമൻ, നാഗരി ലിപികളിലായി സസ്യങ്ങളുടെ പേരുകൾ ചേർത്തിരിക്കുന്നു. ഭാഷയുടെ പരിണാമത്തിനിടയിലും മൂലഗ്രന്ഥത്തിൽ ഉൾപ്പെടുത്തിയിരിക്കുന്ന സസ്യങ്ങളുടെ അതീവ സൂക്ഷ്മതയോടെ തയ്യാറാക്കിയ രേഖാചിത്രങ്ങൾ അവയെ കണ്ടെത്തുന്നതിന് ഗവേഷ കർക്ക് സഹായകമായി. ഈ സസ്യജാലങ്ങൾ വളരുന്ന കേരളത്തിലെ സ്ഥലങ്ങളും ഗ്രന്ഥത്തിൽ പരാമർശിക്കുന്നുണ്ട്. ഈ സ്ഥലനാമങ്ങളിൽ പലവയും സസ്യങ്ങളിൽ ചിലവയും ഇന്നില്ല. സ്ഥലപ്പേരുകൾ നോക്കി ഔഷധ സസ്യങ്ങളെ കണ്ടെത്താൻ നടത്തിയ ഗവേഷണങ്ങൾ ഭാഗിക മായാണ് വിജയിച്ചത്. ഗ്രന്ഥരചനയിൽ സഹായിച്ച നാട്ടു വൈദ്യന്മാരിൽ പ്രമുഖൻ ചേർത്തലക്കാരനായ ഇട്ടി അച്ചുതനായിരുന്നു. കൊങ്കണി വൈദ്യന്മാരായ അപ്പുഭട്ട്, രംഗഭട്ട്, വിനായക് പണ്ഡിറ്റ്, ഇറ്റാലിയൻ മിഷനറി ബ്രദർ മാത്യൂസ് തുടങ്ങിയവർ നല്കിയ സംഭാവനകളെ പറ്റിയും ഹോർത്തൂസിൽ പരാമർശിക്കുന്നുണ്ട്. പുസ്തകത്തിന്റെ ആദ്യ വാള്യത്തിൽ ചേർത്തിട്ടുള്ള ഇട്ടി അച്ചുതന്റെയും മാത്യൂസിന്റെയും അന്നത്തെ മലയാള ഭാഷയിലെഴുതിയ ആധികാരികതാക്കുറിപ്പുകൾ (Authentication Notes) മലയാള ഭാഷയുടെ വികാസ ചരിത്രം പഠിക്കാൻ ശ്രമിക്കുന്ന ഭാഷ, ശാസ്ത്രജ്ഞർക്ക് (Linguistic History) വിലപ്പെട്ട ഒട്ടനവധി വിവരങ്ങൾ നല്കാൻ പര്യാപതമാണ്. എന്തിന് അച്ചടിയുടെ ചരിത്രം പഠിക്കുന്നവർക്കും പതിനേഴാം നൂറ്റാണ്ടിലെ പ്രസിദ്ധീകരണ വിസ്മയമായ ഹോർത്തൂസിന്റെ പ്രസിദ്ധീകരണത്തിൽനിന്നും ധാരാളം പാഠങ്ങൾ ഉൾക്കൊള്ളാൻ കഴിയും.

ഹോളണ്ടിലെ ഡ്രാക് സ്റ്റൈൻ കൊട്ടാരത്തിൽ 1636 ൽ ജനിച്ച വാൻ റീഡ് 20-ാമത്തെ വയസ്സിൽ ഡച്ച് ഈസ്റ്റ് ഇന്ത്യാ കമ്പനിയിൽ അംഗ മായാണ് ഇന്ത്യയിൽ എത്തിയത്. ധീരനായ സൈനികനും ബുദ്ധി മാനുമായ ഭരണാധികാരിയായിരുന്നു റീഡ്. അടിസ്ഥാനപരമായി ഒരു യോദ്ധാവായിരുന്ന റീഡിന് സസ്യശാസ്ത്രത്തിൽ വലിയ പരിജ്ഞാന മൊന്നുമുണ്ടായിരുന്നില്ല. പിന്നെയെന്തുകൊണ്ട് അദ്ദേഹം ഇങ്ങനെയൊരു ഉദ്യമം നടത്തി എന്നതിന്റെ വിശദീകരണം ഹോർത്തൂസിന്റെ മൂന്നാം

വാല്യത്തിന്റെ മുഖവുരയിൽ വാൻ റീഡ് തന്നെ എഴുതിയിട്ടുണ്ട്. സസ്യ ശാസ്ത്ര ഗ്രന്ഥത്തിന്റെ വരികൾക്കിടയിലൂടെ ഹോളണ്ടിലെ അക്കാലത്തെ ഉന്നതരായ തന്റെ രാഷ്ട്രീയ പ്രതിയോഗികൾക്കെതിരായുള്ള വിമർശനവും വെല്ലുവിളിയുമാണ് വാൻ റീഡ് നടത്തിയത്.

പ്രകൃതി സമ്പത്തിന്റെ കാര്യത്തിൽ മലബാറിനേക്കാൾ മുന്നിൽ സിലോണാണെന്ന് അഭിപ്രായപ്പെട്ട് ഡച്ച് സൈന്യത്തിന്റെ ആസ്ഥാനം സിലോണായിരിക്കണമെന്ന് വാദിച്ച റിയക് ലോഫ് വാൻഗൻസ് (Rijckloff Van Goens 1619–1682) എന്ന സിലോൺ ഗവർണറുടെ വാദ മുഖങ്ങൾക്കുള്ള മറുപടികൂടിയായിരുന്നു മലബാറിന്റെ പ്രകൃതി സമ്പത്തിനെക്കുറിക്കുന്ന ഹോർത്തൂസ്. സിലോണിനേക്കാൾ ഔഷധ സസ്യ സമ്പത്തിൽ മുന്നിൽ നില്ക്കുന്നത് മലബാർ (കേരളം) ആണെന്ന് സ്ഥാപിക്കാനാണ് വാൻ റീഡ് ഹോർത്തൂസിന്റെ രചനയിലൂടെ ശ്രമിച്ചത്. അങ്ങനെ ഡച്ച് സൈനികത്താവളം ഇന്ത്യയിലാണോ സിലോണിലാണോ സ്ഥാപിക്കേണ്ടതെന്ന ഡച്ച് സർക്കാരിന്റെ ഇന്ത്യാ സിലോൺ സൈനിക തന്ത്രത്തിലെ ഏറ്റവും വലിയ തർക്കവിഷയത്തിന്റെ കേന്ദ്ര ബിന്ദുവായി ഹോർത്തൂസ് മാറി. ഡച്ച് ഭരണാധികാരികൾ വാൻഗൻ സിന്റെ വാദം തള്ളിക്കളയുകയും വാൻ റീൻഡിന്റെ വാദമുഖങ്ങൾ അംഗീകരിക്കുകയും ഡച്ച് സൈനിക താവളം കൊച്ചിയിൽ സ്ഥാപിക്കയും ചെയ്തു. ഹോർത്തൂസ് മലബാറിക്കൂസിലൂടെ വാൻ റീഡ് ചരിത്രത്തിൽ സ്ഥാനം നേടിയെങ്കിലും ഇന്ത്യയിൽ വച്ച് മരണമടഞ്ഞ അദ്ദേഹത്തിന്റെ ശവകുടീരം ഗുജറാത്തിലെ സൂററ്റ് നഗരത്തിന്റെ പ്രാന്ത പ്രദേശത്തെവിടെയോ ഇന്നും വിസ്മരിക്കപ്പെട്ട് കിടക്കുന്നു. വാൻ റീഡിന്റെ ശവകുടീരവും വളരെ ക്ലേശങ്ങൾ സഹിച്ച് പ്രൊഫ. മണിലാൽ സന്ദർശിച്ചിരുന്നു.

വാൻ റീഡ് *ഹോർത്തൂസ് മലബാറിക്കൂസ്* രചിക്കാനായി നടത്തിയ ഭഗീരഥയജ്ഞത്തിലേക്ക് വെളിച്ചം വീശുന്ന ഒരു ഗ്രന്ഥം നെതർലാണ്ടിലെ ഉട്ട് റെച്ച് സർവ്വകലാശാലയിലെ ബയോഹിസ്റ്റോറിക്കൽ ഇൻ സ്റ്റിറ്റ്യൂട്ടിലെ ജെ ഹിനെഗർ ഒരു ഗ്രന്ഥം (*Hendri Adriaan Van Rheede and Hortus Malabaricus*: A contribution to the history of Dutch Colonial Botany: J Heniger A A Balkema. Rotterdam. 1986) പ്രസിദ്ധീ കരിച്ചിട്ടുണ്ട്.

പതിനേഴാം നൂറ്റാണ്ടിൽ ലത്തീനിൽ പ്രസിദ്ധീകരിച്ച ഹോർത്തൂസ് മലബാറിക്കൂസ് ഡച്ച് മുതൽ ഇംഗ്ലീഷ് വരെ പല ഭാഷകളിലേക്കു പരിഭാഷപ്പെടുത്താൻ നിരവധി പ്രസാധകർ ശ്രമിച്ചിരുന്നു. എന്നാൽ ഒന്നും പൂർത്തിയായില്ല. 1720 ൽ ഡച്ച് ഭാഷയിലേക്ക് പരിഭാഷപ്പെടു ത്താനുള്ള ശ്രമം രണ്ട് വാല്യങ്ങളിൽ ഒതുങ്ങി. 1774 ൽ ജോൺ ഹിൽ എന്ന സായിപ്പ് ഒന്നാം വാല്യത്തിന്റെ മാത്രം ഇംഗ്ലീഷ് പതിപ്പ് പുറ ത്തിറക്കി. എന്നാൽ, തുടർ വാല്യങ്ങളുടെ പരിഭാഷ പൂർത്തിയാക്കാൻ

കഴിഞ്ഞില്ല. പരിഭാഷകരിലും പ്രസാധകരിലും പലരും അകാലമൃത്യു വിന് ഇരയാവുകയും ചെയ്തു. മൊഴിമാറ്റം നടത്താൻ ശ്രമിക്കുന്നവർക്ക് മേൽ അദൃശ്യമായ ദുരന്തങ്ങൾ നിഴൽ വിരിക്കുമെന്ന അന്ധവിശ്വാസം പോലും യൂറോപ്പിൽ പ്രചരിച്ചിരുന്നു. ഹോർത്തൂസ് എഡിറ്റിങ് നടക്കുന്ന അവസരത്തിൽ എനിക്ക് പ്രത്യേക കാരണമൊന്നും കൂടാതെ ആമാശയ അണുബാധയുണ്ടായപ്പോൾ ഡോക്ടറുടെയും അന്ത്യം അടുത്തു എന്ന് ഈ ചരിത്രമറിയാവുന്ന ചിലർ എന്നെ കളിയാക്കിയിരുന്നതോർമ്മ വരുന്നു.

ലോകവ്യാപാര സംഘടനയുടെ ബൗദ്ധിക സ്വത്തവകാശം സംബന്ധിച്ച് ഉടമ്പടി (*Trade Related Aspects of Intellectual Property Rights:TRIPS*: ട്രിപ്സ്) ഇന്ത്യ 2000 ജനുവരി ഒന്നു മുതൽ നട പ്പിലാക്കി തുടങ്ങിയിരിക്കയാണ്. ഈ സാഹചര്യത്തിൽ ഹോർത്തൂസിന് മുൻപില്ലാത്ത പ്രസക്തിയും കൈവന്നിട്ടുണ്ട്. ട്രിപ്സ് നടപ്പിലാക്കി യതോടെ വികസ്വര രാജ്യങ്ങളിലെ ഔഷധസസ്യങ്ങളുടെ പേറ്റ ന്റെടുക്കാൻ വികസിത രാജ്യങ്ങളിലെ ബഹുരാഷ്ട്ര മരുന്നുകമ്പനികൾ ശ്രമം ആരംഭിച്ചിട്ടുണ്ട്. ഇത്തരത്തിലുള്ള ജൈവചോരണത്തിനെതിരെ (Bio Piracy) ജനകീയ ശാസ്ത്രപ്രസ്ഥാനങ്ങൾ സമരരംഗത്താണ്. ഇത്തരം നീക്കങ്ങളെ പരാജയപ്പെടുത്തണമെങ്കിൽ പേറ്റന്റിനായി നല്കുന്ന ശാസ്ത്രവിവരങ്ങൾ നമുക്ക് നേരത്ത അറിവുണ്ടാ യിരുന്നതാണെന്ന് തെളിയിക്കേണ്ടതുണ്ട്. ഹോർത്തൂസിൽ സൂചിപ്പി ച്ചിട്ടുള്ള ഔഷധസസ്യങ്ങളെയോ ചികിത്സാ വിവരങ്ങളെയോ അടി സ്ഥാനമാക്കി പേറ്റന്റെടുക്കാൻ വിദേശരാജ്യങ്ങൾക്ക് കഴിയില്ല. അങ്ങനെ ചെയ്താൽ പതിനേഴാം നൂറ്റാണ്ടിൽ തന്നെ വാൻ റീഡ് തയ്യാറാക്കിയ ഹോർത്തൂസ് ലോകവ്യാപാര സംഘടനയുടെ തർക്ക പരിഹാര കോടതിയിൽ ഒരു ആധികാരിക രേഖയായി അവതരിപ്പിക്കാൻ കഴിയും. പേറ്റന്റ് നിയമത്തിലെ നേരത്തെ അറിവുള്ള വസ്തുതയെന്ന അടി സ്ഥാനത്തിൽ (Prior Knowledge) എന്ന വകുപ്പനുസരിച്ച് പേറ്റന്റ് നിഷേ ധിക്കപ്പെടും. പ്രാദേശികവിജ്ഞാനത്തെ അംഗീകരിക്കുന്ന പ്രാദേശിക സൂചിക (Geographical Indicator) എന്ന വകുപ്പും നമ്മുടെ സഹായ ത്തിനെത്തും. അതുകൊണ്ട് ആഗോളവല്ക്കരണത്തിനെതിരായി വിക സ്വരരാജ്യങ്ങളിൽ നടക്കുന്ന ചെറുത്തുനില്പ് സമരത്തിലെ ഒരു നാഴികക്കല്ലുകൂടിയായി ഹോർത്തൂസിന്റെ പ്രസിദ്ധീകരണത്തെ കാണേണ്ടതാണ്.

വിചിത്രമെന്ന് പറയട്ടെ ഇന്ത്യൻ സസ്യജാലങ്ങളെക്കുറിച്ചുള്ള അമൂ ല്യവിവരങ്ങൾ അടങ്ങുന്നതാണ് ഹോർത്തൂസ് മലബാറിക്കൂസ് എന്നി രിക്കിലും ഇതുവരെ പ്രൊഫ. മണിലാൽ ഒഴികെ മറ്റൊരു ഇന്ത്യൻ സസ്യ ശാസ്ത്രജ്ഞനോ ആയുർവ്വേദ വിദഗ്ധനോ ഈ ഗ്രന്ഥത്തെ പഠിക്കാനോ

ഗവേഷണം നടത്താനോ ആത്മാർത്ഥമായ ശ്രമം നടത്തിയിട്ടില്ല എന്നത് വലിയൊരു കുറവായി അവശേഷിക്കുകയാണ്. ഹോർത്തൂസിന്റെ ഇംഗ്ലീഷ് മലയാളം പരിഭാഷകൾ പ്രസിദ്ധീകരിക്കപ്പെട്ടതിനെത്തുടർന്ന് സസ്യശാസ്ത്രജ്ഞരും, ഔഷധ മേഖലയിൽ ഗവേഷണം നടത്തുന്ന വരും, ആയുർവ്വേദ മേഖലയിലെ വിദഗ്ദ്ധരും, കേരള ചരിത്രത്തെക്കു റിച്ചും ഭാഷയുടെ പരിണാമത്തെക്കുറിച്ചും മറ്റും പഠനം നടത്തുന്നവരും ഹോർത്തൂസിലടങ്ങിയിട്ടുള്ള അമൂല്യങ്ങളായ വിവരങ്ങളുടെ അടിസ്ഥാ നത്തിൽ നിരവധി ഗവേഷണസംരംഭങ്ങൾക്ക് തുടക്കംകുറിക്കാനുള്ള അവ സരമാണ് ഹോർത്തൂസ് പരിഭാഷമൂലം കൈവന്നിട്ടുള്ളത്.

സസ്യങ്ങളുടെ ഔഷധമൂല്യങ്ങളെ സംബന്ധിച്ച് ഹോർത്തൂസിൽ സൂചിപ്പിച്ചിട്ടുള്ള വിവരങ്ങളുടെ അടിസ്ഥാനത്തിൽ കേരളത്തിന്റെ ഔഷധ സസ്യസമ്പത്തും പാരമ്പര്യ വിജ്ഞാനവും രാജീവ് ഗാന്ധി സെന്റർ ഫോർ ബയോടെക്നോളജി തുടങ്ങിയ ആധുനിക ഗവേഷണ സ്ഥാപനങ്ങളുടെ സാന്നിദ്ധ്യവും പ്രയോജനപ്പെടുത്തി കേരളത്തിൽ ഒരു ഔഷധ ഗവേഷണ കേന്ദ്രം സ്ഥാപിക്കേണ്ടതാണ്. പ്രൊഫസർ മണി ലാലിന്റെ ഗവേഷണ പ്രതിബദ്ധത പിന്തുടർന്ന് ഹോർത്തൂസിനെ അടി സ്ഥാനമാക്കിയുള്ള ഗവേഷണത്തിനും പഠനത്തിനുമായി തയ്യാറാ വുമെന്ന് പ്രതീക്ഷിക്കുന്നു.

മുഹമ്മദ്അബ്ദുറഹ്മാൻ പുസ്തകങ്ങളിലൂടെ

കേരളരാഷ്ട്രീയത്തിലെ അത്യപൂർവ്വവ്യക്തിത്വത്തിന്റെ ഉടമയാ യിരുന്നു മുഹമ്മദ്അബ്ദുറഹ്മാൻ. ഒരുപക്ഷേ, കേരളം കണ്ടിട്ടുള്ളതിൽ വച്ച് ഏറ്റവും മഹാനായ ദേശസ്നേഹിയും മതേതരത്വത്തിന്റെ ശക്ത നായ വക്താവുമായിരുന്നു അദ്ദേഹം. താനാരുടെയെല്ലാം അവകാശ ങ്ങൾക്കുവേണ്ടി പോരാടിയോ, ആരോടൊപ്പമെല്ലാം രാഷ്ട്രീയപോരാട്ടങ്ങൾ നടത്തിയോ അവരുടെയെല്ലാം തിരസ്കാരത്തെയും എതിർപ്പിനെയും ഒറ്റയ്ക്ക് നേരിടേണ്ടിവന്ന അസാധാരണ ധിഷണാശാലി. വ്യക്തിജീവി തത്തിലും രാഷ്ട്രീയരംഗങ്ങളിലും എല്ലാം ഏറ്റ കനത്ത തിരിച്ചടികൾ അതി ജീവിക്കാനാവാതെ അകാലത്തിൽ പൊലിഞ്ഞുപോയ ഉജ്ജ്വലനായ ഒരുപോരാളി.

അബ്ദുറഹ്മാൻ ഇടപെട്ട പ്രവർത്തനമേഖലകളുടെ വൈവിദ്ധ്യം അറിഞ്ഞാലേ അദ്ദേഹത്തിന്റെ വ്യക്തിത്വത്തിന്റെ ആഴവും പരപ്പും മന സ്സിലാക്കാനാവൂ. മലബാർ കലാപത്തിൽപെട്ട് കഷ്ടപ്പെടുന്ന മുസ്ലിം സഹോദരങ്ങളുടെ ദീനരോദനം രാജ്യത്തിന്റെ ശ്രദ്ധയിൽ കൊണ്ടുവരുന്ന തിനായി ഹിന്ദുപത്രത്തിൽ ലേഖനം എഴുതിയതിന്റെ പേരിൽമാത്രം ഭീക രമായ പൊലീസ് മർദ്ദനവും രണ്ടുവർഷത്തേക്കും ബ്രിട്ടീഷ് ഭരണകൂട ത്തിനെതിരെയുള്ള നിരന്തര സമരത്തിനു കേരളത്തിനു പുറത്തുള്ള ജയിലുകളിൽ അഞ്ചുവർഷത്തേക്കും കഠിനതടവ് അദ്ദേഹത്തിനു അനുഭവിക്കേണ്ടിവന്നു. സ്വാതന്ത്ര്യസമരത്തിന്റെ ഭാഗമായി കോഴിക്കോട് കടപ്പുറത്ത് നടത്തിയ ഉപ്പുകുറുക്കൽ പരിപാടിക്ക് നേതൃത്വം കൊടു ത്തതിനു കൊടിയ പട്ടാളമർദ്ദനം ഏല്ക്കേണ്ടിവന്നു. സാമ്പത്തിക പ്രതി സന്ധിയും കോടതി ഇടപെടലും വകവക്കാതെ ദേശീയവിമോചനാശയ ങ്ങൾ പ്രചരിപ്പിക്കാൻ കേരളപത്രപ്രവർത്തന ചരിത്രത്തിലെ ഉജ്ജ്വല ഏടായ *അൽ അമീൻ* പത്രം പ്രസിദ്ധീകരിച്ചു. തന്റെ സമുദായത്തിൽ

പെട്ടവർ ബഹുഭൂരിപക്ഷവും പാകിസ്ഥാൻ രൂപീകരണത്തെ അനുകൂലി
ക്കുന്ന അന്നത്തെ മുസ്ലിംലീഗിൽ ചേർന്നപ്പോൾ ഐക്യഭാരതമെന്ന
ആശയം ഉയർത്തിപ്പിടിച്ചതിന്റെ പേരിൽ സമുദായത്തിൽനിന്നും ബഹി
ഷ്കരണവും സമുദായാംഗങ്ങളിൽനിന്നും ശാരീരികാക്രമണവും വധ
ഭീഷണിയും നേരിടേണ്ടിവന്നു. താൻ ജീവനുതുല്യം സ്നേഹിച്ച ഭാര്യ
യുടെ കരിവസൂരി പിടിപെട്ടുള്ള അകാലമരണം അദ്ദേഹത്തെ മാന
സികമായി തളർത്തി.

ആദ്യം കോൺഗ്രസ് സോഷ്യലിസ്റ്റ് പാർട്ടിയായി രൂപീകരിക്കയും
പിന്നീട് കമ്യൂണിസ്റ്റ് പാർട്ടി സ്ഥാപിക്കയുംചെയ്ത അന്നത്തെ
കോൺഗ്രസുപാർട്ടിയിലെ കമ്യൂണിസ്റ്റ് സോഷ്യലിസ്റ്റ് ആശയഗതി
ക്കാരായ പി കൃഷ്ണപിള്ള, കെ ദാമോദരൻ, ഇ എം എസ് നമ്പൂതിരിപ്പാട്
എന്നിവരുമായെല്ലാം അടുത്ത് ഇടപഴകി രാഷ്ടീയ പ്രവർത്തനം നടത്തി
യയാളാണ് അബ്ദുറഹ്മാൻ. കോഴിക്കോട് കടപ്പുറത്ത് അബ്ദുറഹ്മാൻ
പട്ടാളത്തിന്റെ ചവിട്ടേറ്റ് വീണപ്പോൾ അദ്ദേഹം വഹിച്ചിരുന്ന ദേശീയ
പതാക താഴെവീഴാതെ ഉയർത്തിപ്പിടിച്ചത് ദേശീയസമരത്തിലെ നവവ
ഗതനായിരുന്ന പി കൃഷ്ണപിള്ളയായിരുന്നു. *കമ്യൂണിസ്റ്റ് മാനിഫെസ്റ്റോ*
അച്ചടിക്കാൻ മറ്റ് പ്രസുകളൊന്നും തയ്യാറാവാതിരുന്നപ്പോൾ അൽ
അമീൻ പ്രസിൽ തന്റെ കമ്യൂണിസ്റ്റ് സുഹൃത്തുക്കൾക്കുവേണ്ടി ഒരു
ഭയവുമില്ലാതെ അബ്ദുറഹ്മാൻ *മാനിനിഫെസ്റ്റോ* അച്ചടിച്ച് നൽകി.

ഇടക്കാലത്ത് അബ്ദുറഹ്മാൻ കെ പി സി സി പ്രസിഡന്റും ഇ എം
എസ് നമ്പൂതിരിപ്പാട് സെക്രട്ടറിയുമായിരുന്നു. സ്വാഭാവികമായും എല്ലാ
വരും പ്രതീക്ഷിച്ചത് കോൺഗ്രസ് സോഷ്യലിസ്റ്റ് പാർട്ടിയിൽ അദ്ദേഹം
പ്രവർത്തിക്കുമെന്നായിരുന്നു. എന്നാൽ അടിയുറച്ച മതവിശ്വാസിയാ
യതുകൊണ്ടും ഇന്ത്യാ വിഭജനത്തെ സംബന്ധിച്ചുള്ള കമ്യൂണിസ്റ്റ്
പാർട്ടിയുടെ ചില നിലപാടുകളോടുള്ള എതിർപ്പുമൂലവും സ്ഥിതിസമ
ത്വത്തിൽ വിശ്വസിച്ചിരുന്നെങ്കിൽക്കൂടി കമ്യൂണിസ്റ്റുകാരോടൊപ്പം ചേരാൻ
അബ്ദുറഹ്മാൻ വിമുഖത കാട്ടുകയാണുണ്ടായത്. അദ്ദേഹത്തിന്റെ പ്രിയ
വളർത്തുപുത്രൻ കെ എ കൊടുങ്ങല്ലൂർ അബ്ദുറഹ്മാനെവിട്ട് അൽ അമീൻ
ലോഡ്ജിൽനിന്നും വിശാലമായ ലോകത്തേക്ക് ശൂന്യമായ കൈകളും
വീശി ഇറങ്ങിപ്പോയതും കമ്യൂണിസ്റ്റാശയങ്ങളാൽ ആകർഷിക്ക
പ്പെട്ടായിരുന്നു.

സ്വസമുദായത്തിൽപെട്ടവർ ജീവിച്ചിരുന്ന കാലത്തു തള്ളിപ്പറ
യുകയും മരണംവരെ താൻ ഉറച്ചുനിന്ന കോൺഗ്രസിലെ ഒരുവിഭാ
ഗവുമായി മാനസികമായി അകലുകയും കമ്യൂണിസ്റ്റുകാരുമായി താത്വിക
ഭിന്നതമൂലം വിയോജിക്കയും ചെയ്തതുകൊണ്ടാവണം അബ്ദുറഹ്മാൻ
കേരളത്തിലെ രാഷ്ടീയപ്രസ്ഥാനങ്ങൾക്കൊന്നും താല്പര്യമില്ലാത്ത
നേതാവായി മാറിയതും കേരളസമൂഹം അദ്ദേഹത്തെ മറന്നതും.

ദേശീയതയുടെയും മതേതരത്വത്തിന്റെയും പ്രസക്തി വർദ്ധിച്ചു
വരുന്ന ഇന്നത്തെ ദേശീയ കേരളീയ സാഹചര്യത്തിൽ അബ്ദുറഹ്മാന്റെ

ജീവിതവും സംഭാവനകളും വീണ്ടും വിലയിരുത്തപ്പെടേണ്ടതാണ്. അബ്ദുറഹ്മാന്റെ ജീവചരിത്രവുമായി ബന്ധപ്പെട്ട ശ്രദ്ധേയങ്ങളായ നിരവധികൃതികൾ വിവിധ പ്രസാധകർ പ്രസിദ്ധീകരിച്ചിട്ടുണ്ട്. വീണ്ടും വായിക്കപ്പെടേണ്ട ഈ കൃതികൾ ഇവിടെ പരിചയപ്പെടുത്തുകയാണ്.

അബ്ദുറഫാന്റെ സുഹൃത്തും സഹരാഷ്ട്രീയപ്രവർത്തകനുമായിരുന്ന എൻ പി അബുവിന്റെ മകൻ എൻ പി മുഹമ്മദ്, അബ്ദുറഫാന്റെ ജീവിത ത്തിന്റെ അവസാന ദിവസങ്ങളെക്കുറിച്ചെഴുതിയ *മുഹമ്മദ്അബ്ദുറഹ് മാൻ ഒരു നോവൽ* എന്ന ജീവചരിത്രനോവലാണ് (ഡി സി ബുക്സ്: 2004) ഇവയിൽ ഏറ്റവും ശ്രദ്ധേയമായിട്ടുള്ളത്. എൻ പിയുടെ മരണ ശേഷമാണ് ഈ കൃതി പ്രസിദ്ധീകരിച്ചത്. അബ്ദുറഫാന്റെ എതിരാളിയായ ഒടയൻ എന്ന സാങ്കൽപിക കഥാപാത്രം അദ്ദേഹത്തെ വിഷം കൊടുത്ത് കൊല്ലാൻ ശ്രമിക്കുന്നതായി നോവലിന്റെ അവസാനഭാഗത്തു പറയുന്നുണ്ട്. നോവൽ പ്രസിദ്ധീകരിച്ച സമയത്ത് ഇതൊരു വിവാദവിഷ യമായില്ല. എന്നാൽ എൻ പി മുഹമ്മദിന്റെ നോവലിനെ ആസ്പദമാക്കി പി ടി കുഞ്ഞുമുഹമ്മദ് നിർമ്മിച്ച *വീരപുത്രൻ* എന്ന ചലച്ചിത്രത്തിൽ ഇതുൾപ്പെടുത്തിയത് വലിയ വിവാദം സൃഷ്ടിക്കയുണ്ടായി. അന്ന് നടന്ന ചർച്ചകൾ സമാഹരിച്ച് അമ്മാർ കീഴുപറമ്പ് മുഹമ്മദ് അബ്ദുറഹ്മാൻ സാഹിബ് *ജീവിതവും സിനിമയും* എന്ന പേരിൽ (ലിപി പബ്ലിക്കേഷൻസ് കോഴിക്കോട് 2012) പ്രസിദ്ധീകരിച്ചിട്ടുണ്ട്. *വീരപുത്രൻ* എന്ന സിനിമയുടെ തിരക്കഥ പി ടി കുഞ്ഞുമുഹമ്മദ് പുറത്തിറക്കിയിട്ടുണ്ട് (മാതൃഭൂമി ബുക്സ് 2012).

ഷേർ എ മലബാർ എന്ന പേരിൽ അവതരിപ്പിച്ച ഡോക്യു ഡ്രാമ യുടെ ദൃശ്യരേഖയും അബ്ദുറഹ്മാൻ കവിതകളെക്കുറിച്ചുള്ള പഠന വുമാണ് ബക്കർ മേത്തലയുടെ അഗ്നിവീണയിൽ മീട്ടിയ അപൂർവ രാഗം (പ്രിന്റ് ഹൗസ് പബ്ലിക്കേഷൻസ്, മേത്തല 2011) എന്ന പുസ്തകത്തിന്റെ ഉള്ളടക്കം.

സംസ്ഥാന ബാലസാഹിത്യ ഇൻസ്റ്റിറ്റ്യൂട്ടിന്റെ, കേരളനവോത്ഥാന ശിൽപികൾ, എന്ന പരമ്പരയിലെ 2008 ലെ ആദ്യ പുസ്തകം എഴുത്തു കാരനും അദ്ധ്യാപകനും ചിത്രകാരനുമായ എൻ പിയുടെ മകൻ എൻ പി ഹാഫിസ് മുഹമ്മദിന്റെ *അബ്ദുറഹ്മാന്റെ* ജീവചരിത്രമായിരുന്നു. കേരള ഭാഷാ ഇൻസ്റ്റിറ്റ്യൂട്ടിന്റെ ലഘു ജീവചരിത്ര പരമ്പരയിൽ അനിത ശരത് *മുഹമ്മദ് അബ്ദുറഹ്മാൻ* എന്നൊരു പുസ്തകവും രചിച്ചിട്ടുണ്ട്. പുതിയ തലമുറയിൽപ്പെട്ട കുട്ടികൾക്ക് അബ്ദുറഹ്മാനെ പരിചയപ്പെടു ത്താൻ ഈ പുസ്തകങ്ങൾ സഹായിക്കും.

അബ്ദുറഹ്മാന്റെ സഹപ്രവർത്തകനായിരുന്ന സ്വാതന്ത്ര്യസമര പോരാളി ഇ മൊയ്തുമൗലവി *എന്റെകൂട്ടുകാരൻ* എന്നപേരിൽ ഒരു ചെറുഗ്രന്ഥവും (തൃശൂർ കറന്റ് ബുക്സ് വിതരണം നാഷണൽ ബുക്ക് സ്റ്റാൾ: 1964)) റഹ്മാനെക്കുറിച്ച് എഴുതിയിരുന്നു. മൊയ്തുമൗലവിയുടെ മകനും പ്രസിദ്ധ എഴുത്തുകാരനും മാർക്സിസ്റ്റ് ചിന്തകനുമായ എം

റഷീദും മുഹമ്മദ് അബ്ദുറഹ്മാൻ സാഹിബ് എന്നപേരിൽ *അബ്ദുറഹ്മാന്റെ ജീവചരിത്രം* (ഇസ്ലാമിക് പബ്ലിഷിങ് ഹൗസ് കോഴിക്കോട്: 2004) എഴു തിയിട്ടുണ്ട്. അബ്ദുറഹ്മാന്റെ രാഷ്ട്രീയപ്രവർത്തനങ്ങളും കമ്യൂണിസ്റ്റുകാരു മായും സുഭാഷ്ചന്ദ്രബോസുമായുണ്ടായിരുന്ന ബന്ധങ്ങളുമെല്ലാം റഷീദ് തന്റെ പുസ്തകത്തിൽ വിശദമായി പരിശോധിക്കുന്നുണ്ട്. സുഭാഷ്ചന്ദ്ര ബോസുമായും ഫോർവേഡ്ബ്ലോക്കുമായും അബ്ദുറഹ്മാൻ സാഹിബ്ബിനു ണ്ടായിരുന്ന ബന്ധം കണക്കിലെടുത്ത് അദ്ദേഹത്തെ 'കേരളസുഭാഷ്' എന്നും വിളിച്ചിരുന്നു. സാഹിബ് മരിച്ചയുടൻ പ്രസിദ്ധീകരിക്കപ്പെട്ട ഒരു ലഘുജീവചരിത്രത്തിന്റെ പേര് *കേരളസുഭാഷ്* എന്നായിരുന്നുവെന്ന് എം റഷീദ് സൂചിപ്പിക്കുന്നുണ്ട്.

കേരളസർക്കാർ ഇൻഫർമേഷൻ ആന്റ് പബ്ലിക് റിലേഷൻസ് വകു പ്പിനുവേണ്ടി അബ്ദുറഹ്മാന്റെ വളർത്തുപുത്രനായിരുന്ന കെ എ കൊടു ങ്ങല്ലൂർ, എസ് കെ പൊറ്റെക്കാട്, പി പി ഉമ്മർകോയ, എൻ പി മുഹമ്മദ് എന്നിവർ ചേർന്ന് ബൃഹത്തായ ഒരു ജീവചരിത്രവും *മുഹമ്മദ് അബ്ദു റഹ്മാൻ* (1978: പേജ് 695) രചിച്ചിട്ടുണ്ട്. പി ആർ ഡിയുടെ ജില്ലാ ഓഫീ സുകൾ വഴി ഒരു റഫറൻസ് ഗ്രന്ഥമായി പ്രയോജനപ്പെടുത്താവുന്ന ഈ പുസ്തകം വില്ക്കുന്നുമുണ്ട്.

ഇംഗ്ലീഷിലും മലയാളത്തിലുമായി അബ്ദുറഹ്മാന്റെ വിശദവും സമഗ്രവുമായ ജീവചരിത്രം നാഷണൽ ബുക്ക്ട്രസ്റ്റിന്റെ ദേശീയ ജീവചരിത്ര പരമ്പരയ്ക്കുവേണ്ടി എഴുതിയത് (മലയാളം 2005, ഇംഗ്ലീഷ് 2006) പ്രസിദ്ധ പത്രപ്രവർത്തകനും രാഷ്ട്രീയചിന്തകനുമായ എൻ പി ചെക്കുട്ടിയാണ്. ചെക്കുട്ടി തന്റെ പുസ്തകത്തിൽ (*മുഹമ്മദ് അബ്ദുറഹ് മാൻ*) ചേർത്തിട്ടുള്ള ഗ്രന്ഥസൂചി അബ്ദുറഹ്മാൻ സാഹിബ്ബിനെക്കുറിച്ചും അദ്ദേഹം ജീവിച്ചിരുന്ന കാലഘട്ടത്തെക്കുറിച്ചും കൂടുതൽ വായിച്ചറിയാൻ താല്പര്യമുള്ളവരെ സഹായിക്കും.

കേരളത്തിന്റെ വീരപുത്രൻ (വി എസ് കേരളീയൻ, കെ ആർ ബ്രദേഴ്സ്, കോഴിക്കോട്), ശ്രീജിത്ത് *മുഹമ്മദ് അബ്ദുറഹിമാൻ*, (ടി മുഹമ്മദ് യൂസഫ്, ആമിന ബുക്സ്റ്റാൾ, കോഴിക്കോട്) എന്നീ ചെറു ജീവചരിത്ര പുസ്തകങ്ങളും പ്രസിദ്ധീകരിക്കപ്പെട്ടിട്ടുണ്ട്.

മലയാളത്തിലെ പ്രമുഖരായ മിക്ക കവികളും അബ്ദുറഹ്മാൻ സാഹി ബ്ബിനെ പ്രകീർത്തിച്ച് കവിത രചിച്ചിട്ടുണ്ട്. പി കുഞ്ഞിരാമൻ നായർ, ഇട ശ്ശേരി ഗോവിന്ദൻ നായർ, വൈലോപ്പിള്ളി ശ്രീധരമേനോൻ, ജി കുമാര പിള്ള, പാലാ നാരായണൻ നായർ, പി ഭാസ്കരൻ, ഒ എൻ വി കുറുപ്പ് തുടങ്ങി പഴയ തലമുറയിൽപ്പെട്ടവരും കെ സച്ചിദാനന്ദൻ, പഴവിള രമേശൻ, പ്രഭാവർമ്മ, മുല്ലനേഴി തുടങ്ങി പുതുതലമുറയിൽപ്പെട്ടവരും തങ്ങളുടെ കവിതകളിലൂടെ അബ്ദുറഹ്മാന് ആദരാഞ്ജലികൾ അർപ്പി ച്ചിട്ടുണ്ട്. ഇവയെല്ലാം സമാഹരിച്ച് ഭംഗിയായി എഡിറ്റ്ചെയ്ത് കാതി യോളം അബുബേക്കർ *അബ്ദുറഹിമാൻ കവിതകൾ* (വാർത്താ പബ്ലി ക്കേഷൻസ്, കൊടുങ്ങല്ലൂർ: 2001) എന്ന പേരിൽ പ്രസിദ്ധീകരിച്ചിരിക്കുന്നു.

സുകുമാർ അഴീക്കോടിന്റെ ആമുഖലേഖനം പുസ്തകത്തെ കൂടുതൽ സമ്പുഷ്ടമാക്കിയിട്ടുണ്ട്. ഈ കവിതാ സമാഹാരത്തിൽ ചേർത്തിട്ടുള്ള മുല്ലനേഴിയുടെ 'പെരുമാൾ' എന്നകവിതയിലെ

  നെഞ്ചിലെച്ചുടുചോര
  നെറ്റിയിലാവാഹിച്ച
  വഞ്ചകർക്കെന്നും പേടി
  സ്വപ്നമായി വിരാജിച്ച,
  ഹിന്ദുവും മുസൽമാനു
  മൊന്നുപോൽപ്പുലരുന്നോ
  രിന്ത്യയ്ക്കായ് പടവെട്ടി
  വീണൊരുമഹാത്മാവേ

തുടങ്ങിയ വരികൾ നമ്മെ ഇന്നും ആവേശംകൊള്ളിക്കും. 1924 നബിദിനത്തിനു അൽ അമീൻ ആരംഭിച്ചപ്പോൾ മഹാകവി വള്ളത്തോൾ എഴുതിയ എട്ടുവരി കവിതയും പുസ്തകത്തിൽ ചേർത്തിരിക്കുന്നു.

കേരളരാഷ്ട്രീയത്തിൽ ഏറ്റവും അവഗണിക്കപ്പെട്ട അസുലഭപ്രതി ഭയും തത്ത്വാധിഷ്ഠിത രാഷ്ട്രീയത്തിന്റെ പ്രതീകവും മതേതരവാദിയു മായിരുന്ന അബ്ദുറഹ്മാനെയും അദ്ദേഹം ജീവിച്ചിരുന്ന കാലഘട്ടത്തെയും മനസ്സിലാക്കാൻ മേൽ സൂചിപ്പിച്ച പുസ്തകങ്ങൾ സഹായകരമാണ്.

സ്ത്രീപക്ഷപഠനങ്ങൾ
മുഖ്യധാരയിലേക്ക്

മുഖ്യധാരാ മാധ്യമങ്ങളിൽ വേണ്ടത്ര ചർച്ച ചെയ്യപ്പെടാതെ പോവു ന്നുണ്ടെങ്കിലും ശ്രദ്ധേയങ്ങളായ നിരവധി സ്ത്രീപക്ഷ പഠന ഗ്രന്ഥങ്ങൾ രാഷ്ട്രീയ സാമൂഹ്യ പ്രവർത്തകകളും സാമൂഹ്യശാസ്ത്രജ്ഞകളുമായവർ കഴിഞ്ഞ എതാനും വർഷങ്ങളായി പ്രസിദ്ധീകരിച്ചു വരുന്നുണ്ട്.

അദ്ധ്യാപികയും സാമൂഹ്യപ്രവർത്തകയുമായ ഗീതയുടെ വ്യത്യ സ്തമേഖലകളിൽ മൗലിക സംഭാവനകൾ നല്കിയ സ്ത്രീകളെ സംബ ന്ധിച്ച രണ്ട് ഗ്രന്ഥങ്ങൾ അടുത്തകാലത്ത് പ്രസിദ്ധീകരിച്ചിരുന്നു. കേരളത്തിന്റെ ചരിത്രവും സംസ്കാരവും രാഷ്ട്രീയവും രൂപപ്പെടു ത്തുന്നതിൽ സ്ത്രീകളുടെ മൗനവും സഹനവും ധീരതയും എങ്ങനെ പ്രവർത്തിച്ചുവെന്ന് അടയാളപ്പെടുത്തുന്ന ഗീതയുടെ പുസ്തകമാണ് *പെൺകാലങ്ങൾ* (കറന്റ് ബുക്സ്: 2010). പരമ്പരാഗത ചരിത്രരചനകളിൽ രേഖപ്പെടുത്താതെ പോവുകയോ തിരസ്കരിക്കപ്പെടുകയോ ചെയ്തി ട്ടുള്ള വ്യക്തികളെ സവിശേഷ കേരളചരിത്ര ഭൂമികയിൽ പ്രതിഷ്ഠിച്ച് പഠിക്കാനാണ് ഗീത ശ്രമിക്കുന്നത്. ഗാന്ധിസത്തിന്റെ വഴികളിലൂടെയും സാമുദായിക നവീകരണ ശ്രമങ്ങളിലൂടെയും കമ്യൂണിസ്റ്റ് പ്രസ്ഥാനത്തി ലൂടെയും സഞ്ചരിച്ച കെ ആർ ഗൗരിയമ്മ, കൗമുദിടീച്ചർ, നഫീസ ത്തുബീവി, യശോദടീച്ചർ, കൂത്താട്ടുകുളം മേരി, ശാരദാമ്മ തുടങ്ങി ഏറെ അറിയപ്പെടുന്നവർക്ക് പുറമേ തീരെ ശ്രദ്ധിക്കപ്പെടാതെ പോയിട്ടുള്ള നിരവധി സാമൂഹ്യ രാഷ്ട്രീയ പ്രവർത്തകകളെ അഭിമുഖങ്ങളിലൂടെയും ചരിത്രരേഖകളുടെ സഹായത്തോടെയും ഗീത പരിചയപ്പെടുത്തുന്നു.

കഥകളിയുടെ അരങ്ങിലും അണിയറയിലുമുള്ള കലാകാരികളെ ക്കുറിച്ചുള്ള റഫറൻസ് ഗ്രന്ഥമാണ് ഗീതയുടെ *കളിയമ്മമാർ* (റെയിൻ ബോ ബുക്സ്: 2011). തന്റെ *കളിയരങ്ങും സ്ത്രീകളും* (എൻ ബി എസ് 2000) *പെൺകാലങ്ങൾ* എന്നീ കൃതികളുടെ തുടർച്ചയായിട്ടാണ് ഗീത

കളിയമ്മമാർ എഴുതിയിട്ടുള്ളത്. കേരളത്തിന്റെ സമ്പൂർണ്ണകലയെന്ന് വിശേഷിപ്പിക്കപ്പെടുന്ന കഥകളിയുടെ അരങ്ങിലും അണിയറയിലും പ്രവർത്തിച്ചവരും പ്രവർത്തിക്കുന്നവരുമായ ചവറ പാറുക്കുട്ടി, സദനം ലക്ഷ്മിക്കുട്ടി, ദേശമംഗലം സാവിത്രി, ചൊവ്വൂർ കുമാരി, രാധികവർമ്മ, മേരിജോൺ, സുഷമ തുടങ്ങിയ നിരവധി കലാകാരികളുടെ അനുഭവ ങ്ങളും ആശങ്കകളും ആഗ്രഹങ്ങളുമാണ് ചരിത്രരേഖകൾ പരിശോധിച്ചും അഭിമുഖഭാഷണം നടത്തിയും ഗീത രേഖപ്പെടുത്തിയിട്ടുള്ളത്. കോട്ടയ് ക്കൽ ശിവരാമൻ, കലാനിലയം ഗോപാലകൃഷ്ണൻ, മാർഗി വിജയകുമാർ തുടങ്ങിയ സ്ത്രീകഥാപാത്രങ്ങളെ അവതരിപ്പിക്കുന്ന കഥകളി നടന്മാ രുടെ അനുഭവങ്ങളും കളിയമ്മയിൽ ഗീത രേഖപ്പെടുത്തുന്നു.

പ്രസിദ്ധ സാമൂഹ്യശാസ്ത്രജ്ഞ ജെ ദേവികയുടെ ഏറെ വ്യത്യ സ്തതയും മൗലികതയും പുലർത്തുന്ന *കുലസ്ത്രീയും ചന്തപ്പെണ്ണും* ഉണ്ടായതെങ്ങനെ എന്ന കൃതിയാണിവയിൽ പ്രമുഖസ്ഥാനം വഹിക്കു ന്നത്. കേരളസ്ത്രീകളുടെ സാമൂഹ്യപദവി ചരിത്രപരമായി വിലയിരുത്തി ആധുനികകാലത്തും കേരളസമൂഹത്തിൽ നിലനില്ക്കുന്ന നവപുരു ഷമേധാവിത്വ പ്രവണതകളെ അനാവരണം ചെയ്യാനാണ് ദേവിക ശ്രമി ക്കുന്നത്. കേരളത്തിൽ സ്ത്രീകളുടെ സാമൂഹ്യപദവി ഉയർത്തുന്ന തിനായി നവോത്ഥാനകാലഘട്ടത്തിൽ സാമൂഹ്യപരിഷ്കർത്താക്കൾ നട ത്തിയ പോരാട്ടങ്ങളെ ദേവിക അംഗീകരിക്കുന്നുണ്ട്. എന്നാൽ സ്ത്രീ കളെ ഉത്തമകുടുംബിനികളാക്കുന്ന നവവരേണ്യ ലിംഗമൂല്യങ്ങൾക്കാണ് പില്ക്കാലത്ത് പ്രാമുഖ്യം കിട്ടിയതെന്ന് ദേവിക വാദിക്കുന്നു. കേരള സ്ത്രീകൾ സൗമ്യാധികാരം മാത്രം പ്രയോഗിക്കുന്ന ഉത്തമകുടുംബി നികളായി തുടരുകയാണെന്നും ഇതുവരെ അവർക്ക് പൂർണ്ണ പൗരത്വം ലഭിച്ചിട്ടില്ലെന്നുമാണ് ദേവികയുടെ അഭിപ്രായം.

ഒട്ടനവധി സംവാദ സാദ്ധ്യതയുള്ള നിരീക്ഷണങ്ങളാണ് ചരിത്ര രേഖകളുടെ പിൻബലത്തോടെ ദേവിക മുന്നോട്ടുവയ്ക്കുന്നതെങ്കിലും നമ്മുടെ മുഖ്യധാരാ പ്രസിദ്ധീകരണങ്ങൾ പൊതുവേ ഈ പുസ്തകത്തെ അവഗണിക്കയാണുണ്ടായത്. എന്നാൽ ഫെയ്സ് ബുക്ക് തുടങ്ങിയ ഇന്റർ നെറ്റ് സാമൂഹ്യശൃംഖലകളിലും വെബ്ലോഗുകളിലും ഈ പുസ്ത കത്തെ അധികരിച്ചു ഗൗരവമായ ചർച്ച നടന്നിരുന്നു.

തിരുവനന്തപുരത്തെ സെന്റർ ഫോർ ഡവലപ്പ്മെന്റ് സ്റ്റഡീസ് പ്രസി ദ്ധീകരിച്ചിട്ടുള്ള (2010) ഈ ഗ്രന്ഥത്തിന്റെ ലേഔട്ടും ചിത്രീകരണവും അതീവ മികവോടെ നിർവ്വഹിച്ചിട്ടുള്ളത് പ്രിയരഞ്ജൻ ലാൽ ആണ്. ലാഭേച്ഛയില്ലാതെ ആർക്കും പുനഃപ്രസിദ്ധീകരിക്കാൻ അനുമതി നല്കുന്ന ക്രിയേറ്റീവ് കോമൺസ് പകർപ്പവകാശനിയമപ്രകാരം പ്രസിദ്ധീ കരിക്കുന്ന ഒരുപക്ഷേ, ആദ്യത്തെ മലയാളഗ്രന്ഥമെന്ന പ്രത്യേകതയും ഈ പുസ്തകത്തിനുണ്ട്.

അഭിനേത്രിയും നാടകരചയിതാവുമായ സജിതമഠത്തിലിന്റെ *മല യാളനാടക സ്ത്രീചരിത്രം* (മാതൃഭൂമി ബുക്സ്: 2010) 'അസാധാരണ

മായ ഒരുചരിത്രപുസ്തകം' എന്നവിശേഷണത്തിന് തികച്ചും അർഹമായ കൃതിയാണ്. ഒരു നൂറ്റാണ്ടിലേറെ പാരമ്പര്യമുള്ള മലയാളനാടക ചരിത്രത്തിലെ സ്ത്രീകളുടെ ഇടവും സംഭാവനകളും വിലയിരുത്താനാണ് ഈ പുസ്തകത്തിൽ സജിത ശ്രമിക്കുന്നത്. നാടകചരിത്രം പോലും വേണ്ടത്ര രേഖപ്പെടുത്താത്ത കേരളത്തിലെ മലയാളനാടകത്തിന്റെ സ്ത്രീപക്ഷവായന സജിത അവതരിപ്പിക്കുന്നതെന്നതുകൊണ്ട് ഈ പുസ്തകം സവിശേഷ പരിഗണന അർഹിക്കുന്നുണ്ട്.

പ്രസിദ്ധ സാമൂഹ്യ സാമ്പത്തിക ശാസ്ത്രജ്ഞയായ കെ ശാരദാ മണിയുടെ *ഇവർ വഴികാട്ടികൾ* എന്ന പുസ്തകത്തിൽ (സൈൻ ബുക്സ്: 2010) വിശ്വവനിതകൾ എന്ന വിശേഷണത്തിനർഹരായ വിവിധ മേഖലകളിൽ സംഭാവനകൾ നല്കിയ കേരളത്തിനകത്തും പുറത്തു മുള്ള പന്ത്രണ്ടുപേരുടെ ലഘുജീവചരിത്രമാണുള്ളത്. പി ടി ഉഷ, അന്നാ മാണി, ലക്ഷി എൻ മേനോൻ എന്നിവർക്കുപുറമേ ആലീസ് സ്റ്റ്യൂവേർട്ട്, ആംഗ്സാൻ സൂചി തുടങ്ങിയ വിദേശ വനിതകളേയും ശാരദാമണി പരിചയപ്പെടുത്തുന്നു.

മലയാളിയായ പത്രപ്രവർത്തക അമ്മുജോസഫിന്റെ ഇന്ത്യൻ പത്ര പ്രവർത്തകകളെപ്പറ്റിയുള്ള *വിമൻ ഇൻ ജേർണലിസം* (Women in Journalism: Making News Konark: 2000) എന്നഗ്രന്ഥം അഖിലേ ന്ത്യാതലത്തിൽ ശ്രദ്ധിക്കപ്പെട്ടിരുന്നു. എന്നാൽ കേരളീയ പത്രപ്രവർത്ത കകളെപ്പറ്റി അത്തരത്തിലൊരുഗ്രന്ഥം എഴുതപ്പെട്ടിരുന്നില്ല. ഈ കുറവ് പത്രപ്രവർത്തകകൂടിയായ എ കൃഷ്ണകുമാരി രചിച്ച *വനിതാപത്ര പ്രവർത്തനം: ചരിത്രവും വർത്തമാനവും* (കേരളസാഹിത്യ അക്കാദമി: 2010) എന്ന കൃതിയിലൂടെ പരിഹരിച്ചിരിക്കയാണ്. കേരളത്തിലെ ഇരുപത് ആദ്യകാല വനിതാ പത്രപ്രവർത്തകരുടെ സംഭാവനകളാണ് കൃഷ്ണ കുമാരി ഈ പുസ്തകത്തിൽ രേഖപ്പെടുത്തിയിട്ടുള്ളത്. കേരളത്തിലെ ആദ്യകാല വനിതാ പ്രസിദ്ധീകരണങ്ങളെക്കുറിച്ചും വനിതാ പ്രസിദ്ധീ കരണങ്ങളുടെ ഇന്നത്തെ അവസ്ഥയെക്കുറിച്ചും പുസ്തകത്തിൽ പരാമർശിക്കുന്നുണ്ട്.

ആഗോളതലത്തിൽ ഏറെ ചർച്ചചെയ്യപ്പെട്ടിട്ടുണ്ടെങ്കിലും ഇന്ത്യൻ കേരളസാഹചര്യത്തിൽ ഗൗരവമായ പഠനങ്ങൾക്ക് വിധേയമാക്കപ്പെട്ടി ല്ലാത്ത വീട്ടമ്മമാരുടെ സാമൂഹ്യാവസ്ഥ പരിശോധിക്കുന്ന കൃതിയാണ്. കെ ആനന്ദിയുടെ *വീട്ടമ്മ ഒരു സ്ത്രീവിചാരം* (ചിന്ത പബ്ലിഷേഴ്സ്: 2010). മാർക്സിസ്റ്റ് ഫെമിനിസത്തിന്റെ രീതിശാസ്ത്രം ഉപയോഗിച്ചാണ് ആനന്ദി കേരളീയ വീട്ടമ്മമാരുടെ സാമൂഹ്യസ്ഥിതി പഠനവിധേയമാക്കിയിട്ടു ള്ളതെന്ന പ്രത്യേകതയും ഈ പുസ്തകത്തിനുണ്ട്. പ്രസിദ്ധ സ്ത്രീപക്ഷ ചിന്തകയായ സൂസൻ ഡെയിലിന്റെ ലേഖനവും അനുബന്ധമായി പുസ് തകത്തിൽ ചേർത്തിരിക്കുന്നു. കേരളത്തിലെ സ്ത്രീപ്രസ്ഥാനങ്ങളുടെ വളർച്ചയുടെയും അവയ്ക്ക് നേതൃത്വം കൊടുത്ത ധീരവനിതകളുടെയും ജീവിതത്തെയും പോരാട്ടങ്ങളെയുംപറ്റിയുള്ള അവിസ്മരണീയമായ

ഏടുകൾ അവതരിപ്പിക്കുന്ന ജനകീയസമരങ്ങളിൽ *മലബാറിന്റെ പെൺ പാതകൾ* എന്നപുസ്തകവും നേരത്തെ ആനന്ദി രചിച്ചിരുന്നു. (കേരള ശാസ്ത്രസാഹിത്യപരിഷത്ത്: 2006).

ഉമാദേവി അന്തർജ്ജനം, കൂത്താട്ടുകുളം മേരി, മേദിനി, സരോജിനി ബാലാനന്ദൻ, ബിയാട്രീസ് തുടങ്ങി ഫ്യൂഡൽ മൂല്യങ്ങൾക്കെതിരെ പുരോ ഗമന പ്രസ്ഥാനങ്ങളിൽ പങ്കെടുത്ത് ചരിത്രത്തിൽ സ്ഥാനം പിടിച്ച വനിതാ പോരാളികളെക്കുറിച്ച് എം സി ജോസഫൈൻ രചിച്ച *പോരാ ട്ടങ്ങളിലെ പെൺപെരുമകൾ* (ചിന്ത പബ്ലിഷേഴ്സ്: 2007) ശ്രദ്ധേയമായ മറ്റൊരു കൃതിയാണ്. അന്നാമാണി, ഇ കെ ജാനകിയമ്മാൾ തുടങ്ങിയ തീരെ ശ്രദ്ധിക്കപ്പെടാതെ പോയ മലയാളി ശാസ്ത്രജ്ഞകളടക്കം ശാസ്ത്രരംഗത്ത് നിസ്തുല സംഭാവനകൾ നല്കിയ ശാസ്ത്രജ്ഞക ളുടെ ജീവിതകഥയാണ് കെ രമ രചിച്ച *ശാസ്ത്രവീഥിയിലെ പെൺകരു ത്തുകൾ* (കേരളശാസ്ത്രസാഹിത്യപരിഷത്ത്: 2011) എന്ന കൃതിയിലൂടെ പറയുന്നത്.

പുരുഷചരിത്ര നിർമ്മിതികളിൽനിന്നും വേർതിരിഞ്ഞ് എഴുത്തുകാ രികളുടെ നേതൃത്വത്തിൽ സ്ത്രീപക്ഷപഠനങ്ങൾ മലയാളത്തിൽ സവി ശേഷ വൈജ്ഞാനികശാഖയായി മാറുകയാണെന്നാണ് ഈടുറ്റ ഈ കൃതികൾ സൂചിപ്പിക്കുന്നത്.

താലിബാനിസത്തിനും മതഭീകരതയ്ക്കുമെതിരെ

ലോക സാഹിത്യകൃതികൾ ഏറെ ചർച്ച ചെയ്യപ്പെടുന്ന കേരള ത്തിൽ അറബിനാടുകളിലെ രാഷ്ട്രീയ സാമൂഹ്യ പ്രശ്നങ്ങൾ കേന്ദ്രമാക്കി രചിക്കപ്പെടുന്ന കൃതികൾ വേണ്ടത്ര ശ്രദ്ധിക്കപ്പെടാതെ പോവുന്നത് എന്തുകൊണ്ടെന്നു വ്യക്തമല്ല. മതമൗലികവാദത്തിനും സമഗ്രാധിപത്യ ത്തിനും പുരുഷമേധാവിത്വത്തിനുമെതിരെ നിരവധി കൃതികൾ മുസ്ലിം രാഷ്ട്രങ്ങളിൽ പ്രസിദ്ധീകരിച്ചുവരുന്നുണ്ട്. അറബിരാജ്യങ്ങളിൽ അലയടിച്ചുയരുന്ന ജനാധിപത്യ പ്രസ്ഥാനങ്ങളുടെ പ്രവർത്തനങ്ങൾക്ക് പശ്ചാത്തലമൊരുക്കാൻ മുസ്ലിം എഴുത്തുകാരുടെ കൃതികൾ വഹിക്കുന്ന പങ്ക് വേണ്ടത്ര വിലയിരുത്തപ്പെട്ടിട്ടില്ല. ഇവരിൽ ഭൂരിഭാഗവും എഴുത്തു കാരികളാണെന്ന സവിശേഷതയും ശ്രദ്ധിക്കപ്പെട്ടിട്ടില്ല.

അഫ്ഗാനിസ്ഥാനിലെ താലിബാൻ ഭരണകാലത്തെ മതഭീകരതയും സ്ത്രീപീഡനവും വിഷയമാക്കി നിരവധി കൃതികൾ പ്രസിദ്ധീകരിക്ക പ്പെട്ടിട്ടുണ്ട്. ഡോക്ടറും മനുഷ്യാവകാശ പ്രവർത്തകനുമായ ഖാലിദ് ഹുസൈനിയുടെ (Khaled Husseini) *ദി കൈറ്റ് റണ്ണർ*, (*The Kite Runner*: Bloomsbury: London: 2003) *എ തൗസൻഡ് സ്പ്ലെൻഡിഡ് സൺസ്* (*A Thousand Splendid Suns*: Bloomsbury: 2007) എന്നീ നോവ ലുകളാണ് ഇവയിൽ പ്രധാനം. രാജാധിപത്യ കാലം മുതൽ താലിബാൻ ഭരണകാലം വരെയുള്ള മൂന്നു തലമുറകളുടെ കഥയാണ് രണ്ടു നോവ ലുകളിലും ഹുസൈനി പറയുന്നത്. മനുഷ്യത്വരഹിതവും അധാർമ്മി കവുമായ താലിബാൻ ഭരണകൂടത്തിന്റെ ചെയ്തികൾ *കൈറ്റ് റണ്ണറിൽ* സൊഹ്റാബ് എന്ന കഥാപാത്രത്തിന്റെ അനുഭവത്തിലൂടെ ഹുസൈനി വിഷയമാക്കുന്നു. താലിബാൻ ഭരണകാലത്ത് സ്ത്രീകൾക്കെതിരായ അതിക്രൂരമായ പീഡനങ്ങളുടെ കഥയാണ് *തൗസൻഡ് സ്പ്ലെൻഡിഡ്*

സൺസ് എന്ന നോവലിൽ ലൈല, മറിയം എന്നീ അവിസ്മരണീയ കഥാ പാത്രങ്ങളുടെ സൃഷ്ടിയിലൂടെ ഹുസൈനി നടത്തിയിട്ടുള്ളത്. രണ്ട് നോവലുകളും കൂടി നാലുകോടിയോളം കോപ്പികളാണ് വിറ്റഴിക്കപ്പെട്ടി ട്ടുള്ളത്. *പട്ടം പറത്തുന്നവർ, തിളക്കമാർന്ന ഒരായിരം സൂര്യന്മാർ* (തർ ജ്ജമ: രമാ മേനോൻ) എന്ന പേരിൽ രണ്ടു കൃതികളും ഡി സി ബുക്സ് മലയാളത്തിൽ പ്രസിദ്ധീകരിച്ചിട്ടുണ്ട്. മാർക്ക് ഫ്രോസ്റ്റർ സംവിധാനം നിർ വ്വഹിച്ച് *ദി കൈറ്റ് റണ്ണർ* ചലച്ചിത്രമാക്കുകയും നിരവധി അവാർഡുകൾ കരസ്ഥമാക്കുകയും ചെയ്തു. ഫിലിംഅക്കാദമിയുടെ അന്താരാഷ്ട്ര ഫിലിം ഫെസ്റ്റിവലിൽ ഈ ചിത്രം കേരളത്തിലും പ്രദർശിപ്പിച്ചിരുന്നു.

താലിബാൻ ഭരണകാലത്ത് അതിജീവനത്തിനായി പൊരുതുന്ന സ്ത്രീകളുടെ കഥയാണ് ഡോക്കൽ ഫിക്ഷൻ രീതിയിൽ ഗയിൽ സെമാക്ക് ലെമ്മൻ (Gayle Tzsemach Lemmon) രചിച്ച *ദി ഡ്രസ്മേക്കർ ഓഫ് ഖയിർ ഖാന* (*The Dressmaker of Khair Khana*: Harper Collins: US: 2011). കാമില സിദ്ധിക്കി എന്ന ധീരയായ വനിതയുടെ നേതൃത്വ ത്തിൽ അഞ്ചു സ്ത്രീകളടങ്ങിയ കുടുംബം താലിബാൻ പട്ടാളത്തിന്റെ കണ്ണിനുകീഴിൽ വസ്ത്രനിർമ്മാണത്തിനായുള്ള സ്ത്രീകളുടെ കൂട്ടായ്മ രൂപീകരിച്ച് സാമ്പത്തിക സ്വാതന്ത്ര്യം കൈവരിക്കുന്നതാണ് ലെമ്മൻ ചിത്രീകരിച്ചിട്ടുള്ളത്.

പാകിസ്ഥാനിൽ വളർന്നുവരുന്ന മതാധിഷ്ഠിത അക്രമോത്സു കതക്കെതിരായ നോവലാണ് സമീപകാലത്ത് ഏറെ ചർച്ച ചെയ്യപ്പെട്ട അക്ബർ അഖാ (Akbar Agha) യുടെ *ദി ഫത്വാ ഗേൾ* (*The Fatwa Girl*: Hachette India: 2011) നിഷ്കളങ്കിതരെ കൂട്ടക്കൊലയ്ക്കിരയാക്കുന്ന ആത്മഹത്യ മനുഷ്യബോംബുകൾക്കെതിരെ സ്വജീവൻ ബലികഴിച്ച് പൊരുതുന്ന ആമിനയെന്ന യുവതിയാണ് *ഫത്വാഗേളിലെ* കേന്ദ്ര കഥാ പാത്രം.

ടുണീഷ്യ, ഈജിപ്ത്, അൾജീരിയ, യെമൻ, തുടങ്ങിയ ആഫ്രിക്കൻ, പശ്ചിമേഷ്യൻ രാജ്യങ്ങളിൽ അലയടിച്ചുയർന്നുവന്നുകൊണ്ടിരിക്കുന്ന ജനാധിപത്യ പ്രസ്ഥാനങ്ങൾക്ക് പ്രചോദനവും സൈദ്ധാന്തിക അടിത്ത റയും നല്കുന്നതിൽ മുസ്ലിം എഴുത്തുകാരികൾ വഹിച്ചുവരുന്ന പങ്ക് മറ്റെല്ലാ മേഖലകളിലുമുള്ള വനിതാ സംഭാവനകളെയുംപോലെ അവ ഗണിക്കപ്പെട്ടു വരുന്നതിൽ അത്ഭുതപ്പെടേണ്ടതില്ല. മതനിരപേക്ഷരായ പുരുഷന്മാരേക്കാൾ പതിന്മടങ്ങ് എതിർപ്പും സാമൂഹ്യ ബഹിഷ്കരണവും മതമൗലികവാദികളിൽനിന്നും ഭരണകൂടങ്ങളിൽ നിന്നും നേരിട്ടു കൊണ്ടാണ് ഇവർ തങ്ങളുടെ രചനാ ദൗത്യം നിർവ്വഹിച്ചുവരുന്നത്.

1979 ലെ ഇറാനിയൻ വിപ്ലവത്തെ തുടർന്ന് അധികാരത്തിലെത്തിയ അയത്തൊള്ള ഖൊമേനിയുടെ ഭരണകാലത്ത് സ്ത്രീകൾ അനുഭവിക്കേ ണ്ടിവന്ന വിവേചനങ്ങൾക്കെതിരെയുള്ള അതിശക്തമായ പ്രതികര ണമായിട്ട് വിലയിരുത്തപ്പെട്ട കൃതിയാണ് അസർ നഫീസിയുടെ (Azar Nafisi) *റീഡിങ് ലോലിത ഇൻ ടെഹറാൻ* (*Reading Lolita in Tehran*:

A Memoir in Books: Harper Perennial: London: 2003). ടെഹറാൻ യൂണിവേഴ്സിറ്റിയിൽ ഇംഗ്ലീഷ് ഭാഷാ അദ്ധ്യാപികയായിരുന്ന നഫീസിക്ക് യൂണിവേഴ്സിറ്റി അധികൃതരുടെ അദ്ധ്യാപനത്തിലും പഠനത്തിലുമുള്ള നിയന്ത്രണത്തിൽ പ്രതിഷേധിച്ച് ജോലി രാജിവെക്കേണ്ടിവന്നു. എല്ലാ വ്യാഴാഴ്ചയും താൻ പഠിപ്പിച്ചിരുന്ന ഏഴു വിദ്യാർത്ഥിനികളുമായി ചേർന്ന് തന്റെ വീട്ടിൽ വച്ച് ക്ലാസിക് സാഹിത്യ കൃതികൾ ചർച്ച ചെയ്യുന്നതാണ് പുസ്തകത്തിന്റെ പശ്ചാത്തലം. വ്ളാദിമർ നൊബൊക്കോവിന്റെ *ലോലിത*, ജെയിൻ ഓസ്റ്റന്റെ *പ്രൈഡ് ആന്റ് പ്രിജുഡിസ്*, ഗുസ്താവെ ഫ്ലോബർ ട്ടിന്റെ *മാഡം ബോവറി* തുടങ്ങിയ വിഖ്യാത സാഹിത്യ കൃതികൾ ചർച്ചചെയ്യുന്നതിലൂടെ തങ്ങളുടെ മോഹങ്ങളും, മോഹഭംഗങ്ങളും, പ്രതീക്ഷകളുമെല്ലാമാണ് അവർ പങ്കിട്ടത്. ഇറാനിലെ അക്കാലത്തെ സ്ത്രീകളുടെ അവസ്ഥയാണ് പുസ്തകത്തിന്റെ വിഷയമെങ്കിലും സാഹിത്യ കൃതികൾ എങ്ങനെയാണ് വായിച്ചാസ്വദിക്കേണ്ടതെന്ന് മനസ്സിലാക്കാനും സാഹിത്യ വിദ്യാർത്ഥികളെ ഈ കൃതി സഹായിക്കും. ഇറാനിൽനിന്നും അമേരിക്കയിലേക്ക് താമസം മാറ്റിയ നഫീസി തിരികെ എത്തി രചിച്ച ആത്മകഥാപരമായ *തിങ്സ് ഐ ഹാവ് ബീൻ സൈലന്റ് എബൗട്ട്* (*Things I have been silent about: Memoirs of a Prodigal Daughter*: Windmills Books: London: 2010) എന്ന കൃതിയിൽ വീട്ടിനുള്ളിലും പൊതുസമൂഹത്തിലും ഇറാനിയൻ സ്ത്രീകൾ എല്ലാ കാലത്തും അനുഭവിക്കേണ്ടിവന്നിരുന്ന പീഡനങ്ങളുടെയും അപമാന ങ്ങളുടെയും അടിച്ചമർത്തലുകളുടെയും കഥകളാണ് വായിക്കാൻ കഴിയുക. അയത്തുള്ള ഖൊമേനി ഭരണകാലത്തെ ധാർമ്മിക പൊലീസിന്റെ സാഹിത്യ സെൻസർഷിപ്പിനെ പരിഹസിച്ച് രചിച്ചിട്ടുള്ള പ്രേമകഥയാണ് ഷാഹിരിർ മൻഡനിപൂരിന്റെ (Shahrir Mandanaipour) സെൻസറിങ് ആൻ ഇറാനിയൻ ലവേ സ്റ്റോറി (Censoring and Iranian Love Story: Abacus: UK: 2009).

മുംബൈയിൽ ജനിച്ച് മാതാപിതാക്കളോടൊപ്പം അമേരിക്കയിൽ ജീവിക്കുന്ന പത്രപ്രവർത്തകയായ അസ്ര നൊമാനിയുടെ (Asra Q Nomani) *സ്റ്റാന്റിങ് എലോൺ ഇൻ മെക്ക* (Standing Alone in Mecca: *A Pilgrimage into the Heart of Islam*: Harper Collins: New Delhi: 2007) ആധുനിക മുസ്ലിം സ്ത്രീകളുടെ വർദ്ധിച്ചുവരുന്ന സ്വാതന്ത്ര്യ ബോധത്തെയാണ് പ്രതിനിധാനം ചെയ്യുന്നത്. ഗർഭിണിയായിരുന്നപ്പോൾ കാമുകനാൽ തിരസ്ക്കരിക്കരിക്കപ്പെട്ട അസ്ര പ്രസവശേഷം മകനുമായി മെക്കയിലേക്ക് ഹജ്ജ് കർമ്മത്തിനു പോവുമ്പോഴുള്ള അനുഭവങ്ങളാണ് പുസ്തകത്തിലെ വിഷയം. ഇസ്ലാം മതത്തിലെ അവഗണിക്കപ്പെട്ട ഉജ്ജ്വല വ്യക്തിത്വത്തിന്റെ ഉടമയായ, അബ്രാഹിമിനാൽ തിരസ്കൃതയായി മകൻ ഇസ്മായിലിനോടൊപ്പം മണലാരണ്യത്തിൽ കഴിയേണ്ടിവന്ന ഹാജറയോ ടാണ് അസ്ര സ്വയം താരതമ്യം ചെയ്യുന്നത്. ഇസ്ലാംമതത്തിൽ ഒരുകാലത്ത് സ്ത്രീകൾ അനുഭവിച്ചിരുന്ന സ്വാതന്ത്ര്യം ആധുനിക

കാലത്ത് എങ്ങനെ നഷ്ടപ്പെട്ടുപോയി എന്നതിനെക്കുറിച്ചുള്ള സ്ത്രീപക്ഷ അന്വേഷണമാണീ കൃതി.

ബ്രിട്ടനിൽ ഡോക്ടറായി സേവനം അനുഷ്ഠിച്ചിരുന്ന സൗദിഅറേ ബ്യൻ സ്വദേശി ക്വാന്റാ അഹമ്മദിന്റെ (Qanta A Ahamed) വിസ നിഷേ ധിക്കപ്പെട്ടതിനെത്തുടർന്ന് ജന്മനാട്ടിൽ തിരികെ എത്തിയപ്പോഴുണ്ടായ അനുഭവങ്ങളാണ് *ഇൻ ദി ലാന്റ് ഓഫ് ഇൻവിസിബിൾ വിമെൻ* (*In the Land of the Invisible Women*: A Female Doctor's Journey in the Saudi Kingdom: Source Books: Illinois: 2008) എന്ന സമീപകാലത്ത് ഏറെ ചർച്ച ചെയ്യപ്പെട്ട പുസ്തകത്തിന്റെ വിഷയം. വിദ്യാസമ്പന്നയും സാമൂഹ്യപ്രതിബദ്ധതയും സേവന മനോഭാവമുള്ള ക്വാന്റയ്ക്ക് സ്വന്തം നാട്ടിൽനിന്നും തിരസ്കാരവും, പരിഹാസവും നിന്ദയുമാണ് നേരിടേണ്ടി വന്നത്. സാമ്പത്തിക സമൃദ്ധിക്കിടയിലുമുള്ള സൗദി സ്ത്രീകളുടെ അതിശോചനീയമായ ജീവിതാവസ്ഥ ക്വാന്റാ ഈ പുസ്തകത്തിൽ അനാ വാരണം ചെയ്യുന്നു.

അഫ്ഗാനിസ്ഥാനിലെ താലിബാൻ ഭരണകാലത്ത് ഭരണാധികാ രികളുടെ കണ്ണുവെട്ടിച്ച് രഹസ്യമായി പെൺകുട്ടികൾക്കായി വിദ്യാലയം നടത്തുകയും സ്ത്രീ സ്വാതന്ത്ര്യത്തിനായി വധഭീഷണിയെ നേരിട്ട് പോരാടുകയും ചെയ്ത മല്ലായി ജോയയുടെ (Malalai Joya) അനുഭ വങ്ങളാണ് റെയിസിങ് മൈ വോയ്സ് (Raising My Voice: Rider: London: 2009)എന്ന ഗ്രന്ഥത്തിലുള്ളത്. 2005 ൽ തന്റെ ഇരുപത്തിയേഴാം വയസ്സിൽ അഫ്ഗാനിസ്ഥാൻ പാർലമെന്റിലേക്ക് തെരഞ്ഞെടുക്കപ്പെട്ട മല്ലായി നിരവധി വധശ്രമങ്ങളെ അതിജീവിച്ച് സ്ത്രീസമത്വത്തിനാ യുള്ള പോരാട്ടം തുടരുകയാണ്.

ഏറെ ചർച്ച ചെയ്യപ്പെട്ടുവരുന്ന നോവലാണ് ബംഗ്ലാദേശിലെ യുവ സാഹിത്യകാരി തഹ് മിമ അനാമിന്റെ (Tahmima Anam) *ഗുഡ് മുസ്ലിം* (*Good Muslim*: Harper: New York: 2011)ബംഗ്ലാദേശിലെ സമീപ കാലത്ത് വളർന്നുവരുന്ന മതമൗലികവാദ, സ്ത്രീവിമോചന പുരോഗമന ചിന്താഗതികളെ പ്രതിനിധീകരിക്കുന്ന സൊഹാലി, മായ എന്ന സഹോ ദരന്റെയും സഹോദരിയുടെയും കഥയാണീ നോവലിലെ വിഷയം. ഇവിടെ സൂചിപ്പിച്ച എഴുത്തുകാരികൾക്ക് പുറമെ നിരവധി വനിതകൾ പൗരോഹിത്യത്തെയും സമഗ്രാധിപത്യത്തെയും വെല്ലുവിളിച്ചുകൊണ്ട് സ്ത്രീസമത്വത്തിനും ജനാധിപത്യ പൗരാവകാശങ്ങൾക്കുംവേണ്ടി എഴു ത്തിലൂടെയും ജനാധിപത്യപ്രസ്ഥാനങ്ങളിൽ പങ്കെടുത്തുകൊണ്ടും പോരാട്ടം തുടരുകയാണ്.

വിജ്ഞാനദാഹികൾക്ക്
ശാസ്ത്രസാഹിത്യ വിരുന്ന്

സാഹിത്യത്തോടൊപ്പം മറ്റെല്ലാ വിജ്ഞാന ശാഖകളിലുമുള്ള ഗ്രന്ഥങ്ങൾ വായിച്ചാസ്വദിക്കുന്നവരാണ് മലയാളികൾ. ശാസ്ത്ര സാഹിത്യ ഗ്രന്ഥങ്ങളിൽ താല്പര്യമുള്ള വലിയൊരു വായനാ സമൂഹം കേരളത്തിലുണ്ട്. കേരള ശാസ്ത്ര സാഹിത്യ പരിഷത്തിനു പുറമെ മറ്റെല്ലാ പ്രമുഖ പ്രസാധകരും കുട്ടികൾക്കും മുതിർന്നവർക്കുംവേണ്ടി നിരവധി ശാസ്ത്ര പുസ്തകങ്ങൾ പ്രസിദ്ധീകരിച്ചുവരുന്നു. എന്നാൽ മറ്റ് ലോകഭാഷകളിൽനിന്നുള്ള ശാസ്ത്രസാഹിത്യ ഗ്രന്ഥങ്ങൾ വിശ്വ സാഹിത്യ കൃതികളെപ്പോലെ മലയാളത്തിലേക്ക് പരിഭാഷപ്പെടുത്താറില്ല. സ്വാഭാവികമായും ഇംഗ്ലീഷ് ഭാഷയിലുള്ള ശാസ്ത്രസാഹിത്യ കൃതി കൾക്ക് കേരളത്തിൽ വലിയ പ്രചാരം ലഭിക്കുന്നുണ്ട്. സമീപകാലത്ത് പ്രസിദ്ധീകരിക്കപ്പെട്ട ശ്രദ്ധേയങ്ങളായ ചില ശാസ്ത്രസാഹിത്യ ഗ്രന്ഥങ്ങളാണ് ഇവിടെ പരിചയപ്പെടുത്തുന്ന്ത്.

പ്രസിദ്ധ ജനിതക ശാസ്ത്രജ്ഞനും ശാസ്ത്ര പ്രചാരകനുമായ റിച്ചാർഡ് ഡാക്കിൻസ് എഡിറ്റ് ചെയ്ത് ഓക്സ്ഫോർഡ് യൂണിവേഴ് സിറ്റി പ്രസ് പ്രസിദ്ധീകരിച്ചിട്ടുള്ള *ദി ഓക്സ്ഫോർഡ് ബുക്ക് ഓഫ് മോഡേൺ സയൻസ്* (*Richard Dawkins: The Oxford Book of Modern Science Writing*: Oxford University Press: New York: 2009: പേജ് 419 വില രൂപ 295). ശാസ്ത്രകുതുകികൾക്കും വിജ്ഞാനദാഹികൾക്കും ശാസ്ത്രസാഹിത്യ വിരുന്നായനുഭവപ്പെടുമെന്ന് അതിശയോക്തികൂടാതെ പറയാൻ കഴിയും. പ്രശസ്ത ശാസ്ത്രജ്ഞരുടെ ലേഖനങ്ങളിൽനിന്നും ഗ്രന്ഥങ്ങളിൽനിന്നും തെരഞ്ഞെടുത്ത ഭാഗങ്ങളും ലേഖകരെക്കുറിച്ചുള്ള ഡാക്കിൻസിന്റെ പഠനക്കുറിപ്പുകളും ചേർത്താണ് നാന്നൂറിലേറെ പേജു

വരുന്ന ഈ ഗ്രന്ഥം തയ്യാറാക്കിയിട്ടുള്ളത്. കഴിഞ്ഞ നൂറുവർഷക്കാ
ലത്തെ ശാസ്ത്ര സാഹിത്യ കൃതികളിൽനിന്നുള്ള ഭാഗങ്ങളാണ് പുസ്
തകത്തിൽ ചേർത്തിട്ടുള്ളത്.

ശാസ്ത്രജ്ഞർ പഠിക്കുന്നതെന്ത്, അവർ ആരാണ്, അവർ ചിന്തി
ക്കുന്നതെന്ത്, അവരെ ആനന്ദിപ്പിക്കുന്നതെന്ത് (What Scientists Study,
Who Scientists Are, What Scientists Think, What Scientists Delight
in) എന്നിങ്ങനെ നാലു ഭാഗങ്ങളായി തിരിച്ച് 83 ലേഖനങ്ങളാണ് അപൂർ
വ്വതകളേറെയുള്ള ഈ കൃതിയിൽ ചേർത്തിട്ടുള്ളത്. ജെയിംസ് ജീൻസ്,
എഡിംഗ്ടൺ, സി പി സ്നോ, റോബർട്ട് ഓപ്പൻ ഹീമർ, ജെയിംസ്
വാട്ട്സൺ, ഫ്രാൻസിസി ക്രിക്ക്, ജൂലിയൻ ഹക്സിലി, കാൾ സാഗൻ,
ആൽബർട്ട് ഐൻസ്റ്റൈൻ, എർവിൻ ഷോർഡിങ്ങർ, സ്റ്റീഫൻ
ഹോക്കിങ്, റോജർ പെൻ റോസ് തുടങ്ങി നമുക്കേറെ പരിചിതരായ
ശാസ്ത്രകാരന്മാരുടെ എപ്പോഴും പ്രസക്തങ്ങളായ ലേഖന ഭാഗങ്ങളും
നിരീക്ഷണങ്ങളും ഒരിക്കൽക്കൂടി വായിച്ചാസ്വദിക്കാനും ശാസ്ത്രജ്ഞ
രുടെ ലോകവീക്ഷണങ്ങളിലുള്ള വൈവിധ്യവും ബഹുസ്വരതയും മന
സ്സിലാക്കാനും പുസ്തകപ്രേമികളെ സഹായിക്കുന്ന ഇത്തരത്തിലൊരു
കൃതി മറ്റാരും തയ്യാറാക്കിയിട്ടുണ്ടെന്നു തോന്നുന്നില്ല. ഉദാഹരണത്തിന്
മതവിശ്വാസത്തെയും ദൈവാസ്തിത്വത്തെയും സംബന്ധിച്ച് ഫ്രാൻസിസ്
കോളിൻസും ഡാക്കിൻസും തുടക്കം കുറിച്ചിട്ടുള്ള സംവാദത്തിന്റെ
പശ്ചാത്തലത്തിൽ 1930 ൽ ന്യൂയോർക്ക് ടൈംസ് മാഗസിനിൽ പ്രസിദ്ധീ
കരിച്ച ഐൻസ്റ്റൈനിന്റെ, 'മതവും ശാസ്ത്രവും', (Religion and Sci-
ence) എന്ന ലേഖനത്തിലെ പ്രസക്തഭാഗം പുനരുദ്ധരിച്ചിട്ടുള്ളത് ഈ
വിഷയത്തിൽ ആശയവ്യക്തത നേടാൻ നമ്മെ തീർച്ചയായും സഹാ
യിക്കും. അതുപോലെ ശാസ്ത്ര സാങ്കേതിക വിപ്ലവത്തിനു നേതൃത്വം
കൊടുത്ത ജെയിംസ് വാട്ട്സൺ, ഫ്രാൻസിസ് ക്രിക്ക് തുടങ്ങിയവരെ
ഏറെ സ്വാധീനിക്കയും പില്ക്കാല ഗവേഷണങ്ങൾക്ക് പ്രചോദനമാവു
കയും ചെയ്ത എർവിൻ ഷ്രോഡിങ്ങറുടെ എന്താണ് ജീവൻ (What is
Life) എന്ന ചെറുതെങ്കിലും ചരിത്രം സൃഷ്ടിച്ച കൃതിയിൽനിന്നുള്ള
ഭാഗങ്ങളും ഇവിടെ വായിച്ചാസ്വദിക്കാൻ ഒരുക്കൽക്കൂടി അവസരം
ലഭിക്കുന്നു.

ശാസ്ത്രീയ ലോകവീക്ഷണം കരുപിടിപ്പിക്കാൻ വലിയ പങ്കുവഹിച്ച
കാൾ സാഗന്റെ *ദി ഡെമൺ ഹണ്ടട് വേൾഡ്* (The Demon Hunted
World. RHUS. 1997), പ്രപഞ്ച വിജ്ഞാനത്തെ സംബന്ധിച്ച ക്ലാസിക്
കൃതികളായ ആർതർ എഡിങ്ടന്റെ *ദി എക്സാപാൻഡിങ് യൂണിവേഴ്സ്*
(The Expanding Universe: 1920), സ്റ്റീഫൻ ഹോക്കിങ്ങിന്റെ *എ ബ്രീഫ്
ഹിസ്റ്ററി ഓഫ് ടൈം* (A Brief History of Time: Bantan. 1995),
ജനിതകത്തെക്കുറിച്ചുള്ള അടിസ്ഥാന വിവരങ്ങളടങ്ങിയ മാറ്റ് റിഡ്ലി

യുടെ *ജീനോം* (Genome: The Autobiography of a Species; Harper Collins. 2015) തുടങ്ങി അമൂല്യങ്ങളായ നിരവധി ശാസ്ത്ര ഗ്രന്ഥങ്ങളിൽ നിന്നും എടുത്തു ചേർത്തിട്ടുള്ള ഭാഗങ്ങൾ ശാസ്ത്രചിന്തയിൽ ആകൃഷ്ടരായവരെ ആകർഷിക്കയും പ്രചോദിപ്പിക്കയും ചെയ്യും. നമുക്ക് ചിരപരിചയമുള്ള ശാസ്ത്രജ്ഞർക്ക് പുറമെ പലരെയും സംബന്ധി ച്ചിടത്തോളം ഇതിനകം അടുത്തറിയാനും വായിച്ചാസ്വദിക്കാനും കഴിയാതെ പോയിട്ടുള്ള ഇയാൻ സ്റ്റുവർട്ട്, പോൾ ഡേവീസ്, ബ്രിയാൻ ഗ്രീൻ ലൂയിസ് വാൽ പോർട്ട്, ഡേവിഡ് ലാക് തുടങ്ങിയ ശാസ്ത്രജ്ഞ രെയും പരിചയപ്പെടാനുള്ള അവസരവും വായനക്കാർക്ക് ഡോക്കിൻസ് നല്കുന്നുണ്ട്. ഗ്രന്ഥത്തിലെ ഏറ്റവും മനോഹരവും കവിത തുളുമ്പുന്ന ഭാഷയിൽ എഴുതിയിട്ടുള്ളതുമായ ലേഖനം നോബൽ സമ്മാന ജേതാവായ ഇന്ത്യൻ ശാസ്ത്രജ്ഞൻ എസ് ചന്ദ്രശേഖറിന്റെ *സത്യവും സൗന്ദര്യവും* (*The Truth and Beauty*) എന്ന പുസ്തകത്തിൽ നിന്നു ള്ളതാണ്.

അലസമായ വായനയ്ക്കായോ വെറും കൗതുകത്തിനായി മറിച്ചു നോക്കി മാറ്റിവയ്ക്കേണ്ട കൃതിയോ അല്ലിത്. ശാസ്ത്രകുതുകികളും ശാസ്ത്രപ്രചാരകരും സ്വന്തമായിട്ടോ നിരന്തരം സന്ദർശിക്കുന്ന ലൈബ റികളിലോ വാങ്ങി സൂക്ഷിച്ച് ആവർത്തിച്ചു വായിക്കേണ്ട വിലപ്പെട്ട കൃതിയാണിത്. ഉള്ളടക്കത്തിന്റെ മൂല്യവും പുസ്തക വലിപ്പവും കണ ക്കിലെടുക്കുമ്പോൾ താരതമ്യേന കുറഞ്ഞ വിലയ്ക്ക് പുസ്തകത്തിന്റെ പേപ്പർ ബാക്ക് എഡിഷൻ വാങ്ങാനാവും.

പ്രശസ്ത ഭൗതിക ശാസ്ത്രജ്ഞനും ശാസ്ത്രസാഹിത്യകാരനും ന്യൂയോർക്ക് സിറ്റി യൂണിവേഴ്സിറ്റിയിലെ തിയറ്റിക്കൽ ഫിസിക്സ് പ്രൊഫസറുമായ മിഷിയോ കാകുവിന്റെ *ഫിസിക്സ് ഓഫ് ദി ഫ്യൂച്ചർ* (Michio Kaku: *Physics of the Future*: Allen Lane: Penguin Books: 2011:) 2100 ഓടെ ശാസ്ത്രസാങ്കേതിക രംഗത്തുണ്ടാവാനിടയുള്ള വമ്പിച്ച മാറ്റങ്ങളെ സമഗ്രമായി വിലയിരുത്തുന്ന കൃതിയാണ്. ഭൗതിക ശാസ്ത്രത്തിന്റെ ഭാവി എന്നാണ് പുസ്തകത്തിന്റെ പേരെങ്കിലും കമ്പ്യൂട്ടർ സാങ്കേതിക വിദ്യ, കൃത്രിമ ബുദ്ധി, വൈദ്യശാസ്ത്രം, നാനോടെക്നോളജി, ഊർജ്ജ ഉല്പാദനം, വ്യോമയാനയാത്ര തുടങ്ങി ശാസ്ത്രത്തിന്റെ സമസ്ത മേഖലകളിലും സംഭവിക്കാനിടയുള്ള അവിശ്വസനീയമായ മാറ്റങ്ങൾ മിഷിയോ കാകു പുസ്തകത്തിൽ പ്രവചി ക്കുന്നുണ്ട്. കാകുവിന്റെ പല നിരീക്ഷണങ്ങളും ശാസ്ത്രനോവലുക ളിലേതുപോലെ അതിശയോക്തി കലർന്നതാണെന്ന് തോന്നാമെങ്കിലും സമീപകാല ശാസ്ത്രപുരോഗതിയുടെ വേഗതയും വൈപുല്യവും കണക്കിലെടുക്കുമ്പോൾ വസ്തുനിഷ്ഠമാണെന്നു കരുതേണ്ടിവരും.

സഹകരണ വിജ്ഞാനകോശമായ വിക്കിപീഡിയയയും മറ്റും പ്രസി

ദ്ധീകരിക്കുന്നതു പോലെ നിരവധി വിദഗ്ദ്ധരുടെ പങ്കാളിത്തത്തോടെ തയ്യാറാക്കിയതെന്ന പ്രത്യേകതയും പുസ്തകത്തിനുണ്ട്. ലോകത്ത് ഇന്നു ജീവിച്ചിരിപ്പുള്ള ഏറ്റവും പ്രഗത്ഭരായ മുന്നൂറിലേറെ ശാസ്ത്രകാര ന്മാരും സാങ്കേതിക വിദഗ്ദ്ധരും, സാമൂഹ്യ ശാസ്തജ്ഞരുമായി ചർച്ച ചെയ്തിട്ടാണ് മിഷിയോ കാകു പുസ്തകരചന നടത്തിയിട്ടുള്ളത്. എർത്ത് പോളിസി ഇൻസ്റ്റിറ്റ്യൂട്ടിന്റെ ഡയറക്ടറും *എക്കോ എക്കോണമി* (Eco-Economy) എന്ന പ്രസിദ്ധ പുസ്തകത്തിന്റെ രചയിതാവുമായ ലെസ്റ്റർ ബ്രൗൺ, നാഷണൽ ഇൻസ്റ്റിറ്റ്യൂട്ട് ഓഫ് ഹെൽത്തിന്റെ ഡയറക്ടർ ഫ്രാൻസിസ് കോളിൻസ്, നോബൽ സമ്മാന ജേതാക്കളായ എറിക്ക് ഷിവിയാൻ, പീറ്റർ ദോഹെർടി, ജെറാൽഡ് എഡെൽമാൻ, വാൾട്ടർ ഗിൽ ബെർട്, സ്റ്റീവെൻ വീൽബെർഗ്, *സൂപ്പർ സ്പേസ്* എന്ന പുസ്തകമെഴുതി പ്രസിദ്ധനായ പോൾ ഡേവിസ്, *സ്കെപ്റ്റിക്ക്* മാസികയുടെ എഡിറ്റർ മിഷേൽ ഷെർമർ തുടങ്ങി വ്യത്യസ്തമേഖലകളിൽ പ്രവർത്തിക്കുന്ന നിരവധി പ്രഗത്ഭരുമായി വിശദമായി ചർച്ചനടത്തിയശേഷമാണ് മിഷിയോ കാകു പുസ്തകരചന നടത്തിയത്.

2100 ഓടെ ശാസ്ത്രസാങ്കേതിക രംഗത്തുണ്ടാകാൻ സാദ്ധ്യതയുള്ള വിപ്ലവകരമായ മാറ്റങ്ങൾ മനുഷ്യരാശിയുടെ നിയതിയിലും മനുഷ്യരുടെ നിത്യജീവിതത്തിലും വരുത്താനിടയുള്ള മാറ്റങ്ങളെ സംബന്ധിച്ച് മൊത്തത്തിലൊരു ധാരണയുണ്ടാക്കാൻ ഈ പുസ്തകം ഏറെ സഹാ യിക്കും. 2030, 2070, 2100 ഇങ്ങനെ മൂന്നു കാലഘട്ടങ്ങളിലായി ശാസ്ത്ര രംഗത്തുണ്ടാവാനിടയുള്ള കുതിച്ചു ചാട്ടങ്ങളാണ് കാകു വിശദമാക്കുന്നത്.

സമ്പത്തിന്റെ ഭാവി (Future of Wealth) എന്ന പുസ്കത്തിലെ ദുർ ബ്ബലമായ അദ്ധ്യായത്തെക്കുറിച്ചുകൂടി സൂചിപ്പിക്കട്ടെ. ശാസ്ത്രത്തിന്റെ മേഖലയിൽനിന്നും കടന്നു തനിക്കപരിചിതമായ ധനതത്ത്വശാസ്ത്ര ത്തിന്റെ മേഖലയിലേക്ക് കടക്കുമ്പോൾ കാകു തെറ്റായ നിഗമന ങ്ങളിലെത്തുന്നതായി ഈ അദ്ധ്യായത്തിലെ അദ്ദേഹത്തിന്റെ നിരീ ക്ഷണങ്ങൾ തെളിയിക്കുന്നു. ലോകമെമ്പാടുമുള്ള മുതലാളിത്ത രാജ്യ ങ്ങളെല്ലാം ഗുരുതരമായ സാമ്പത്തിക പ്രതിസന്ധികളെ നേരിട്ടുവരുന്ന ലോകസാഹചര്യം കാകു കാണുന്നതേയില്ല. മറിച്ച് ഉപഭോക്തൃ മുതലാ ളിത്തത്തിൽ (Consumer Capitalism) നിന്നും ബൗദ്ധിക മുതലാളിത്ത ത്തിലേക്ക് (Intellectual Capitalism) ലോകം മാറുമെന്ന അബദ്ധ ജടി ലമായൊരു പ്രവചനമാണ് കാകു നടത്തുന്നത്. എന്നാൽ, ശാസ്ത്ര പുരോഗതിയെ സംബന്ധിച്ച് മറ്റദ്ധ്യായങ്ങളിൽ അദ്ദേഹം നടത്തുന്ന നിരീ ക്ഷണങ്ങൾ തീർച്ചയായും വിലപ്പെട്ടതും ശാസ്തീയ അടിത്തറ യുള്ളവയും സ്വീകാര്യവുമാണ്.

1998 ൽ പ്രസിദ്ധീകരിച്ച *വിഷൻസ്* (*Visions: How Science Will Revolutionize the 21st Century*: Knopf Doubleday Publishing Group:

1999) എന്ന തന്റെ പുസ്തകത്തിൽ വിവിധ ശാസ്ത്ര ശാഖകളുടെ
ഉദ്ഗ്രഥനവും സമന്വയവും മിഷിയോകാകു വിശദീകരിക്കുന്നുണ്ട്.
പദാർത്ഥം (Matter), മനസ്സ് (Mind), ജീവൻ (Life) എന്നിവയെ സംബ
ന്ധിച്ചു പരസ്പര പൂരകങ്ങളായി നടക്കുന്ന ഗവേഷണങ്ങളാണ് ശാസ്ത്ര
പുരോഗതിയുടെ ദിശ നിശ്ചയിക്കുന്നതെന്നും ഇവയ്ക്കെല്ലാം അടിസ്ഥാനം
ക്വാണ്ടം സിദ്ധാന്തമാണെന്നും കാകു ഈ പുസ്തകത്തിൽ വിശദമാക്കു
ന്നുണ്ട്. ഫിസിക്സ് ഓഫ് ദി ഫ്യൂച്ചറിനോടൊപ്പം വിഷൻസുകൂടി വായി
ക്കുന്നത് വ്യത്യസ്ത ശാസ്ത്രശാഖകളിൽ നടക്കുന്ന വമ്പിച്ച കുതിച്ചു
ചാട്ടങ്ങളെ സംബന്ധിച്ച് സമഗ്രമായ ദർശനം രൂപപ്പെടുത്താൻ ശാസ്ത്ര
കുതുകികളെ സഹായിക്കും.

പരിസ്ഥിതി പുസ്തകങ്ങളിലേക്ക് ഒരെത്തിനോട്ടം

ആധുനിക പരിസ്ഥിതിപ്രസ്ഥാനത്തിന് തുടക്കംകുറിച്ച റേച്ചൽ കാർസണിന്റെ *നിശ്ശബ്ദവസന്തം* (Silent Spring) പ്രസിദ്ധീകരിച്ചതിന്റെ അൻപതാം വാർഷികം ലോകമെമ്പാടും 2012 ൽ ആചരിക്കപ്പെട്ടു. അമേരിക്കൻ അക്വാറ്റിക്ക് ബയോളജിസ്റ്റായിരുന്ന റേച്ചൽ ലൂയി കാർസൺ (Rachel Louise Carson- മെയ് 27, 1907ഏപ്രിൽ 14, 1964) *ദ ന്യൂയോർക്കർ* മാസികയിൽ പ്രസിദ്ധീകരിച്ചു വന്നിരുന്ന ലേഖനങ്ങളാണ് പുസ്തക രൂപത്തിൽ 1962 സെപ്തംബറിൽ നിശബ്ദവസന്തം (Silent Spring) എന്ന പേരിൽ പ്രകാശനം ചെയ്യപ്പെട്ടത്. പ്രകൃതിയെയും പരിസ്ഥിതിയെയും പറ്റി അതുവരെ പൊതുസമൂഹത്തിനുണ്ടായിരുന്ന കാഴ്ചപ്പാടിൽ സമൂലമാറ്റം വരുത്തുന്നതിനു മാത്രമല്ല ശാസ്ത്രഗവേഷണങ്ങളുടെയും സർക്കാർ നയങ്ങളുടെയും ദിശ നിർണ്ണയിക്കുന്നതിലും നിശ്ശബ്ദവസന്തം വലിയസ്വാധീനം ചെലുത്തി,

റേച്ചൽ കർസൺ പ്രധാനമായും തന്റെ പുസ്തകത്തിൽ കീടനാശിനികൾ മനുഷ്യശരീരത്തിലും പ്രകൃതിയിലെ മറ്റു ജീവജാലങ്ങളിലും വരുത്തുന്ന ഗുരുതരമായ പ്രത്യാഘാതങ്ങളാണ് ശാസ്ത്രീയമായി വിശകലനംചെയ്യുന്നത്. കാർഷികവിളകളെ നശിപ്പിക്കുന്ന കീടങ്ങളെ നിർമ്മാർജ്ജനം ചെയ്ത് കാർഷികോല്പാദനം വർദ്ധിപ്പിക്കുന്നതിൽ പങ്കു വഹിക്കുന്ന കീടനാശിനികളെ അത്ഭുത രാസപദാർത്ഥങ്ങളായി വിശേഷിപ്പിച്ചിരുന്ന കാലത്താണ് കർസണന്റെ പുസ്തകം പുറത്തുവരുന്നത്. കീടനാശിനി പ്രയോഗത്തിന്റെ അപകടസാദ്ധ്യതകൾ ചൂണ്ടിക്കാണിക്കാൻ മാത്രമല്ല പ്രകൃതിയെയും ഭൂമിയിൽ മനുഷ്യന്റെ സ്ഥാനത്തെയും പറ്റി പുതിയൊരു അവബോധം സൃഷ്ടിക്കുന്നതിനും കർസൺ തന്റെ പുസ്തകത്തിലൂടെ ശ്രമിച്ചു. മനുഷ്യ കേന്ദ്രീകൃതമായ ലോകവീക്ഷണ

ത്തിന്റെ സ്ഥാനത്തെ മനുഷ്യർ പ്രകൃതിയുടെ ഭാഗമാണെന്ന സമഗ്രമായ പാരിസ്ഥിതീയബോധം വളർത്തിയെടുക്കുന്നതിൽ നിശബ്ദവസന്തം വലിയ പങ്കാണ് വഹിച്ചത്. ആധുനിക പരിസ്ഥിതിപ്രേമികളുടെ ബൈബിൾ എന്ന് വിശേഷിപ്പിക്കപ്പെടാറുള്ള നിശ്ശബ്ദവസന്തത്തിലൂടെ കർസൺ അവതരിപ്പിച്ച പാരിസ്ഥിതിക സങ്കല്പനങ്ങൾ ലോകമെമ്പാടും ചർച്ചകൾക്കും പഠനങ്ങൾക്കും സംവാദങ്ങൾക്കും വിധേയമാക്കപ്പെട്ടു. പുസ്തകം പ്രസിദ്ധീകരിച്ച് ഒരു വർഷം കഴിഞ്ഞ് 1963 ൽ ബ്രിട്ടീഷ് പ്രഭുസഭ അഞ്ചുമണിക്കൂർ നേരം നിശബ്ദവസന്തം ഉന്നയിക്കുന്ന പരിസര വീക്ഷണങ്ങൾ ചർച്ചചെയ്തു ചരിത്രം സൃഷ്ടിച്ചു.

പ്രസാധനത്തിന്റെ കാര്യത്തിലും നിശബ്ദവസന്തം വലിയ മുന്നേറ്റമാണ് നടത്തിയത്. പ്രധാനമായും ടെക്സ്റ്റുബുക്കുകൾ പ്രസിദ്ധീ കരിക്കുന്ന അത്രയൊന്നും പ്രസിദ്ധമല്ലാത്ത അമേരിക്കയിലെ ഹൗട്ടൻ മിഫ്ലിൻ (Houghton Mifflin) എന്ന പ്രസാധകരാണ് ആദ്യമായി നിശ ബ്ദവസന്തം പ്രസിദ്ധീകരിച്ചത്. പിന്നീട് വിവിധരാജ്യങ്ങളിലെ നിരവധി പ്രസാധകർ പുസ്തകം പുനഃപ്രസിദ്ധീകരിക്കയും നിരവധി ഭാഷകളി ലേക്ക് വിവർത്തനം ചെയ്യുകയുമുണ്ടായി. ശാസ്ത്രഗ്രന്ഥം, അക്കാദമിക് ഗ്രന്ഥം, ജനപ്രിയശാസ്ത്ര സാഹിത്യഗ്രന്ഥം എന്നീ മൂന്നുതരത്തിലുള്ള പുസ്തകശാഖകളിലും വളരെക്കാലത്തോളം ബെസ്റ്റ്സെല്ലർ ആയിരുന്നു നിശ്ശബ്ദവസന്തം. ചാൾസ്ഡാർവ്വിൻ, ഐസക്ക്ന്യൂട്ടൻ, ഗലീലിയോ ഗലീലി, ആൽബർട്ട്ഐൻസ്റ്റീൻ തുടങ്ങിയ മഹാരഥന്മാരുടെ പുസ്തക ങ്ങളോടൊപ്പം എല്ലാകാലത്തെയും ഏറ്റവും മികച്ച 25 ശാസ്ത്ര ഗ്രന്ഥങ്ങളിൽ ഒന്നായി നിശ്ശബ്ദവസന്തത്തെ *ഡിസ്കവർ* മാസിക 2006 ൽ തെരഞ്ഞെടുത്തു. 1994 ൽ ഇറക്കിയ എഡിഷന്റെ ആമുഖം എഴുതിയിട്ടുള്ളത് പ്രസിദ്ധ പരിസ്ഥിതി പ്രചാരകനും മുൻ അമേരിക്കൻ വൈസ് പ്രസിഡന്റും സമാധാനത്തിനുള്ള നോബൽ സമ്മാന ജേതാവുമായ അൽഗോറയാണ്. കടലിലെ ജീവജാലങ്ങളെക്കുറിച്ചും സമുദ്രഘടനയെക്കുറിച്ചും കവിത തുളുമ്പുന്ന ഭാഷയിൽ എഴുതപ്പെ ട്ടിട്ടുള്ളതെന്ന് വിശേഷിപ്പിക്കപ്പെടാറുള്ള ഗ്രന്ഥത്രയത്തിലൂടെ (*Under the Sea Wind, A Naturalist's Vision of Sea Life*: 1941, *The Sea Around Us*: 1951, *The Edge of the Sea*: 1955) നിശ്ശബ്ദവസന്തം പ്രസി ദ്ധീകരിക്കുന്നതിന് മുൻപുതന്നെ കർസൺ മികച്ച ശാസ്ത്രസാഹിത്യ ഗ്രന്ഥകർത്താവ് എന്ന അംഗീകാരം നേടികഴിഞ്ഞിരുന്നു.

പ്രൊഫ. എം കെ പ്രസാദ് രചിച്ച നിശ്ശബ്ദവസന്തത്തിന്റെ ഒരു സംക്ഷിപ്തപതിപ്പ് *പാടാത്തപക്ഷികൾ* എന്നപേരിൽ അന്താരാഷ്ട്ര ശിശു വർഷത്തിൽ (1980) കേരള ശാസ്ത്രസാഹിത്യപരിഷത്ത് പ്രസിദ്ധീകരിച്ചു. പുസ്തകത്തിന്റെ പരിഷ്കരിച്ച എട്ടാംപതിപ്പ് പരിഷത്തിന്റെ സുവർണ്ണ ജൂബിലി പ്രസിദ്ധീകരണങ്ങളുടെ ഭാഗമായി 2012 ൽ പ്രസിദ്ധീകരി ച്ചിട്ടുണ്ട്. പുസ്തകത്തിന്റെ പൂർണ്ണരൂപത്തിലുള്ള മലയാളപരിഭാഷ നിശ്ശ

ബ്ദവസന്തം എന്നപേരിൽ തന്നെ ഡോ. രതിമേനോൻ വിവർത്തനം ചെയ്ത് ഡി സി ബുക്സ് 2000 ൽ പുറത്തിറക്കി.

റേച്ചൽ കർസണിന്റെ ചരിത്ര പ്രസിദ്ധമായ കൃതിക്ക് ശേഷം ലോക മെമ്പാടും വളർന്നുവന്ന പരിസ്ഥിതി അവബോധത്തിന്റെ ഭാഗമായി പരി സ്ഥിതിയുമായി ബന്ധപ്പെട്ട വ്യത്യസ്ത സമീപനങ്ങളും സങ്കല്പനങ്ങളും പ്രതിനിധാനംചെയ്യുന്ന ആയിരക്കണക്കിന് കൃതികൾ പ്രസിദ്ധീ കരിക്കപ്പെട്ടുവരുന്നുണ്ട്. പരിസ്ഥിതി പുസ്തകങ്ങളുടെ വൈപുല്യം കണ ക്കിലെടുക്കുമ്പോൾ അവയിൽനിന്നും ഏതാനും പ്രധാനപ്പെട്ട കൃതികൾ തെരഞ്ഞെടുത്ത് പരിചയപ്പെടുത്തുക പോലും ദുഷ്കരമാണ്. എങ്കിലും കേവല ശാസ്ത്രഗ്രന്ഥങ്ങൾ ഒഴിവാക്കി വ്യാപകമായി ചർച്ച ചെയ്യപ്പെട്ടു വരുന്ന ചില സൈദ്ധാന്തിക ഗ്രന്ഥങ്ങളെക്കുറിച്ച് മാത്രം ഇവിടെ സൂചി പ്പിക്കയാണ്.

പ്രസിദ്ധ മാർക്സിസ്റ്റ് സൈദ്ധാന്തിക പ്രസിദ്ധീകരണമായ മന്ത്ലി റെവ്യൂവിന്റെ (Monthly Review) എഡിറ്ററും ഓറിഗൻ സർവ്വകലാശാ ലയിലെ സോഷ്യോളജി പ്രൊഫസറുമായ ജോൺ ബെല്ലാമിഫോസ്റ്റർ, മാർക്സും എംഗൽസും പരിസ്ഥിതിവിജ്ഞാനശാഖയ്ക്ക് നല്കിയിട്ടുള്ള സംഭാവനകൾ മാർക്സ് ഓൺ എക്കോളജി (*Marx's Ecology*: John Bellamy Foster: Monthly Review Press: Cornerstone Publications: 2000) എന്ന പുസ്തകത്തിൽ വിശകലനം ചെയ്യുന്നു. പല ആധുനിക പരിസ്ഥിതി സൈദ്ധാന്തികരും പരിസ്ഥിതിയോടുള്ള മാർക്സിയൻ സമീപനം വികലമായി അവതരിപ്പിച്ചു വരുന്നുണ്ട്. സോഷ്യലിസ്റ്റ് വിപ്ലവത്തിലൂടെ മാർക്സിസം തിരസ്കരിക്കുന്ന മുതലാളിത്തത്തെ പോലെത്തന്നെ അതിരില്ലാത്ത വികസനവും സാമ്പത്തിക വളർച്ചയു മാണെന്നാണ് സോഷ്യലിസ്റ്റ് രാജ്യങ്ങൾ ലക്ഷ്യമിടുന്നതെന്നാണ് ഇവർ പൊതുവേ വാദിക്കാറുള്ളത്. മാർക്സിയൻ സിദ്ധാന്തങ്ങളുടെ ഇത്തരം തെറ്റായ വിശകലനത്തിന്റെ ഫലമായി പ്രചരിച്ചുവരുന്ന തെറ്റി ദ്ധാരണകളുടെ മാറാല നീക്കാനും പരിസ്ഥിതിയോടുള്ള മാർക്സിന്റെ ശാസ്ത്രീയ സമീപനത്തിലേക്ക് വെളിച്ചംവീശാനും ബെല്ലാമി ഫോസ്റ്റ രിനു കഴിഞ്ഞിരിക്കുന്നു. പ്രകൃതിയും മനുഷ്യനും തമ്മിലുള്ള വൈരു ദ്ധ്യാത്മക ബന്ധം മാർക്സും എംഗൽസും ഡാർവിന്റെ പരിണാമ സിദ്ധാന്തത്തിന്റെ വെളിച്ചത്തിലാണ് ആവിഷ്കരിച്ചിട്ടുള്ളത്. മുതലാളിത്ത ചൂഷണം അനിവാര്യമായും സൃഷ്ടിക്കുന്ന പാരിസ്ഥിതിക ദുരന്തങ്ങൾ പരിഹരിക്കുന്നതിനുള്ള സുസ്ഥിരവികസന പരിപ്രേക്ഷ്യം മാർക്സിസ ത്തിൽനിന്നും വായിച്ചെടുക്കാൻ കഴിയുമെന്ന് മാർക്സിന്റെയും എംഗൽ സിന്റെയും കൃതികളിൽനിന്നുള്ള പ്രസക്തങ്ങളായ ഭാഗങ്ങളുടെ ഉദ്ധര ണികളുടെ സഹായത്തോടെ ബെല്ലാമിഫോസ്റ്റർ വ്യക്തമാക്കുന്നു.

പരിസ്ഥിതിവിനാശവും നവലിബറൽ മുതലാളിത്ത സാമ്പ ത്തികക്രമവും തമ്മിലുള്ള അഭേദ്യബന്ധം വിശദീകരിക്കുന്നു പ്രസിദ്ധ

മാർക്സിസ്റ്റ് ചിന്തകരായ ഫ്രെഡ് മാഗ്ഡോഫും ജോൺ ബെല്ലാമി ഫോസ്റ്ററും ചേർന്നെഴുതിയ *വാട്ട് എവരി എൻവയോൺമെന്റലിസ്റ്റ് നീഡ്സ് ടുനോ എബൌട്ട് ക്യാപ്പിറ്റലിസം* (*What Every Environmentalist Needs to Know About Capitalism*: Fred Magdoff, John Bellamy Foster: Monthly Review Press: New York: 2011) എന്ന കൃതിയിൽ. പരിമിതിയില്ലാത്ത വികസനം ലക്ഷ്യമിടുന്ന മുതലാളിത്ത വികസനപാത പിന്തുടർന്നാൽ പരിസ്ഥിതി തകർച്ച അനിവാര്യമാണെന്നും പരിസ്ഥിതി പ്രശ്നങ്ങൾ പരിഹരിക്കാൻ ചിലർ അവകാശപ്പെടുന്നതുപോലെ ഹരിതവല്ക്കരണത്തിലൂടെയോ ഉല്പാദനരീതിയിലും വികസനപദ്ധതിക ളിലും വരുത്തുന്ന മാറ്റത്തിലൂടെയോ മുതലാളിത്തത്തിന് ഒരിക്കലും കഴി യില്ലെന്നും ഇവർ സമർത്ഥിക്കുന്നു. 2010 ഏപ്രിൽ 1922 ന് ബൊളിവി യയിലെ കൊച്ചബാംബായിൽ വച്ച് ചേർന്ന കാലാവസ്ഥാമാറ്റത്തെയും ഭൂമിയുടെ അവകാശത്തെയുംപറ്റിയുള്ള സാർവ്വദേശീയസമ്മേളനം (*World Peoples' Conference on Climate Change and Rights of Mother Earth*: Cochabamba) അംഗീകരിച്ച പ്രഖ്യാപനവും പുസ്തകത്തിൽ ചേർത്തിട്ടുണ്ട്.

ഭൂമിക്കൊരു പരിസ്ഥിതി സന്തുലിതമായ സമ്പദ്ഘടന രൂപീകരി ക്കേണ്ടതാണെന്ന ആശയം മുന്നോട്ടുവച്ചുകൊണ്ട് വേൾഡ് വാച്ച് ഇൻ സ്റ്റിറ്റ്യൂട്ടിന്റെ സ്ഥാപക പ്രസിഡന്റും എർത്ത്പോളിസി ഇൻസ്റ്റിറ്റ്യൂട്ടിന്റെ പ്രസിഡന്റുമായ ലെസ്റ്റർ ബ്രൗൺ നിരവധി കൃതികൾ രചിച്ചുവരുന്നുണ്ട്. ഇവയിൽ ഏറ്റവും ശ്രദ്ധേയമായത് 2001 ൽ പ്രസിദ്ധീകരിച്ച *എക്കോ എക്കോണമിയാണ്* (Eco Economy: *Building an Economy for the Earth*: Lester Brown: WW Norton and Company: 2001). പരിസ്ഥിതി യുടെ നിലനില്പിനാധാരമായ പ്രകൃതിനിയമങ്ങൾ കണക്കിലെടു ക്കാനുള്ള കേവലമായ സാമ്പത്തിക വികസനം സമ്പദ്ഘടനയുടെ തന്നെ നാശത്തിലേക്ക് നയിക്കുമെന്ന കാഴ്ചപ്പാടാണ് ചരിത്രപരവും സമകാലികവുമായ നിരവധി ഉദാഹരണങ്ങളിലൂടെ ലെസ്റ്റർ ബ്രൗൺ മുന്നോട്ടുവയ്ക്കുന്നത്. പരിസര പ്രത്യാഘാതങ്ങൾ കണക്കിലെടുക്കാതെ വികസനപദ്ധതികൾ ആസൂത്രണംചെയ്യുകയും പിന്നീട് പരിസ്ഥിതി പ്രവർത്തകർ അവയെ എതിർക്കാൻ നിർബ്ബന്ധിക്കപ്പെടുകയും ചെയ്യുന്ന ഇപ്പോഴത്തെ പതിവുരീതി തിരസ്കരിക്കേണ്ടതാണെന്ന് അദ്ദേഹം അഭി പ്രായപ്പെടുന്നു. വികസനപദ്ധതികൾ സാമ്പത്തികവിദഗ്ദ്ധരും പരി സ്ഥിതി വിദഗ്ദ്ധരും ഒരുമിച്ചിരുന്ന് ആസൂത്രണംചെയ്യണമെന്ന് ബ്രൗൺ ആവശ്യപ്പെടുന്നു. ഇതിലേക്കായി എക്കോഎക്കോണമി എന്ന പുതി യൊരു ബഹുവൈജ്ഞാനിക അന്തർവൈജ്ഞാനിക വിജ്ഞാനശാഖ രൂപീകരിക്കേണ്ടതാണെന്ന ആശയം അദ്ദേഹം മുന്നോട്ടുവയ്ക്കുന്നു. പരിസരബോധവും വികസനവും സമന്വയിക്കുന്നതിനായി ആവിഷ്കരി ക്കേണ്ട നവീനസാങ്കേതികവിദ്യകളും വൈജ്ഞാനികശാഖകളും ഏവ

യെന്നും അദ്ദേഹം വിശദീകരിക്കുന്നുണ്ട്. 2012 ൽ പ്രസിദ്ധീകരിക്കപ്പെട്ട മികച്ച 10 പരിസ്ഥിതി പുസ്തകങ്ങളിൽ ഒന്നായി *ഗ്രീൻ ഇൻസൈഡർ* തെരഞ്ഞെടുത്തിട്ടുള്ള ഭക്ഷ്യക്ഷാമത്തിന്റെ ആഗോളരാഷ്ട്രീയം ചർച്ച ചെയ്യുന്ന *ഫുൾ പ്ലാനെറ്റ് എംപ്റ്റിപ്ലേറ്റ്സ്: ദി ന്യൂജിയോ പൊളിറ്റിക്സ് ഓഫ് ഫുഡ്സ്കാർസിറ്റി* (Full Planet Emtpy Plates: *The New Geo-politics of Food Scarctiy*: Earth Policy Institute: 2012)എന്ന പുസ്തകമാണ് ബ്രൗണിന്റെ ഏറ്റവും സമീപകാലത്തായി പ്രസിദ്ധീകരി ക്കപ്പെട്ട കൃതി..

കേവല പരിസ്ഥിതിവാദികളുടേതിൽനിന്നും വ്യത്യസ്തമായ സമീപനം സ്വീകരിച്ചുകൊണ്ട് പരിസ്ഥിതിയുടെ രാഷ്ട്രീയതലങ്ങൾ ചർച്ച ചെയ്യുന്ന നിരവധിഗ്രന്ഥങ്ങളും പ്രസിദ്ധീകരിക്കപ്പെട്ടു വരുന്നുണ്ട്. സ്പെ യിനിലെ ബാർസലോണ സർവ്വകലാശാലയിലെ സാമ്പത്തികശാസ്ത്ര പരിസ്ഥിതി ചരിത്രവിഭാഗം പ്രൊഫസറായ ജോവാൻ മാർട്ടിനെസ് അലിയെർ *ദി എൻവയോൺമെന്റലിസം ഓഫ് ദി പൂവർ* (*The Environ-mentalism of the Poor*: Joan Martinez Alier: Oxford University Press: 2004) എന്ന ഗ്രന്ഥത്തിലൂടെ പരിസ്ഥിതി സംരക്ഷണവും ദരിദ്ര ജന സമൂഹങ്ങളുമായുള്ള വൈരുദ്ധ്യാത്മക ബന്ധത്തെ അവതരിപ്പിക്കുന്നു. ധനികർക്ക് പരിസ്ഥിതി സംരംക്ഷണം ഒരു ആർഭാടം മാത്രമാണെന്നും പ്രകൃതിയുമായി ഇഴുകിജീവിക്കുന്ന പരിസ്ഥിതി സംരക്ഷിച്ചുകൊണ്ട് മാത്രം നിലനില്ക്കാൻ കഴിയുന്ന പ്രാന്തവല്ക്കരിക്കപ്പെട്ട ജനസമൂഹങ്ങ ളാണ് പരിസ്ഥിതിയുടെ സംരക്ഷണം ഏറ്റെടുക്കാറുള്ളതെന്ന് അലിയെർ വാദിക്കുന്നു. മാൽത്തൂസിയൻ സിദ്ധാന്തങ്ങളെ നിരാകരിച്ചുകൊണ്ട് രാഷ്ട്രീയ പരിസ്ഥിതിയെന്ന (Political Ecology)സങ്കല്പനം അലിയെർ അവതരിപ്പിക്കുന്നു.

പല പാരിസ്ഥിതിക സംഘടനകളും സ്വീകരിച്ചുവരുന്ന കാല്പനിക പരിസ്ഥിതി കാഴ്ചപ്പാടുകളിൽനിന്നും വ്യത്യസ്തമായി പരിസ്ഥിതി പ്രശ്നങ്ങളോടുള്ള ഇടതുപക്ഷ പരിപ്രേക്ഷ്യം വികസിപ്പിച്ചെടുക്കാനാണ് ന്യൂഡൽഹിയിലെ നെഹ്രു മെമ്മോറിയൽ മ്യൂസിയം ആന്റ് ലൈബ്ര റിയിലെ ഫെല്ലോ അർച്ചനാപ്രസാദ് *എൻവയോൺമെന്റലിസം ആന്റ് ദി ലെഫ്റ്റ്* (Environmentalism and the Left: Left Word: Delhi: 2004) *എഗെൻസ്റ്റ് എക്കോളജിക്കൽ റൊമാന്റിസിസം,* (*Against Ecological Ro-manticism*: Three Essays Collective: New Delhi: 2003) തുടങ്ങിയ പുസ്തകങ്ങളിലൂടെ ശ്രമിക്കുന്നത്.ആദിവാസികളുടെ ഭൂസമരങ്ങളുമായി ബന്ധപ്പെടുത്തിയാണ് അർച്ചന തന്റെ നിലപാടുകൾ ആവിഷ്ക രിച്ചിട്ടുള്ളത്.

പ്രസിദ്ധ ചരിത്രകാരനും എഴുത്തുകാരനുമായ രാമചന്ദ്രഗുഹ ലോകമെമ്പാടും വികസിച്ചുവന്ന പരിസ്ഥിതിസിദ്ധാന്തങ്ങളും ആശയ ങ്ങളും നിലപാടുകളും ചരിത്രപരമായ വീക്ഷണകോണിലൂടെ നോക്കി

ക്കാണുകയാണ് എൻവയൺമെന്റലിസം എ ഗ്ലോബൽ ഹിസ്റ്ററി (*Environmentalism A global history*: Ramachandra Guha: OUP 2000) എന്ന പുസ്തകത്തിലൂടെ. വേർഡ്സ്വർത്ത്, ജോൺ റസ്കിൻ, മഹാത്മാ ഗാന്ധി എന്നിവരുടെ പരിസ്ഥിതി സമീപനങ്ങളിൽ ആരംഭിച്ച് ഇന്ത്യയിലെ ചിപ്കോനർമ്മദാ പോരാട്ടങ്ങളും, നൈജീരിയയിലെ വാംഗരിമതായിയുടെ ഹരിതവല്ക്കരണ പ്രസ്ഥാനവും മറ്റും രേഖപ്പെടുത്തിക്കൊണ്ട് പാരിസ്ഥി തീയ നിഷ്കളങ്കത (Ecological Innocence), അഗാധപരിസ്ഥിതി (Deep Ecology), തുടങ്ങിയ സങ്കലനങ്ങളും ഗുഹ തന്റെ കൃതിയിൽ വിശദീ കരിക്കുന്നു.

ജനിതക സാഹിത്യത്തിലൂടെ

ഇരുപത്തൊന്നാം നൂറ്റാണ്ട് ജനിതകവിപ്ലവത്തിന്റെ നൂറ്റാണ്ടാ യിട്ടാണ് വിലയിരുത്തപ്പെടുന്നത്. മനുഷ്യ ജീനുകളുടെ പഠനത്തിൽ ആദ്യത്തെ കുതിച്ചുചാട്ടം നടന്നത് ജെയിംസ് വാട്സണും സഹപ്രവർ ത്തകരും 1953 ൽ ഡി എൻ എയുടെ ഘടന കണ്ടെത്തിയതോടെയാണ്. തുടർന്ന് 1990 ൽ അമേരിക്കയിലെ നാഷണൽ ഇൻസ്റ്റിറ്റ്യൂട്ട് ഓഫ് ഹെൽത്ത് മനുഷ്യന്റെ ജനിതകഘടന നിർദ്ധാരണം ചെയ്യുന്നതിനുള്ള ഹ്യൂമൻ ജീനോം പ്രോജക്ട് ആരംഭിച്ചു. 2003 ൽ മനുഷ്യ ജീനോം പ്രോജക്ട് പൂർത്തിയായി. ഇതോടെ ആരോഗ്യമേഖലയിലും മറ്റും നിരവധി സാദ്ധ്യതകളാണ് ജനിതക സാങ്കേതികവിദ്യ തുറന്ന് തന്നിട്ടുള്ളത്. ജനിതകത്തിന്റെ ശാസ്ത്രവും സാമൂഹ്യ പ്രത്യാഘാതങ്ങളും ചർച്ച ചെയ്യുന്ന പുസ്തകങ്ങളുടെ വലിയൊരു പ്രളയംതന്നെ പാശ്ചാത്യ പ്രസാ ധന രംഗത്ത് നടന്നുകൊണ്ടിരിക്കയാണ്.

ഡി എൻ എയുടെ ഘടന കണ്ടെത്തിയതിനെ സംബന്ധിച്ചുള്ള വാട് സന്റെ വ്യക്തിഗതമായ അനുഭവ വിവരണമാണ് 1968 ൽ പ്രസിദ്ധീകരിച്ച *ദി ഡബിൾ ഹെലിക്സ്* എന്ന പുസ്തകത്തിലുള്ളത്. (*The Double Helix: A Personal Account of the Discovery of the Structure of DNA* (Atheneum, 1968). നർമ്മബോധമുള്ള ശൈലിയിൽ എഴുതിയ ഡബിൾ ഹെലിക്സ് പിന്നീട് *The Race for the Double Helix in the U S* എന്ന പേരിൽ ബി ബി സി ടെലിവിഷൻ പ്രോഗ്രാമായി അവതരിപ്പിക്കയുണ്ടായി. ഇരുപതാം നൂറ്റാണ്ടിൽ പ്രസിദ്ധീകരിച്ച നൂറു മികച്ച സാഹിത്യേതര പുസ്തങ്ങളിൽ ഏഴാമത്തേതായി മോഡേൺ ലൈബ്രറി ഡബിൾ ഹെലി ക്സ് തെരഞ്ഞെടുത്തിരുന്നു.

ഡി എൻ എയുടെ കണ്ടുപിടിത്തത്തെത്തുടർന്ന് ജനിതക ശാസ്ത്ര ശാഖയിലുണ്ടായ വിസ്മയകരമായ വളർച്ച വിശദമാക്കുന്ന *ഡി എൻ*

എ ഡി സീക്രട്ട് ഓഫ് ലൈഫ് (*DNA: The Secret of Life*. James Watson. RHUK. 2004) എന്ന പേരിൽ മറ്റൊരു ഗ്രന്ഥം കൂടി ജെയിംസ് വാട്സൺ പ്രസിദ്ധീകരിച്ചിട്ടുണ്ട്. ജനിതക സാങ്കേതിക വിദ്യക്കെതിരെ ശാസ്ത്ര വിരുദ്ധർ ഉയർത്തുന്ന വാദമുഖങ്ങൾക്ക് വാട്സൺ തന്റെ പുസ്തക ത്തിലൂടെ മറുപടി നല്കുന്നുണ്ട്.

തന്മാത്ര ജീവശാസ്ത്രത്തിന്റെ അമേരിക്ക, ബ്രിട്ടൻ, ഫ്രാൻസ് എന്നീ രാജ്യങ്ങളിലെ ആദ്യകാല ഗവേഷണങ്ങളെയും ഗവേഷകരെയുംപറ്റി യുള്ള ജനിതക ചരിത്ര ഗ്രന്ഥമാണ് ഹൊറേസ് ഫ്രീ ലാൻഡ് ജഡ്സന്റെ *ദി എയ്റ്റ് ഡേ ഓഫ് ക്രിയേഷൻ* (*The Eighth Day of Creation. The Makers of the Revolution in Biology*: Horace Freeland Judson. Simon Schuster. 1979). ഡി എൻ എ നിർദ്ധാരണത്തിൽ സംഭാവന നല്കിയ ജെയിംസ് വാട്സൺ, റോസലിൻഡ് ഫ്രാങ്ക്ളിൻ തുടങ്ങിയവരു മായുള്ള ദീർഘ അഭിമുഖ സംഭാഷണങ്ങൾ പുസ്തകത്തെ സമ്പുഷ്ട മാക്കുന്നു.

ജനിതക സാങ്കേതിക വിദ്യക്കെതിരെ അതിരൂക്ഷമായ പലപ്പോഴും അടിസ്ഥാനരഹിതവും ശാസ്ത്രദൃഷ്ട്യാ നീതീകരിക്കാനാവാത്തവയുമായ വാദമുഖങ്ങൾ ഉയർത്തുന്ന നിരവധി ചിന്തകരുണ്ട്. അവരിൽ പ്രധാ നിയാണ് അമേരിക്കയിലെ ഫൗണ്ടേഷൻ ഫോർ എക്കണോമിക് ട്രെൻ ഡ്സിന്റെ അദ്ധ്യക്ഷൻ ജെറേമി റിഫ്കിൻ. അദ്ദേഹത്തിന്റെ *ദി ബയോടെക്ക് സെഞ്ചറി* (*The Biotech Century: How Genetic Commerce will change the world*. Jeremy Rifkin. Phoenix. 1998) എന്ന പുസ്തകത്തിൽ ജനിതക സാങ്കേതിക വിദ്യയുടെ ഗുണാത്മകമായ വശ ങ്ങൾ തമസ്കരിച്ചുകൊണ്ട് പ്രതികൂല പ്രത്യാഘാത സാദ്ധ്യതകൾ പെരു പ്പിച്ച് കാട്ടുകയാണ് ചെയ്തിട്ടുള്ളത്. വാട്സൻ തന്റെ പുസ്തകത്തിൽ ജെറേമി റിഫ്ക്കിന്റെ വാദമുഖങ്ങൾക്ക് ഉചിതമായ മറുപടി നല്കുന്നുണ്ട്. ജനിതക സാങ്കേതിക വിദ്യയുടെ പ്രാരംഭഘട്ടത്തിൽ എഴുതിയ പുസ്ത കമായതുകൊണ്ട് റിഫ്ക്കിന്റെ വാദമുഖങ്ങൾക്ക് ഇന്ന് വലിയ പ്രസക്തി യുണ്ടെന്ന് തോന്നുന്നില്ല.

ജനിതക സാങ്കേതിക വിദ്യ ഉയർത്തുന്ന ജനിതക വിവേചനം, ജനി തക സ്വകാര്യത, വാണിജ്യവല്ക്കരണം, ലിംഗ നീതിയുടെ പ്രശ്നങ്ങൾ തുടങ്ങിയ നൈതിക പ്രശ്നങ്ങൾ ചർച്ചചെയ്യുന്ന ധാരാളം ഗ്രന്ഥങ്ങൾ പ്രസിദ്ധീകരിച്ച് വരുന്നുണ്ട്. ഇവയിൽ ശ്രദ്ധേയമായ പുസ്തകമാണ് ആംഗസ് ക്ളർക്ക് എഡിറ്റ് ചെയ്ത *ലിവിങ് വിത് ജീൻ* (*Living with Genome. Ethical and Social Aspects of Genetics*. Angus Clarke. Palgrave Macmillan. 2006). എന്ന പുസ്തകം. ജനിതക നൈതികത ചർച്ചചെയ്യുന്ന മറ്റൊരു ശ്രദ്ധേയമായ കൃതി മിഷേൽ റീസും റോഗർ സ്ട്രോഗണും ചേർന്നെഴുതിയിട്ടുണ്ട് (*Improving Nature: The Science and Ethics of Genetic Engineering*. Michael J Reiss and Roger Sraughan. Cambridge Universtiy Press.1996). ജനിതക വിപ്ലവം

ഉയർത്തുന്ന തത്ത്വചിന്താപരമായ പ്രഹേളികയാണ് ലങ്കാസ്റ്റർ സർവ്വ കലാശാലയിലെ തത്ത്വചിന്താവിഭാഗം മേധാവി കീകോക്ക് ലീ തന്റെ *ഫിലോസഫി ആന്റ് റവല്യൂഷൻസ് ഇൻ ജനറ്റിക്സിൽ (Philosophy and Revolutions in Genetics: Deep Science and Deep Technology*. Keekok Lee. Palgrave Macmillan. 2003) ചർച്ചചെയ്യുന്നത്. ജൈവസാങ്കേതികവിദ്യ വാണിജ്യവല്ക്കരണ പ്രവണതകളെ അതിജീ വിച്ച് പൊതുസമൂഹത്തിന്റെ താല്പര്യങ്ങളെ സംരക്ഷിക്കണമെന്ന് വാദിക്കുന്നു സ്റ്റീവ മക്ഗിഫൻ തന്റെ *ബയോടെക്നോളജി കോർപ്പറേറ്റ് പവർ വെഴ്സസ് ദി പബ്ലിക് ഇന്ററസ്റ് (Biotechnology: Corporate Power versus the Public Interest*. Steven P McGiffen. Pluto Press: 2005) എന്ന പുസ്തകത്തിൽ.

ഡി എൻ എ ഘടന നിർദ്ധാരണം ചെയ്യുന്നതിൽ റോസലിൻഡ് ഫ്രാങ്ക്ളിൻ എന്ന ശാസ്ത്രജ്ഞ നല്കിയ മൗലികമായ സംഭാവനകൾ വേണ്ടത്ര അംഗീകരിക്കപ്പെടാതെ പോവുകയാണുണ്ടായത്. 1962 ൽ ഡി എൻ എയുടെ ഘടന കണ്ടെത്തിയതിന് ജെയിംസ് വാട്സൻ, ഫ്രാൻ സിസ് ക്രിക്ക്, മോറിസ് വിൽകിൻസൺ എന്നിവർക്ക് നോബൽ സമ്മാനം ലഭിച്ചിരുന്നു. അവരോടൊപ്പം ജനിതക ശാസ്ത്രത്തിന് സംഭാവനകൾ നല്കിയ ശാസ്ത്രജ്ഞയായിരുന്നു റോസലിൻഡ്. നിർഭാഗ്യവശാൽ ക്യാൻസർ ബാധിച്ച് 1958 ൽ മരണമടഞ്ഞ റോസലിൻഡിന് നോബൽ സമ്മാനം ലഭിക്കുകയുണ്ടായില്ല. നോബൽ സമ്മാനം മരണാനന്തര ബഹുമതിയായി നല്കാറില്ല. റോസലിൻഡിന്റെ സംഭാവനകൾ അനാ വരണം ചെയ്യുന്ന നിരവധി പുസ്തകങ്ങൾ പിന്നീട് പ്രസിദ്ധീകരിക്കപ്പെട്ടു. അവയിൽ ഏറ്റവും ശ്രദ്ധേയമായതാണ് ആനിസെയർ എഴുതിയ *റോസലിൻഡ് ഫ്രാങ്ക്ളിൻ ആന്റ് ഡി എൻ എ (Rosalind Franklin and DNA*. Anne Sayre. W W Norton 1975) എന്ന ഗ്രന്ഥം. ജെയിംസ് വാട്സണോടൊപ്പം നോബൽ സമ്മാനം ലഭിച്ച ഫ്രാൻസിസ് ക്രിക്കിന്റെ ജീവചരിത്രം മാറ്റ് റിഡ് ലി (Francis Crick: Discoverer of Genetic Code: Matt Ridley. Harper Perennial: 2006). രചിച്ചിട്ടുണ്ട്. ഫ്രാൻസിസി ക്രിക്കും റോസലിൻഡ് ഫ്രാങ്ക്ളിനും തമ്മിലുണ്ടായിരുന്ന വ്യക്തിപരമായ അഭിപ്രായ വ്യത്യാസങ്ങളും തെറ്റിദ്ധാരണകളും മറ്റും പുസ്തകത്തിൽ ചർച്ചാവിഷയമാകുന്നുണ്ട്.

സോവിയറ്റ് യൂണിയന്റെ പതനത്തോടെ ചരിത്രം അവസാനിച്ചി രിക്കുന്നു, സോഷ്യലിസത്തിന്റെ പ്രസക്തി നഷ്ടപ്പെട്ടിരിക്കുന്നു ഇനി മുതൽ ഉദാരമുതലാളിത്തത്തിന്റെ കാലമാണ് എന്ന് തന്റെ *എൻഡ് ഓഫ് ഹിസ്റ്ററി ആന്റ് ദി ലാസ്റ്റ് മാൻ (The End of History and the Last Man*: Francis Fukukyama. Penguin UK, 1993) പുസ്തകത്തിൽ പ്രഖ്യാപിച്ചതിനെത്തുടർന്ന് ഏറെ വിമർശനങ്ങൾ ഏറ്റുവാങ്ങിയ രാഷ്ട്രീയ ചിന്തകനാണ് ഫ്രാൻസിസ് ഫുക്കിയാമ. എൻഡ് ഓഫ് ഹിസ്റ്ററിക്ക് ശേഷം ഫുക്കിയാമ രചിച്ച മറ്റൊരു പ്രസക്തമായ ഗ്രന്ഥം വേണ്ടത്ര ശ്രദ്ധി

ക്കപ്പെടാതെ പോയിട്ടുണ്ട്. ജൈവസാങ്കേതിക വിദ്യാ വിപ്ലവം ഉയർത്തുന്ന നൈതിക പ്രശ്നങ്ങളാണ് *അവ്വർ പോസ്റ്റ് ഹ്യൂമൻ ഫ്യൂച്ചർ* (*Our Post human Future: Consequences of the Biotechnology Revolution:* Francis Fukuyama. Farrar, tSraus and Giroux. 2002) എന്ന പുസ്തകത്തിൽ ഫുക്കിയാമ ചർച്ചചെയ്യുന്നത്. ചരിത്രം അവസാനിച്ചെന്ന് താൻ പറഞ്ഞത് തെറ്റിപ്പോയി എന്തുകൊണ്ടെന്നാൽ ശാസ്ത്രം അവസാനിച്ചിട്ടില്ല എന്ന് പുസ്തകത്തിൽ ആമുഖമായി ഫുക്കിയാമ പറയുന്നുണ്ട്. മനുഷ്യവംശത്തിന്റെ തന്നെ നിലനിൽപ് അപകടത്തിലാ ക്കിയേക്കാവുന്ന ജനിതക മാറ്റ (Genetic Enhancement) വിനാശകരങ്ങ ളായ സാദ്ധ്യതകളെയാണ് ഫുക്കിയാമ വിമർശനവിധേയമാക്കുന്നത്.

അമേരിക്കയിലെ നാഷണൽ ഇൻസ്റ്റിറ്റ്യൂട്ട് ഓഫ് ഹെൽത്ത്, ബ്രിട്ട നിലെ സാങ്കർ ഇൻസ്റ്റിസ്റ്റ്യൂട്ട് എന്നീ പൊതുസ്ഥാപനങ്ങൾക്ക് പുറത്ത് തന്റെ സ്വകാര്യ ഗവേഷണ സ്ഥാപനമായ ദി ഇൻസ്റ്റിറ്റ്യൂട്ട് ഫോർ ജീനോമിക് റിസർച്ചിലൂടെ (The Institute of Genomic Research) ജനി തക ഗവേഷണവും സാങ്കേതിക വിദ്യാവികസനവും നടത്തി ശ്രദ്ധേ യനായ അമേരിക്കൻ ബയോടെക്നോളജിസ്റ്റാണ് ക്രേഗ് വെന്റർ. ജനി തക ഘടന നിർദ്ധാരണം ചെയ്യുന്നതിൽ മൗലികമായ സംഭാവനചെയ്ത തിന് പുറമെ ആദ്യമായി കൃത്രിമ ജീനോം രൂപകല്പന ചെയ്യുന്നതിലും വെന്റർ വലിയ പങ്കു വഹിച്ചിട്ടുണ്ട്. ജനിതക വിവരങ്ങൾ പേറ്റന്റ് ചെയ്ത് സ്വകാര്യവല്ക്കരിക്കുക, ജനിതക വിജ്ഞാനത്തെ വാണിജ്യവല്ക്കരി ക്കുക തുടങ്ങിയ നടപടികൾ കാരണം വെന്റർ ഒരു വിവാദ പുരുഷനായി മാറിയിട്ടുണ്ട്. ജനിതക മേഖലയിലെ തന്റെ അനുഭവങ്ങൾ വിവരിച്ച് കൊണ്ട് ആത്മകഥാപരമായ ഒരു പുസ്തകം (*A life Decoded: My Genome: My Life.* Penguin. 2008) വെന്റർ രചിച്ചിട്ടുണ്ട്. ഇതിനു പുറമെ ജനിതക ഗവേഷണത്തിന്റെ ചരിത്രം വിവരിക്കുന്ന മറ്റൊരു പുസ്തകവും (*Life at the Speed of Light: From the Double Helix to dawn of Digital Life:* Tantor Media. 2013) വെന്റർ എഴുതിയിട്ടുണ്ട്.

ജനിതക സാഹിത്യത്തിൽ സമീപകാലത്ത് പ്രസിദ്ധീകരിക്കപ്പെട്ടവ യിൽ ഏറ്റവും ശ്രദ്ധേയമായത് സിദ്ധാർത്ഥ മുഖർജിയുടെ *ദി ജീൻ ആൻ ഇന്റിമേറ്റ് ഹിസ്റ്ററി* (*The Gene an Intimate History:* Allen Lane, May 2016) എന്ന പുസ്തകമാണ്. ന്യൂയോർക്ക് ടൈംസ് 2016 ൽ ഇതുവരെ പ്രസിദ്ധീകരിക്കപ്പെട്ട പുസ്തകങ്ങളിൽ ബെസ്റ്റ് സെല്ലറായി തെരഞ്ഞെടു ത്തിട്ടുള്ളതും *ദി ജീൻ* ആണ്. ഇപ്പോൾ അമേരിക്കയിൽ ക്യാൻസർ രോഗ വിദഗ്ധനായി ജോലിനോക്കുന്ന ബംഗാളുകാരനായ സിദ്ധാർത്ഥ മുഖർ ജിയുടെ ആദ്യത്തെ കൃതിയായ *ദി എമ്പറർ ഓഫ് ഓൾ മാലഡീസ്* (*The Emperor of All Maladies Scriber.* 2010) ന് 2011 ലെ നോൺ ഫിക്ഷൻ വിഭാഗത്തിൽ ഏറ്റവും നല്ല ഗ്രന്ഥത്തിനുള്ള പുലിറ്റ്സർ പുരസ്കാരം ലഭിച്ചിരുന്നു. ക്യാൻസർ ചികിത്സയുടെയും വൈദ്യശാസ്ത്രത്തിന്റെയും ചരിത്രം വിശകലനം ചെയ്യുന്ന സാഹിത്യഗന്ധമുള്ള അതീവഹൃദ്യമായ

ഭാഷയിലാണ് മുഖർജി എമ്പറൻ രചിച്ചിട്ടുള്ളത്.

മുഖർജിയുടെ സുവർണ്ണ തൂലികയിൽനിന്നുമുള്ള മറ്റൊരു ഉജ്ജ്വല മായ കൃതിയായി *ദി ജീൻ* ഇതിനകം വിലയിരുത്തപ്പെട്ട് കഴിഞ്ഞിട്ടുണ്ട്. സാമാന്യം വലിപ്പമുള്ള *ദി ജീൻ* (600 ഓളം പേജുകൾ) ഇന്ത്യയിലും ഏറ്റവുമധികം വിറ്റഴിക്കപ്പെട്ടുകൊണ്ടിരിക്കുന്ന ഇംഗ്ലീഷ് പുസ്തകങ്ങളിൽ ഒന്നായി മാറിക്കഴിഞ്ഞിട്ടുണ്ട്. ജീവജാലങ്ങളുടെ വംശപാരമ്പര്യത്തെപ്പറ്റി (Heredity) പുരാതനകാലം മുതൽ ആധുനിക കാലം വരെ നടന്ന അന്വേ ഷണങ്ങളുടെ ചരിത്രമാണ് മുഖർജി *ദി ജീനിൽ* അനാവരണം ചെയ്യു ന്നത്. തന്റെ ബന്ധത്തിലുള്ള ജനിതകരോഗം ബാധിച്ച ഒരു തായ് വഴി യിലെ അംഗങ്ങളുടെ അനുഭവങ്ങൾ ആമുഖമായി പറഞ്ഞുകൊണ്ടാണ് മുഖർജി പുസ്തകം ആരംഭിക്കുന്നത്.

മനുഷ്യവംശത്തിന്റെ സ്വഭാവങ്ങൾ തലമുറകളിലേക്ക് കൈമാറ്റം ചെയ്യപ്പെടുന്നതിന്റെ കാരണങ്ങൾ അന്വേഷിക്കുന്നതിനായി മാൽത്തൂസ്, മെൻഡൽ, ഡാർവിൻ തുടങ്ങിയവർ നടത്തിയ അപകവും അപൂർണ്ണ വുമായ ശ്രമങ്ങൾ മുഖർജി വിവരിക്കുന്നു. ജനിതക ശുദ്ധത നിലനിർ ത്തുന്നതിനായി പാശ്ചാത്യ നാടുകളിൽ ആരംഭിക്കയും ലക്ഷക്കണക്കിന് ജൂതരെ കൊന്നൊടുക്കുന്നതിലേക്ക് ഹിറ്റ്ലറിനെ നയിച്ച യൂജെനിക്ക് സിദ്ധാന്തത്തെപ്പറ്റി മുഖർജി വിശദമായി ചർച്ചചെയ്യുന്നുണ്ട്. ഡി എൻ എയുടെ കണ്ടുപിടിത്തവുമായി ബന്ധപ്പെട്ട് ജെയിംസ് വാട്സൻ, ഫ്രാൻ സിസ് ക്രിക്ക്, മോറിസ് വിൽക്കിൻസൺ, റോസലന്റ് ഫ്രാങ്ക്ളിൻ, ലിനസ് പോളിങ്ങ് എന്നിവർ നടത്തിയ പരീക്ഷണങ്ങളും ഇവരുടെ വ്യക്തിബന്ധ ങ്ങളിലുണ്ടായിരുന്ന ഇണക്കങ്ങളും പിണക്കങ്ങളുമെല്ലാം അതീവ ഹൃദ്യ മായാണ് മുഖർജി രേഖപ്പെടുത്തിയിട്ടുള്ളത്. ജനിതകശാസ്ത്രത്തെപ്പറ്റി പഠിക്കാൻ ശ്രമിക്കുന്ന ശാസ്ത്രവിദ്യാർത്ഥികൾക്ക് മാത്രമല്ല ശാസ്ത്ര സാഹിത്യത്തിൽ താല്പര്യമുള്ള പൊതുവായനക്കാരും നിർബ്ബന്ധമായും വായിച്ചിരിക്കേണ്ട ഗ്രന്ഥമാണ് *ദി ജീൻ*. ശാസ്ത്രത്തിന്റെ നിഷ്കൃഷ്ടത ഒട്ടും നഷ്ടപ്പെടാതെ സാഹിത്യ ഭാഷയിൽ എങ്ങനെ ശാസ്ത്രമെഴുതാം എന്നതിന്റെ മാതൃകകകൂടിയാണ് *ദി ജീൻ*.

എബ്രഹാം വർഗ്ഗീസിന്റെ വൈദ്യശാസ്ത്ര സാഹിത്യം

ലോകമാകെ ഭീതി പടർത്തികൊണ്ടാണ് എച്ച് ഐ വി/എയ്ഡ്സ് രോഗം 1980 കളുടെ ആദ്യം അമേരിക്കയിലെ ന്യൂയോർക്ക്, കാലിഫോർ ണിയ സംസ്ഥാനങ്ങളിൽ പ്രത്യക്ഷപ്പെടുകയും പിന്നീട് അതിവേഗം മറ്റ് രാജ്യങ്ങളിലേക്ക് വ്യാപിച്ചു തുടങ്ങുകയും ചെയ്തത്. സ്വവർഗ്ഗ പ്രേമി കളിലും മയക്കു മരുന്ന് അടിമകളിലുമാണ് ആദ്യകാലങ്ങളിൽ എയ്ഡ്സ് കണ്ടെത്തിയത്. ശരീരത്തിന്റെ രോഗാണു സംവിധാനങ്ങളെയെല്ലാം തകർക്കുന്ന വൈറസ് രോഗം പിന്നീട് മറ്റുള്ളവരെയും ബാധിച്ച് തുടങ്ങി. ആദ്യകാലത്ത് എയ്ഡ്സിനുള്ള യാതൊരു ചികിത്സയും ലഭ്യമായി രുന്നില്ല. മരുന്നില്ല, രോഗശമനമില്ല (No Drug No Treatment) എന്നതാ യിരുന്നു അക്കാലത്തെ സമീപനം. എന്നാൽ 1984 ൽ എയ്ഡ്സിനു കാരണമായ റിട്രോ വൈറസിനെ (ഹ്യൂമൻ ഇമ്മ്യുണോ ഡഫിഷ്യൻസി വൈറസ്) വേർതിരിച്ചെടുക്കാൻ കഴിഞ്ഞു. രോഗവ്യാപനത്തിനുള്ള കാരണങ്ങൾ ഏതൊക്കെയെന്ന് വ്യക്തമായി മനസ്സിലാക്കാനും സാധിച്ചു. 1986 ൽ അമേരിക്കയിലെ നാഷണൽ ഇൻസ്റ്റിറ്റ്യൂട്ട് ഓഫ് ക്യാൻസറിലെ ഗവേഷകർ നേരത്തെ ക്യാൻസർ ചികിത്സയ്ക്കായി തയ്യാറാക്കിയ സിഡു വിഡിൻ എന്ന മരുന്ന് എയ്ഡ്സ് വൈറസിനെ തടയാൻ പ്രയോജന പ്രദമെന്ന് കണ്ടെത്തി. എയ്ഡ്സ് ചികിത്സയ്ക്കുള്ള നിരവധി മരുന്നുകൾ പിന്നീട് മാർക്കറ്റ് ചെയ്യപ്പെട്ടു. എയ്ഡ്സ് രോഗം പൂർണ്ണമായും ചികിത്സിച്ച് ഭേദപ്പെടുത്താനാവില്ലെങ്കിലും മറ്റ് ദീർഘസ്ഥായി രോഗങ്ങൾപോലെ നിയന്ത്രിച്ച് നിർത്താവുന്ന രോഗമായി മാറി. അതോടൊപ്പം വിപുലമായ ആരോഗ്യ വിദ്യാഭ്യാസവും നടത്തിയതിന്റെ ഫലമായി എയ്ഡ്സ് ഇപ്പോൾ മിക്കരാജ്യങ്ങളിലും നിയന്ത്രണവിധേയമായിട്ടുണ്ട്.

മനുഷ്യരാശിയുടെ അന്ത്യത്തിനുപോലും കാരണമാവുമെന്ന് കരു

തപ്പെട്ട എയ്ഡ്സ് രോഗത്തെ ആസ്പദമാക്കി ശുദ്ധ ശാസ്ത്രഗ്രന്ഥ ങ്ങൾക്കു പുറമേ നിരവധി ഓർമ്മക്കുറിപ്പുകളും അനുഭവവിവരണങ്ങളും സാഹിത്യകൃതികളും രചിക്കപ്പെട്ടിട്ടുണ്ട്. ഇവയിൽ ഏറ്റവും ശ്രദ്ധേയവും ആദ്യകാലത്ത് എഴുതപ്പെട്ട കൃതിയുമാണ് അബ്രഹാം വർഗ്ഗീസിന്റെ *മൈ ഓൺ കൺട്രി* (*My Own Coutnry: A Doctor's Story of a Town and its People in the Age of AIDS*: Vintage 1994). തിരുവല്ലാക്കാരായ അദ്ധ്യാപകരാണ് അദ്ദേഹത്തിന്റെ മാതാപിതാക്കൾ. അദ്ദേഹം ജനിച്ചത് എത്യോപ്പിയയിലാണ്. ആദ്യം ഹെൽത്ത് അസിസ്റ്റന്റായി അമേരിക്കയിൽ ജോലി നോക്കിയ വർഗ്ഗീസ് പിന്നീട് മദ്രാസ് മെഡിക്കൽ കോളേജിൽ നിന്നും വൈദ്യ ബിരുദം കരസ്ഥമാക്കിയശേഷം അമേരിക്കയിൽ ഡോക്ടറായി വിവിധ സ്ഥാപനങ്ങളിൽ സേവനമനുഷ്ഠിച്ച് വരികയാണ്.

അമേരിക്കയിൽ എയ്ഡ്സ് രോഗം ആദ്യമായി റിപ്പോർട്ട് ചെയ്യപ്പെട്ട ടെന്നസി സംസ്ഥാനത്തെ ജോൺസൺ സിറ്റി ആശുപത്രിയിലെ പകർച്ച വ്യാധി വിഭാഗത്തിൽ വർഗ്ഗീസ് ദീർഘകാലം ജോലി നോക്കിയിരുന്നു. എയ്ഡ്സ് രോഗികളെ പരിചരിച്ചതിലൂടെ അവിടെനിന്നും ലഭിച്ച അനു ഭവങ്ങളുടെ ഹൃദയസ്പർശിയായ ചിത്രീകരണമാണ് *മൈ ഓൺ കൺ ട്രി*യിലുള്ളത്. അക്കാലത്ത് ചികിത്സ ലഭ്യമല്ലാതിരുന്നതിനാൽ രോഗി കൾക്ക് സാന്ത്വനവും കാരുണ്യസ്പർശവും മാത്രമായിരുന്നു അദ്ദേ ഹത്തിന് നല്കാൻ കഴിഞ്ഞത്. മരണം അനിവാര്യമായിരുന്ന രോഗി കളെയും ബന്ധുക്കളെയും ആശ്വസിപ്പിച്ചുകൊണ്ട് ഡോക്ടർ – രോഗി ബന്ധത്തിൽ ആർദ്രതയുടെയും സഹാനുഭൂതിയുടെയും പുതിയ ഭാഷ്യ ങ്ങൾ അദ്ദേഹം ആവിഷ്കരിച്ചു. പലപ്പോഴും ബന്ധുക്കളും സുഹൃത്തു ക്കളും ഉപേക്ഷിച്ച് പോയ രോഗികളെയാണ് വർഗ്ഗീസിന് പരിചരിക്കേ ണ്ടിവന്നത്. അദ്ദേഹം മാത്രമായിരുന്നു മരണത്തെ മുന്നിൽക്കണ്ട് ജീവിച്ച രോഗികളുടെ ഏക ആശ്രയം. ആശുപത്രിയിലെത്തുന്ന രോഗികളെ മാത്രം പരിചരിക്കുന്നതിന്റെ പരിമിതി മനസ്സിലാക്കിയ വർഗ്ഗീസ് ആ പ്രദേശത്ത് സ്വവർഗ്ഗാനുരാഗികളും മയക്കുമരുന്ന് അടിമകളും സ്ഥിരമായി വരുന്ന കാസിനോകളും റസ്റ്റോറന്റുകളും സന്ദർശിച്ച് രോഗസാദ്ധ്യതയു ള്ളവരെ ബോധവല്ക്കരിക്കാൻ ശ്രമിച്ചു. മുഴുവൻ സമയവും ആശു പത്രിയിലും പുറത്തും ചെലവഴിച്ച വർഗ്ഗീസുമായി അദ്ദേഹത്തിന്റെ ഗർഭി ണിയായ ഭാര്യ സംഘർഷത്തിലായി. അവർ മാനസികമായി അകലുകയും പിന്നീട് ഔപചാരികമായി വേർപിരിയുകയും ചെയ്തു.

1994 ൽ പ്രസിദ്ധീകരിച്ച *മൈ ഓൺ കൺട്രി* ആ വർഷത്തെ ഏറ്റവും മികച്ച പുസ്തകമായി ടൈം വാരിക തെരഞ്ഞെടുത്തിരുന്നു. . ആധുനിക സാങ്കേതിക വിദ്യകളുടെ അമിതമായ പ്രയോഗം ഡോക്ടർ – രോഗി ബന്ധത്തിലുണ്ടാക്കിക്കൊണ്ടിരിക്കുന്ന അമാനവീകരണ പ്രവണതകൾ വികസിത രാജ്യങ്ങളുടെ സജീവ ചർച്ചാവിഷയമാണ്. ഈ സാഹചര്യ ത്തിൽ വൈദ്യ വിദ്യാർത്ഥികൾക്ക് പരിപാവനമായ ഡോക്ടർ – രോഗി ബന്ധത്തിന്റെ മഹത്വം മനസ്സിലാക്കിക്കൊടുക്കുന്നതിനായി അമേരിക്ക

യിലെയും യൂറോപ്പിലേയും നിരവധി രാജ്യങ്ങളില്‍ പാഠപുസ്തകമായി *മൈ ഓണ്‍ കണ്‍ട്രി* ഉള്‍പ്പെടുത്തിയിട്ടുണ്ട്. പ്രസിദ്ധ ചലച്ചിത്ര സംവി ധായിക മീരാനായര്‍ 1998 ല്‍ *മൈ ഓണ്‍ കണ്‍ട്രി* ഒരു ചലച്ചിത്രമാക്കി.

*മൈ ഓണ്‍ കണ്‍ട്രിക്ക്*ശേഷം 1999 ല്‍ ആത്മകഥാപരമായ *ദി ടെന്നീസ് പാര്‍ട്ടനര്‍ (The Tennis Partner: A Story of Friendship and Loss: Vintage: 1999)* എന്ന പുസ്തകം വര്‍ഗ്ഗീസ് പ്രസിദ്ധപ്പെടുത്തി. എയ്ഡ്സ് രോഗികളെ ചികിത്സിച്ചതിലൂടെ ലഭിച്ച അനുഭവത്തിന്റെ അടിസ്ഥാനത്തിലാണ് ഈ പുസ്തകവും എഴുതിയിട്ടുള്ളത്. മയക്കു മരുന്നിന് അടിമയും സ്വവര്‍ഗ്ഗാനുരാഗിയുമായ തന്റെ ഒരു സുഹൃത്തിന്റെ ജീവിതത്തിന്റെ വൈകാരികവും മനഃശാസ്ത്രപരവുമായ അടിയൊഴുക്കു കളാണ് ഈ പുസ്തകത്തില്‍ വര്‍ഗ്ഗീസ് വിവരിക്കുന്നത്. 1950 കളിലെ എത്യോപ്പിയന്‍ ചരിത്രപശ്ചാത്തലത്തില്‍ എഴുതിയ നോവലാണ് അദ്ദേഹത്തിന്റെ അവസാനത്തെ പുസ്തകമായ *കട്ടിങ് ഫോര്‍ സ്റ്റോണ്‍ (Cutting for Stone: Alfred A Knopf: 2009).* എത്യോപ്പിയയിലും അമേരിക്കയിലും ജോലി നോക്കിയ ഒരു ഡോക്ടറുടെ തിക്തമായ ജീവിതാനുഭവങ്ങളുടെ അടിസ്ഥാനത്തിലാണ് ഈ നോവല്‍ രചിച്ചി ട്ടുള്ളത്. അതോടൊപ്പം ആഭ്യന്തര കലാപങ്ങളില്‍ പെട്ട് ദുരന്തങ്ങളെ നേരിടുന്ന ആഫ്രിക്കന്‍ രാജ്യങ്ങളിലെ ചരിത്രവും രാഷ്ട്രീയ സാമൂഹ്യ സ്ഥിതിയും നോവലില്‍ പരാമര്‍ശിക്കപ്പെടുന്നുണ്ട്. *കട്ടിങ് ഫോര്‍ സ്റ്റോണ്‍* സിനിമയാക്കാനുള്ള ശ്രമം നടന്നു വരികയാണ്. മൂന്നു പുസ്തകങ്ങളിലും ഡോക്ടര്‍ - രോഗി ബന്ധത്തിന്റെ പവിത്രത ആവര്‍ത്തിച്ച് പരാമര്‍ശിക്കപ്പെ ടുന്നുണ്ട്.

സാഹിത്യ രചനയ്ക്ക് പുറമെ വൈദ്യവിദ്യാഭ്യാസത്തെ കൂടുതല്‍ മാനുഷികവല്‍ക്കരിക്കുന്നതിനും ഒരു അക്കാദമിഷ്യന്‍ എന്ന നിലയില്‍ വര്‍ഗ്ഗീസ് സംഭാവന ചെയ്തുവരുന്നുണ്ട്. വൈദ്യശാസ്ത്രപാഠ്യപദ്ധതിയും മാനവിക വിഷയങ്ങളും തമ്മില്‍ സമന്വയിപ്പിക്കണമെന്നുള്ള അഭി പ്രായക്കാരനാണ് ഡോ. അബ്രഹാം വര്‍ഗ്ഗീസ്. ഈ കാഴ്ചപ്പാടോടെ ടെക്സാസ് സര്‍വ്വകലാശാലയില്‍ (Universtiy of Texas Health Sci-ence Center) ആരംഭിച്ച വൈദ്യമാനവികതാ നൈതികതാ കേന്ദ്രത്തിന്റെ (The Center for Medical Humanities & Ethics) സ്ഥാപക ഡയറ ക്ടറായിരുന്നു അദ്ദേഹം. ഇപ്പോള്‍ സ്റ്റാന്‍ഫോര്‍ഡ് സര്‍വ്വകലാശാലയില്‍ സേവനമനുഷ്ഠിക്കുന്ന വര്‍ഗ്ഗീസിന്റെ ക്ലിനിക്കല്‍ ക്ലാസുകളും പ്രഭാഷ ണങ്ങളും പുതിയ തലമുറയില്‍പ്പെട്ട വൈദ്യ വിദ്യാര്‍ത്ഥികളെ ഏറെ സ്വാധീനിച്ചു വരുന്നു. വൈദ്യരംഗത്ത് സാങ്കേതിക വിദ്യയുടെ അമിത മേധാവിത്വത്തിനെതിരെ രോഗികളുടെ ശരീരപരിശോധന നടത്തിയും അവരുമായി ആശയവിനിമയം നടത്തിയും രോഗപരിചരണം നടത്തുന്ന രോഗനിര്‍ണ്ണയ ഉപാധികള്‍ക്ക് അമിത പ്രാധാന്യം നല്‍കാതെ രോഗിയെ നേരിട്ട് പരിചരിക്കുന്ന ബെഡ് സൈഡ് മെഡിസിന്റെ (Bedside Medi-cine) വലിയൊരു വക്താവാണദ്ദേഹം.

അതിവേഗം വാണിജ്യവല്ക്കരണത്തിനും അമാനവീകരണത്തിനും വിധേയമാക്കപ്പെട്ടുവരുന്ന വൈദ്യശാസ്ത്രത്തെ മനുഷ്യത്വവല്ക്കരിക്കാൻ ശ്രമം നടത്തുന്ന ഡോക്ടർമാരിൽ പ്രമുഖൻ എന്ന നിലയിൽ അബ്രഹാം വർഗ്ഗീസ് സാർവ്വദേശീയമായി ഏറെ ആദരിക്കപ്പെടുന്നു. 2014 ൽ അമേ രിക്കൻ ദേശീയ ദിനത്തിൽ ശ്രദ്ധേയമായ സംഭാവനകൾ നല്കിയതി നായി ആദരിക്കപ്പെട്ട 34 വിദേശികളിൽ പ്രമുഖസ്ഥാനം നല്കിയത് അബ്രഹാം വർഗ്ഗീസിനായിരുന്നു.

വീണ്ടും തുടരുന്ന ദൈവാസ്തിത്വസംവാദം

ദൈവാസ്തിത്വവുമായി ബന്ധപ്പെട്ട ചിന്തകൾ എല്ലാ കാലത്തും മനുഷ്യരാശിയെ അലട്ടിക്കൊണ്ടിരുന്ന സമസ്യകളാണ്. സർവ്വചരാചര ങ്ങളെയും സൃഷ്ടിക്കുകയും രക്ഷാശിക്ഷകൾ നല്കി സംരക്ഷിക്കുകയും ചെയ്യുന്ന സർവ്വശക്തമായ പ്രതിഭാസമായാണ് ദൈവത്തെ മതസംഹി തകളിൽ കാണാൻ കഴിയുക. ദൈവമെന്ന സങ്കല്പനത്തെ യുക്തിവാദി കൾ പൂർണ്ണമായും നിരാകരിക്കുന്നു. ലോകം സ്വയംഭൂവാണെന്നും യുക്തിയുക്തം ദൈവാസ്തിത്വം തെളിയിക്കാനാവില്ലെന്നുമാണ് യുക്തി വാദികൾ സമർത്ഥിക്കുന്നത്. ഉന്നത ജീവിതമൂല്യങ്ങളുടെ സമാഹാരം എന്ന നിലയിൽ ദൈവത്തെ കാണുന്നതടക്കം മത-യുക്തിവാദ സമീപനങ്ങളിൽനിന്നും വ്യത്യസ്തമായ നിരവധി ദൈവ കാഴ്ചപ്പാടുകൾ വേറെയുമുണ്ട്.

ചാൾസ്ഡാർവിൻ (1809-1882) പരിണാമസിദ്ധാന്തം ആവിഷ്കരിച്ച തോടെയാണ് ദൈവാസ്തിത്വം തെളിയിക്കപ്പെടാവുന്ന ശാസ്ത്രസത്യ ങ്ങളുടെ അടിസ്ഥാനത്തിൽ ചോദ്യംചെയ്യപ്പെട്ടു തുടങ്ങിയത്, ഭൂമിയിലെ ജീവജാലങ്ങളെയെല്ലാം പ്രത്യേകം പ്രത്യേകം പരസ്പരം മാറ്റാൻ കഴി യാത്ത വംശങ്ങളിലായി ദൈവം സൃഷ്ടിച്ചുവെന്നാണ് ബൈബിളിൽ പറ യുന്നത്. എന്നാൽ, സൂക്ഷ്മജീവികളിൽനിന്നും പ്രകൃതിനിർദ്ധാരണ ത്തിലൂടെ(Natural Selection) മനുഷ്യരും മറ്റ് ജീവജാലങ്ങളും പ്രകൃ ത്യാതീതശക്തിയുടെ ഇടപെടലൊന്നുമില്ലാതെ പരിണമിച്ചുണ്ടായതാണെ ന്നാണ് ഡാർവിൻ സിദ്ധാന്തിച്ചത്. ക്രിസ്തീയസഭയെ പ്രകോപിപ്പി ക്കുമെന്നും വിശ്വാസിയായ തന്റെ ഭാര്യയെ വേദനിപ്പിക്കുമെന്നും കരുതി ഡാർവിൻ തന്റെ സിദ്ധാന്തം പ്രസിദ്ധീകരിക്കാൻ മടിച്ചിരുന്നു. പിന്നീട് ആൽഫ്രഡ്റസ്സൽ വാലസ് (1823-1913)സമാന ആശയങ്ങൾ പ്രസിദ്ധീ കരിക്കാൻ പോയപ്പോഴാണ് സുഹൃത്തുക്കളുടെ നിർബ്ബന്ധത്തിനു വഴങ്ങി

ഡാർവിൻ *ഒറിജിൻ ഓഫ് സ്പീഷിസ്* (1859) പ്രസിദ്ധീകരിച്ചത്. പ്രപഞ്ച സ്രഷ്ടാവ് എന്ന പദവിയിൽനിന്നും ദൈവത്തെ പരിണാമസിദ്ധാന്തം നിഷ്കാസനംചെയ്തു

പരിണാമസിദ്ധാന്തത്തിന്റെ മറ്റൊരു ഉപജ്ഞാതാവായി കരുതപ്പെ ടുന്ന ആൽഫ്രഡ്റസ്സൽ വാലെസ് ദൈവാസ്തിത്വത്തിൽ വിശ്വസിച്ചിരുന്നു. പരിണാമത്തിലൂടെ രൂപംകൊണ്ട മനുഷ്യന് ആത്മാവ് നല്കിയത് ദൈവമാണെന്നും അജൈവവസ്തുക്കളിൽനിന്നും ജൈവവസ്തുക്കൾ രൂപപ്പെട്ടത് ദൈവത്തിന്റെ ഇടപെടലിലൂടെയാണെന്നും വാലസ് അഭി പ്രായപ്പെട്ടിരുന്നു.

ദൈവാസ്തിത്വ സംവാദം സമീപകാലത്ത് പാശ്ചാത്യനാടുകളിൽ പ്രത്യേകിച്ചും അമേരിക്കൻ സർവ്വകലാശാല കാമ്പസുകളിൽ സജീ വമായി അതി തീവ്രതയോടെ നടന്നുവരുന്നു. ഈശ്വരവിശ്വാസത്തെയും മതവിശ്വാസത്തെയും ആത്മീയതയെയും ന്യായീകരിച്ചുകൊണ്ടും തള്ളിക്കളഞ്ഞുകൊണ്ടുമുള്ള നൂറുകണക്കിനു പുസ്തകങ്ങളാണ് പ്രസി ദ്ധീകരിക്കപ്പെട്ടുവരുന്നത്.

അമേരിക്കയിലെ നാഷണൽ ഇൻസ്റ്റിറ്റ്യൂട്ട് ഓഫ് ഹെൽത്ത് 1990 ലാരംഭിച്ച ഹ്യൂമൻ ജീനോം പ്രോജക്ടിന്റെ ഡയറക്ടറായിരുന്ന പ്രസിദ്ധ ജൈവശാസ്ത്രജ്ഞൻ ഫ്രാൻസിസ് കോളിൻ രചിച്ച *ദൈവത്തിന്റെ ഭാഷയും* (*The Language of God: A Scientist Presents Evidence for Belief*: Free Press: New York: 2006) ഓക്സ്ഫോർഡ് സർവ്വക ലാശാല പ്രൊഫസറും ലോക പ്രശസ്ത ശാസ്ത്രപ്രചാരകനുമായ റിച്ചാർഡ്സ് ഡോക്കിൻസിന്റെ *ദൈവമിഥ്യ* (*The God Delusion:* Houghton Mifflin Company: New York: 2006) എന്നീ ഗ്രന്ഥങ്ങളാണ് ഇവയിൽ പ്രധാനപ്പെട്ടവ.

മറ്റ് മതവിശ്വാസികളിൽനിന്നും വ്യത്യസ്തമായ രീതിയിലാണ് ഫ്രാൻസിസ് കോളിൻസ് ദൈവാസ്തിത്വത്തെയും മതചിന്തകളെയും ന്യായീകരിക്കുന്നത്. ഡാർവിനിസത്തിനെതിരായും ഈശ്വരവിശ്വാസത്തെ ന്യായീകരിക്കാനുമായി മുന്നോട്ടുവയ്ക്കാറുള്ള സൃഷ്ടിശാസ്ത്രം, (Cre- ation Science) അഭികല്പനാവാദം (Argument from Design)തുടങ്ങിയ സിദ്ധാന്തങ്ങളൊന്നും കോളിൻസ് അംഗീകരിക്കുന്നില്ല. ശാസ്ത്രവും മതവും തമ്മിൽ വൈരുദ്ധ്യങ്ങളൊന്നുമില്ലെന്നതാണ് കോളിൻസിന്റെ അടിസ്ഥാനസമീപനം. ലോകം നിലനില്ക്കുന്നത് പരിണാമസിദ്ധാന്തം അടക്കമുള്ള വസ്തുനിഷ്ഠനിയമങ്ങളുടെ അടിസ്ഥാനത്തിൽ തന്നെ യാണ്. എന്നാൽ, ഈ നിയമങ്ങൾ ദൈവസൃഷ്ടിയാണ്. ചില അപൂർവ സാഹചര്യങ്ങളിൽ ദൈവം മനുഷ്യ നന്മ ലക്ഷ്യമാക്കി ഈ നിയമങ്ങൾ മാറ്റി മറിക്കും. അത്ഭുത കൃത്യങ്ങൾ സംഭവിക്കുന്നതങ്ങനെയാണ്. ലാബ റട്ടറിയിലും പള്ളിയിലും ഒരുപോലെ ദൈവത്തെ ആരാധിക്കാമെന്നും ബൈബിളിലെയും ജനിതകശാസ്ത്രത്തിലെയും ദൈവം ഒന്നുതന്നെ യെന്നും കോളി വാദിക്കുന്നു.

ദൈവാസ്തിത്വത്തിനനുകൂലമായി കോളിൻസടക്കമുള്ള മതവിശ്വാ
സികളും ആത്മീയചിന്തകരും മുന്നോട്ടുവയ്ക്കുന്ന വാദമുഖങ്ങളെ ശക്ത
മായ ഭാഷയിൽ നിരാകരിക്കുന്ന കൃതിയാണ് റിച്ചാർഡ്ഡോക്കിൻസിന്റെ
ദൈവമിഥ്യ. കുരിശുയുദ്ധകാലം മുതൽ മതവിശ്വാസത്തിന്റെ പേരിൽ
നടന്നുവരുന്ന മനുഷ്യക്കുരുതികളെ ഡാക്കിൻസ് രൂക്ഷമായ ഭാഷയിൽ
വിമർശിക്കുന്നു. ഏകാധിപതിയും ക്രൂരനുമായ പഴയനിയമത്തിലെ
ദൈവം മുതൽ കോളിൻസും കൂട്ടരും അവതരിപ്പിക്കുന്ന മൂല്യാധിഷ്ഠിത
ദൈവംവരെയുള്ള വ്യത്യസ്ത ഈശ്വര സങ്കല്പനങ്ങളുടെ അശാസ്ത്രീ
യതയും പൊള്ളത്തരങ്ങളും ഡാക്കിൻസ് തുറന്നുകാട്ടുന്നുണ്ട്. മനു
ഷ്യരിൽ നിലനില്ക്കുന്ന മൂല്യബോധം ദൈവത്തിന്റെ സംഭാവനയ
ല്ലെന്നും ജീവപരിണാമപ്രക്രിയയിലൂടെ സാമൂഹ്യജീവിയായ മനുഷ്യൻ
സ്വയം ആർജ്ജിച്ച ഗുണസമുച്ചയമാണെന്നും ഡാക്കിൻസ് ശാസ്ത്രീയ
സിദ്ധാന്തങ്ങളുടെ അടിസ്ഥാനത്തിൽ തെളിയിക്കുന്നുണ്ട്.

ദൈവ-മതവിശ്വാസങ്ങൾക്ക് ശാസ്ത്രീയമായോ തത്ത്വചിന്താപര
മായോ ന്യായീകരണമില്ലെന്നുമാത്രമല്ല ചരിത്രപരമായും സമീപകാല
ലോകസാഹചാര്യം കണക്കിലെടുക്കുമ്പോഴും അവ മനുഷ്യരാശിയുടെ
വിനാശത്തിനു കാരണമാവുമെന്നും ഡാക്കിൻസ് വിശദീകരിക്കുന്നു.
ഡാക്കിൻസിന്റെ പുസ്തകത്തെ അടിസ്ഥാനമാക്കി സി രവിചന്ദ്രൻ
നാസ്തികനായദൈവം (ഡി സി ബുക്സ് 2010) എന്നപേരിൽ അതീവ
ശ്രദ്ധേയമായ ഒരു കൃതി രചിച്ചിട്ടുണ്ട്.

മാർക്സിസത്തിന്റെ പ്രസക്തിയെക്കുറിച്ച് നടന്നുവരുന്ന സംവാ
ദങ്ങളുടെ പശ്ചാത്തലത്തിൽ സമീപകാലത്ത് ഏറെ ചർച്ചചെയ്യപ്പെട്ടു
വരുന്ന *എന്തുകൊണ്ടാണ് മാർക്സ് ശരിയായിരിക്കുന്നത്* (*Why Marx
Was Right*: Yale University Press: London: 2011) എന്ന പുസ്തകമെഴുതി
ഇംഗ്ലണ്ടിലെ ലങ്കാസ്റ്റർ സർവ്വകലാശാലയിലെ പ്രസിദ്ധനായ ഇംഗ്ലീഷ്
സാഹിത്യ പ്രൊഫസർ ടെറി ഈഗിൾടൺ ദൈവവിവാദത്തിൽ പങ്കെടു
ത്തുകൊണ്ട് അത്യന്തം ചിന്തോദ്ദീപകമായ ഒരു കൃതി (*Reason, Faith
and Revolution: Reflections on the God Debate*: Yele University
Press: London: 2009) രചിച്ചിട്ടുണ്ട്. നവനിരീശ്വരത്വത്തെയും ആദ്യകാല
വിപ്ലവചിന്തകൾ ഉപേക്ഷിച്ച് പ്രതിലോമ ചിന്തകളിലേക്കും പ്രവൃത്തിയി
ലേക്കും വഴിമാറി സഞ്ചരിക്കുന്ന ക്രിസ്തുമതത്തെയും ഒരുപോലെ വിമർ
ശനവിധേയനാക്കുന്ന ഈഗിൾടൺ മതവിശ്വാസത്തിനുപകരമായി മറ്റ്
മതേതരവാദികൾ മുന്നോട്ടുവയ്ക്കുന്ന ഉദാരമാനവികതയുടെ (Liberal
Humanism) സ്ഥാനത്ത് ആർദ്രമാനവികതയെന്ന ആശയമാണ് (Tragic
Humanism) മുന്നോട്ടുവയ്ക്കുന്നത്.

റോബെർട്ട് ഇംഗർസോൾ, എലിസബെത്ത് കാഡി സ്റ്റാന്റൺ, സൂസൻ
ജാക്കോബി, തോമസ് പെയിൻ, ബർട്രാന്റ് റസ്സൽ എന്നിവർക്ക് ശേഷം
യുക്തിചിന്തയുടെയും ശാസ്ത്രബോധത്തിന്റെയും മാനവികതയുടെയും
പ്രചാരകരായ സമകാലിക ചിന്തകരിൽ പ്രമുഖരാണ് റിച്ചാർഡ്
ഡോക്കിൻസ്, സാം ഹാരിസ്, ഡാനിയൽ ഡെന്നെറ്റ്, ക്രിസ്റ്റോഫർ

ഹിച്ചൻസ് എന്നിവർ. ബൈബിളിലെ ഒരു പ്രയോഗത്തിന്റെ അടിസ്ഥാന ത്തിൽ ഇവരെ യുക്തിചിന്തയുടെയും മതേതര മാനവികതയുടെയും നാലു കുതിരക്കാർ (Four Horsemen) എന്നും നവ നിരീശ്വരർ (Neo Atheists) എന്നും വിശേഷിപ്പിക്കാറുണ്ട്.

ഇവരോടൊപ്പം യുക്തിവാദത്തിന്റെ പ്രചാരണത്തിനായി നിരന്തരം എഴുതുകയും പ്രഭാഷണങ്ങൾ നടത്തുകയും ചെയ്യുന്ന തത്ത്വചിന്തക നാണ് എ സി ഗ്രെലിങ്. അദ്ദേഹത്തെ യുക്തിചിന്തയുടെ അഞ്ചാം കുതിരക്കാരനെന്നും (Fifth Horseman) വിശേഷിപ്പിക്കാറുണ്ട്. *ഇൻഫിഡൽ, ദി കേജഡ് വെർജിൻ* എന്നീ കൃതികളിലൂടെ ഇസ്ലാം മതത്തിന്റെ പേരിൽ നടപ്പിലാക്കിവരുന്ന സ്ത്രീ വിരുദ്ധചിന്തകളുടെ ശക്തയായ വിമർശകയായ അയാൻ ഹിർസാ അലി എന്ന വനിതയെ പ്ലസ് വൺ കുതിരക്കാരി (Plus one Horse Woman) എന്നും വിശേഷിപ്പിക്കാറുണ്ട്.

ഇപ്പോഴും സജീവമായി തുടർന്നു വരുന്ന ദൈവസംവാദത്തിന് എ സി ഗ്രെലിങ് നല്കിയിട്ടുള്ള മികച്ച സംഭാവനയാണ് *ദൈവസംവാദം മതത്തിനെതിരെ മാനവികതക്ക് വേണ്ടിയുമുള്ള നിലപാട്* (*The God Argument: The Case against Religion and for Humanism*: 2013) എന്ന പ്രശസ്ത ഗ്രന്ഥം. ബ്രിട്ടനിലെ ബിർബെക്ക് സർവ്വകലാശാലയിലെ തത്ത്വശാസ്ത്രം പ്രൊഫസറായിരുന്ന ഗ്രെലിങ് മാനവിക വിഷയങ്ങ ൾക്കായി 2011 ൽ ദി ന്യൂകോളേജ് ഓഫ് ദി ഹുമാനിറ്റീസ് സ്ഥാപിച്ചു. 30 ഓളം തത്ത്വശാസ്ത്ര ഗ്രന്ഥങ്ങൾ ഗ്രെലിങ് രചിച്ചിട്ടുണ്ട്. മനുഷ്യാവകാശം, മാനവികത, യുക്തിചിന്ത, ശാസ്ത്രബോധം, നീതിശാസ്ത്രം, നൈ തികബോധം തുടങ്ങിയ വിഷയങ്ങളാണ് തന്റെ പുസ്തകങ്ങളിൽ ഗ്രെലിങ് ആഴത്തിൽ ചർച്ചചെയ്യുന്നത്.

മതത്തിനും ഈശ്വരവിശ്വാസത്തിനുമെതിരെയുള്ള വാദങ്ങളടങ്ങുന്ന പതിനൊന്ന് അദ്ധ്യായങ്ങളുള്ള ഒന്നാം ഭാഗവും മതവിശ്വാസത്തിന് പകരം സ്വീകരിക്കേണ്ട മാനവികതയെ സംബന്ധിച്ച പതിനൊന്ന് അദ്ധ്യാ യങ്ങളുമുള്ള രണ്ടാം ഭാഗവുമാണ് ദൈവസംവാദ പുസ്തകത്തിലുള്ളത്. ആദ്യഭാഗത്ത് മതത്തിനും ഈശ്വരവിശ്വാസത്തിനും അനുകൂലമായി മുന്നോട്ടുവയ്ക്കാറുള്ള വാദമുഖങ്ങളെയെല്ലാം യുക്തിചിന്താപരമായി പരി ശോധിച്ച് ഗ്രെലിങ് തള്ളിക്കളയുന്നു. ജ്ഞാനാന്വേഷണപരം (Teleologi-cal), സത്താമീമാസപരം (Ontological), പ്രപഞ്ച ഘടനാ ശാസ്ത്രപരം (Cosmological) എന്നിങ്ങനെ മൂന്നു തലങ്ങളിലായി ദൈവാസ്തിത്വം തെളിയിക്കാനായി മതചിന്തകർ മുന്നോട്ടുവയ്ക്കുന്ന വാദമുഖങ്ങളെ യുക്തിപരമായ കർശന പരിശോധനയ്ക്ക് വിധേയമാക്കി ഗ്രെലിങ് നിരാ കരിക്കുന്നു.

ശാസ്ത്രം ഇന്നത്തെ രീതിയിൽ വളരുന്നതിന് മുൻപ് മനുഷ്യന് മന സ്സിലാകാതിരുന്ന പ്രകൃതി പ്രതിഭാസങ്ങളെയും ജീവിതത്തിന്റെ അനി ശ്ചിതത്വത്തെയും പ്രാകൃതമായി വ്യാഖ്യാനിച്ചതാണ് മതവിശ്വാസ

ങ്ങളുടെ അടിസ്ഥാനം എന്ന് ഗ്രെലിങ് വാദിക്കുന്നു. ശാസ്ത്രം വളർന്ന് വികസിച്ച് ഇന്നത്തെ കാലത്ത് മതവിശ്വാസം തുടർന്നും നില്ക്കുന്നതിൽ യാതൊരു ന്യായീകരണവുമില്ല.

ഡേവിഡ് ഹ്യൂം (1711 – 1776) പതിനെട്ടാം നൂറ്റാണ്ടിൽത്തന്നെ യുക്തി ചിന്തയ്ക്ക് നിരക്കാത്ത ദൈവസങ്കല്പത്തെ നിരാകരിച്ചിരുന്നതായി ഗ്രെലിങ് ചൂണ്ടിക്കാട്ടുന്നു. ഏത് കാര്യത്തെക്കുറിച്ചാലോചിക്കുമ്പോഴും കുറച്ച് സങ്കല്പനങ്ങളെയേ ആശ്രയിക്കാവൂ എന്ന ഒഖാമിന്റെ കത്തി (Okham's Razor) എന്ന സിദ്ധാന്തത്തിന്റെ അടിസ്ഥാനത്തിൽ ഈശ്വര ചിന്തയ്ക്ക് നിലനില്പില്ലെന്ന് ഗ്രെലിങ് വാദിക്കുന്നു. ബർട്രാൻഡ് റസ്സൽ (1872 – 1970) അടക്കം നിരവധി തത്ത്വചിന്തകരുടെ അഭിപ്രായങ്ങൾ ഗ്രെലിങ് പരിശോധിക്കുന്നുണ്ട്. എന്നാൽ റസ്സലിന്റെ അജ്ഞേയവാദ (Agnostic) നിലപാടുകളോട് ഗ്രെലിങ് യോജിക്കുന്നില്ല. നിരീശ്വരത്വമാണ് (Atheism) കൂടുതൽ യുക്തിഭദ്രം എന്നദ്ദേഹം സമർത്ഥിക്കുന്നു. ഇതു പോലെ ദൈവാസ്തിത്വത്തിന് അനുകൂലമായ ബ്ലെയിസ് പാസ്കലിന്റെ (1623–1662) നിലപാടുകളെയും ഗ്രെയിങ് തള്ളിക്കളയുന്നു. പ്രശസ്ത ശാസ്ത്ര സാഹിത്യകാരനായ കാൾ സാഗൻ (1934–1996) തന്റെ 'വണ്ടി പ്പുരയിലെ വ്യാളി' (The Dragon in my garage) എന്ന പ്രബന്ധത്തിലൂടെ ദൈവസങ്കല്പങ്ങളെ നിരാകരിക്കുന്നതെങ്ങനെയെന്നും ഗ്രെലിങ് വിശ ദീകരിക്കുന്നുണ്ട്.

ദൈവ മത വിശ്വാസങ്ങൾ നിരാകരിച്ച് എങ്ങനെയാണ് മാനവിക തയുടെയും (Humanism) നൈതിക ബോധത്തിന്റെയും (Ethics) അടി സ്ഥാനത്തിൽ അടിസ്ഥാനത്തിൽ ജീവിതം ക്രമീകരിക്കേണ്ടതെന്നാണ് പുസ്തകത്തിന്റെ രണ്ടാം ഭാഗത്ത് ഗ്രെലിങ് വിശദമാക്കുന്നത്. മിഥ്യാ ബോധങ്ങളും അശാസ്ത്രീയ ചിന്തകളും ഉപേക്ഷിച്ചുകൊണ്ടുള്ള സമീ പനമാണ് മാനവികതയുടേത്. മരണാനന്തര ജീവിത സങ്കല്പത്തിൽ മനുഷ്യർ അഭയം തേടേണ്ടതില്ല. അനുകമ്പയും നീതിബോധവും സമഷ്ടി പരിഗണനയുമെല്ലാം ജീവിതത്തെ സമ്പന്നമാക്കും.

ഇപ്പോഴും സജീവമായി തുടരുന്ന ദൈവസംവാദ ചിന്താസരണിയെ കൂടുതൽ ഉയരങ്ങളിലേക്ക് നയിക്കാൻ ഗ്രെലിങ്ങിന് യുക്തിവാദികൾ നിർബ്ബന്ധമായും വായിച്ചിരിക്കേണ്ട ഈ പുസ്തകത്തിലൂടെ കഴിഞ്ഞി രിക്കുന്നു. *സന്ദേഹതയുടെ പ്രതിവാദം* (*The Refutation of Scepticism*: 1985), *ധാർമ്മിക മൂല്യങ്ങളുടെ ഭാവി* (*The Future of Moral Values*: 1997), *നല്ല പുസ്തകം* (*The Good Book*: 2011) *ജീനിയസുകളുടെ യുഗം പതിനൊന്നാം നൂറ്റാണ്ടും ആധുനിക മനസ്സിന്റെ ഉദയവും* (*The age of Genius: Seventeenth Century and the Birth of Modern Mind*: 2016) എന്നിവയാണ് ഗ്രെലിങ്ങിന്റെ മറ്റ് ശ്രദ്ധേയ ഗ്രന്ഥങ്ങൾ.

ഈശ്വരവിശ്വസം, ആത്മീയത, യുക്തിചിന്ത, ശാസ്ത്രീയവീക്ഷണം തുടങ്ങിയ വിഷയങ്ങളെ സംബന്ധിച്ചു തുടർന്നും പ്രസിദ്ധീകരിച്ചുവരുന്ന പുസ്തകങ്ങളുടെ ബാഹുല്യം കണക്കിലെടുക്കുമ്പോൾ ദൈവാസ്തിത്വ സംവാദം ഇനിയും ഏറെനാൾ തുടരുമെന്നു കരുതേണ്ടിയിരിക്കുന്നു.

ഇന്തോ ആംഗ്ലിക്കൻ സാഹിത്യത്തിലെ മലയാളി സാന്നിദ്ധ്യം

ഇംഗ്ലീഷിലെഴുതുന്ന ഇന്ത്യൻ എഴുത്തുകാരുടെ ഇന്തോആംഗ്ലിക്കൻ കൃതികൾ ഭാഷാസാഹിത്യത്തോടൊപ്പം ദേശീയതലത്തിൽ അംഗീകരി ക്കപ്പെടുകയും നിരൂപണ വിധേയമാക്കപ്പെടുകയും ചെയ്യുന്നുണ്ട്. മല യാളികളായ നിരവധി എഴുത്തുകാർ ഇന്തോആംഗ്ലിക്കൻ സാഹിത്യരംഗ ത്തുണ്ട്. ഇവരിൽ പലരുടെയും കൃതികൾക്ക് ദേശീയ സാർവ്വദേശീയ തലങ്ങളിൽ അംഗീകാരവും ലഭിച്ചുവരുന്നുണ്ട്. കേരളത്തിൽ അപൂർവ്വമാ യിമാത്രമാണ് ഇവരുടെ രചനകൾ ശ്രദ്ധിക്കപ്പെടാറുള്ളത്.

മാൽഗുഡി കഥകളിലൂടെ ഇന്ത്യൻ ജനതയുടെ ഹൃദയംകവർന്ന ആർ കെ നാരായണൻ, തത്ത്വചിന്താപരമായ കൃതികളിലൂടെ പ്രസിദ്ധ നായ രാജാറാവു, പുരോഗമന സാഹിത്യകാരനായ മുൽക്ക് രാജ് ആനന്ദ്, തത്ത്വചിന്തകനായ നിരാദ് സി ചൗധരി തുടങ്ങിയവരാണ് പഴയ തലമു റയിലെ പ്രമുഖ ഇന്തോആംഗ്ലിക്കൻ എഴുത്തുകാർ.

സമകാലീന ഇന്തോആംഗ്ലിക്കൻ എഴുത്തുകാരിൽ പ്രമുഖർ സാൽമൻ റഷ്ദി, അമിതാവഗോഷ്, വിക്രംസേത്ത്, ഡേവിഡ് ദവിദാർ, ജുംബാലാഹിരി, അനിതാദേശായി, കിരൺ ദേശായി, ചേതൻ ഭഗത്ത്, അരവിന്ദ്അധിഗ, വികാസ് സ്വരൂപ് തുടങ്ങിയവരാണ്. ബുക്കർ പ്രൈസ്, പുലിറ്റ്സർ പ്രൈസ് തുടങ്ങിയ നിരവധി സർവ്വദേശീയ പുരസ്കാരങ്ങൾ ഇവരിൽ പലർക്കും ലഭിച്ചിട്ടുണ്ട്. *ടൈം, എക്കണോമിസ്റ്റ്* എന്നീ പ്രസി ദ്ധീകരണങ്ങൾ അമിതാവ ഗോഷിന്റെ കൃതികളെ സംബന്ധിച്ച് പ്രത്യേക ഫീച്ചറുകൾ പ്രസിദ്ധീകരിച്ചിരുന്നു.

അരുന്ധതിറോയി, ജയശ്രീമിശ്ര, ശശിതരൂർ, അബ്രഹാം വർഗ്ഗീസ്, അഞ്ജലി ജോസഫ്, മനു ജോസഫ്, ബിനു കെ ജോൺ, വിനോദ് ജോർജ്ജ് ജോസഫ്, അനിതാനായർ, മീനാഅലക്സാണ്ടർ, എൽസി

താരമംഗലം, സുജാത സംക്രാന്തി, സൂസൻ വിശ്വനാഥൻ, അനിൽ മേനോൻ, ശ്രീകുമാർവർമ്മ, അനീസ് സലീം തുടങ്ങിയവരാണ് മലയാളികളായ പ്രമുഖ ഇന്തോആംഗ്ലിക്കൻ എഴുത്തുകാർ. ഇവരുടെ പല കൃതികളും മലയാളത്തിലേക്ക് പരിഭാഷപ്പെടുത്തിയിട്ടുമുണ്ട്. ശശിതരൂരിന്റെ *റയട്ട്* (*Riot.* Penguins: 2001. കലാപം ഡി സി ബുക്സ്), ജയശ്രീ മിശ്രയുടെ *റാണി* (*Rani* (Penguins: 2007. റാണി ഡി സി ബുക്സ്), എന്നിവയാണ് മലയാളത്തിലേക്ക് തർജ്ജമ ചെയ്യപ്പെട്ടിട്ടുള്ള പ്രധാനപ്പെട്ട കൃതികൾ.

ദി ഗോഡ് ഓഫ് സ്മോൾ തിങ്സ് (*The God of Small Things*: Indiaink 1997)) ലൂടെ ലോകശ്രദ്ധയാകർഷിച്ച സാഹിത്യകാരിയാണ് ക്രിസ്ത്യൻ പിന്തുടർച്ചവകാശ കേസിലൂടെ പ്രസിദ്ധയായ മേരിറോയിയുടെ മകളും സാമൂഹ്യപ്രവർത്തകയുമായ അരുന്ധതിറോയി. ഈ നോവലിന്റെ പ്രിയ എ എസ് തയ്യാറാക്കിയ മലയാളപരിഭാഷ പ്രസിദ്ധീകരിക്കപ്പെട്ടിട്ടുണ്ട്. (*കുഞ്ഞുകാര്യങ്ങളുടെ ഉടയതമ്പുരാൻ* ഡി സി ബുക്സ് 2011).

2011 ൽ തിരുവനന്തപുരത്ത് സംഘടിപ്പിച്ച ഹേഫെസ്റ്റിവലിൽ വച്ചാണ് തകഴി ശിവശങ്കരപ്പിള്ളയുടെ കുടുംബാംഗം കൂടിയായ ജയശ്രീ മിശ്രയുടെ നോവൽ *എ സ്കാൻഡലസ് സീക്രട്ട്* (*A Scandalous Secret* Avon Books 2011) പ്രകാശനംചെയ്തത്. മാധവിക്കുട്ടി (കമലാ സുരയ്യാ) തന്റെ കവിതകൾ മിക്കവയും എഴുതിയിട്ടുള്ളത് ഇംഗ്ലീഷിലാണ്. ഇന്തോ ആംഗ്ലിക്കൻ മലയാളി എഴുത്തുകാരിൽ കൂടുതൽ പേരും വനിതകളാണെന്ന പ്രത്യേകതയുമുണ്ട്.

മലയാളിയും *ഓപ്പൺ മാഗസിൻ* വാരികയുടെ ചീഫ്എഡിറ്ററും പത്രപ്രവർത്തകനുമായ മനുജോസഫിന്റെ *സീരിയസ് മെൻ* (Serious Men: Fourth Estate: New Delhi: 2010) എന്ന കൃതിക്കാണ് ഹിന്ദുദിന പ്പത്രത്തിന്റെ 2010 ലെ മികച്ച നോവൽ അവാർഡ് ലഭിച്ചത്. ദളിതനായ അയ്യാൻ മണിയേയും മകൻ അദിയേയും കേന്ദ്രീകരിച്ച് മുംബെയിലെ ചേരിപ്രദേശത്തും ഇൻസ്റ്റിറ്റ്യൂട്ട് ഓഫ് തിയറി ആന്റ് റിസർച്ച് എന്ന ഗവേഷണ സ്ഥാപനത്തിലുമായാണ് നോവലിന്റെ കഥ ചുരുളഴിയുന്നത്. വികാസ് സ്വരുപിന്റെ *സ്ലംഡോഗ് മില്ലിനയർ* (*Slumdog Millionaire* Mehta Publishing House 2009), അരവിന്ദ് അധിഗയുടെ *വൈറ്റ്ടൈഗർ* (*White Tiger:* Harper Collins: 2008) എന്നീ നോവലുകളുടെ സരണിയിൽ പെടുത്താവുന്ന സീരിയസ്മെൻ സാഹിത്യ മൂല്യമുള്ള മികച്ച കൃതിയെന്ന വിശേഷണം അർഹിക്കുന്നില്ല. എങ്കിലും ഇന്ത്യൻ സമൂഹത്തിൽ ഇപ്പോഴും നിലനില്ക്കുന്ന സവർണ്ണമേധാവിത്വം, ദളിതരുടെ ശോചനീയമായ ജീവിതാവസ്ഥ, വർദ്ധിച്ചുവരുന്ന സാമൂഹ്യാസമത്വം, ധനികദരിദ്ര വിഭജനം തുടങ്ങിയ ഇന്ത്യൻ സമൂഹ്യ യാഥാർത്ഥ്യങ്ങൾതന്നെയാണ് വികാസ് സ്വരുപിന്റെയും അരവിദ് അധിഗയേയും പോലെ മനു ജോസഫും തന്റെ നോവലിൽ വിഷയമാക്കുന്നത്.

ഇന്ത്യയിലെ ഉന്നത ശാസ്ത്രസ്ഥാപനങ്ങളിൽ നടക്കുന്ന ഗവേഷണ ങ്ങളുടെ സാമൂഹ്യപ്രസക്തി ചോദ്യം ചെയ്യാനും ശാസ്ത്രകാരന്മാർ തമ്മിലുള്ള തരംതാണ കിടമത്സരങ്ങൾ തുറന്നുകാട്ടാനും മനു ജോസഫ് തന്റെ നോവലിലൂടെ ശ്രമിക്കുന്നുണ്ട്.

അരുന്ധതിറോയിക്കുശേഷം സാർവ്വദേശീയ തലത്തിൽ ശ്രദ്ധിക്ക പ്പെടുന്ന മലയാളിയായ ഇന്തോആംഗ്ലിക്കൻ സാഹിത്യപ്രതിഭയായി മനു ജോസഫ് മാറിക്കഴിഞ്ഞിട്ടുണ്ട്. മാൻ ഏഷ്യൻ ലിറ്ററിപ്രൈസ്, കോമൺ വെൽത്ത് പ്രൈസ് തുടങ്ങിയ അന്താരാഷ്ട്ര സാഹിത്യ പുരസ്കാരങ്ങൾ ക്കായുള്ള പരിഗണന പട്ടികയിൽ സീരിയസ് മെൻ ഉൾപ്പെടുത്തിയിട്ടുണ്ട്. അരുന്ധതിറോയിയും മനുജോസഫും കോട്ടയംകാരാണെന്ന പ്രത്യേക തയും സൂചിപ്പിക്കേണ്ടിയിരിക്കുന്നു.

2013 ലെ *ഹിന്ദുവിന്റെ നോവൽ അവാർഡ്* ലഭിച്ചത് മറ്റൊരു മലയാളിയായ അനീസ് സലീമിന്റെ *വാനിറ്റി ബാഗ്* (Vanity Bagh: Pan Macmillan: 2013) എന്ന നോവലിനാണ്. മതപരമായ അസഹിഷ്ണുത കേന്ദ്രപ്രമേയമായിട്ടുള്ള *വാനിറ്റി ബാഗ്* കറുത്ത ഫലിതം പ്രസരിപ്പിക്കുന്ന അസാധാരണ നോവലാണ്. സാമ്പത്തികവും സാമൂഹ്യവുമായി പിന്നോക്കാവസ്ഥയിലുള്ള മുസ്ലീങ്ങൾ തിങ്ങി പാർക്കുന്ന ലിറ്റിൽ പാകിസ്ഥാൻ എന്ന പ്രദേശവും അതിന്റെ തൊട്ടടുത്ത് തന്നെ ഹിന്ദുക്കൾ താമസിക്കുന്ന മെഹന്ദി എന്ന പ്രദേശവും കേന്ദ്രീകരിച്ചാണ് *വാനിറ്റി ബാഗിലെ* കഥ നീങ്ങുന്നത്. പ്രതീക്ഷയുടേതല്ല നിരാശയുടെ കഥയാണ് താൻ നോവലിലൂടെ പറയുന്നതെന്നാണ് അവാർഡ് സ്വീകരിച്ചുകൊണ്ട് അനീസ് സലീം പ്രസ്താവിച്ചത്.

മെയിൽടുഡേ, ഇൻഡ്യടുഡേ തുടങ്ങിയ പ്രസിദ്ധീകരണങ്ങളിലെ എഴുത്തുകാരനായ ബിനു കെ ജോണിന്റെ *ദി ലാസ്റ്റ് സോങ് ഓഫ് സാവിയോ ഡിസൂസ* (*The Last Song of Savio de Souza*:Harper Collins: Noida: 2011) അടുത്തകാലത്ത് ദേശീയതലത്തിൽ ഏറെ ചർച്ച ചെയ്യപ്പെട്ടുവരുന്ന നോവലാണ്. അരുന്ധതിറോയിയുടെ നോവൽ പോലെ ഈ നോവലും പൂർണ്ണമായും കേരളത്തിന്റെ പശ്ചാത്തലത്തിലാണ് എഴു തപ്പെട്ടിട്ടുള്ളത്. ബീമാപള്ളി, വെട്ടുകാട്, തിരുവനന്തപുരത്തെ ചാല, പാളയം, സ്റ്റാച്യു തുടങ്ങിയ സ്ഥലങ്ങളിലായി വികസിക്കുന്ന നോവലിലെ കഥാതന്തു 2004 ലെ സുനാമി വിതച്ച ദുരന്തത്തിലവസാനിക്കുന്നു. ഫുട്ബോളറും ഗായകനുമായ സാവിയോയാണ് നോവലിലെ മുഖ്യകഥാപാത്രം. ക്രിസ്ത്യൻ – മുസ്ലിംപള്ളികളെ കേന്ദ്രീകരിച്ച് നടക്കുന്ന ഭക്തിവ്യവസായവും ട്രേഡ് യൂണിയൻ രാഷ്ട്രീയരംഗങ്ങളിലെ കാപട്യവും മറ്റും ബിനു വിമർശനവിധേയമാക്കുന്നുണ്ട് തന്റെ നോവലിൽ. കേരളീയസാഹിത്യകാരന്മാർ തീരെ കൈകാര്യം ചെയ്യാത്ത തിരുവനന്ത പുരത്തെ തീരപ്രദേശത്തെ ലത്തീൻ കത്തോലിക്കരുടെ ജീവിതമാണ് ബിനുജോൺ നോവലിൽ വിഷയമാക്കിയിട്ടുള്ളത്. ബിനുവിന്റെ പല നിരീ ക്ഷണങ്ങളിലും ഉപരിപ്ലവതയും ആവർത്തനവിരസതയും അനുഭവപ്പെടു

മെങ്കിലും ഹൃദയസ്പർശിയായ നിരവധി രംഗങ്ങളിലൂടെ അനുവാച കമനസ്സിനെ ത്രസിപ്പിക്കാൻ ബിനുവിനു കഴിയുന്നുണ്ട്.

മലയാളികളായ ഇന്തോആംഗ്ലിക്കൻ എഴുത്തുകാർക്ക് അഖിലേന്ത്യാ തലത്തിലും വിദേശങ്ങളിലുമൊക്കെ ലഭിക്കുന്ന അംഗീകാരവും പരിഗണ നയും കേരളത്തിൽ വേണ്ടത്ര ലഭിക്കാതെ പോവുന്നതെന്തുകൊണ്ടെന്ന് ചർച്ച ചെയ്യപ്പെടേണ്ടിയിരിക്കുന്നു. ഝാൻസിറാണിയും ബ്രിട്ടീഷ് പട്ടാള മേധാവിയുമായുള്ള സ്നേഹബന്ധം ചിത്രീകരിച്ചു എന്നപേരിൽ 1857ലെ ബ്രിട്ടീഷ് വിരുദ്ധദേശീയകലാപത്തിന്റെ പശ്ചാത്തലത്തിൽ എഴുതി യിട്ടുള്ള ജയശ്രീ മിശ്രയുടെ *റാണി* മഹാരാഷ്ട്രസർക്കാർ 2008 ൽ നിരോ ധിച്ചപ്പോൾ ആവിഷ്കാരസ്വാതന്ത്ര്യത്തിനുവേണ്ടി ഏറെ ശബ്ദിക്കാറുള്ള കേരളത്തിലെ സാംസ്കാരികസാഹിത്യ നേതാക്കൾ നിശ്ശബ്ദത പാലി ക്കയാണുണ്ടായത്.

കടലാസിന്റെ സാംസ്കാരിക സാമൂഹ്യ ചരിത്രം

ലോകത്ത് ഇന്ന് ജീവിച്ചിരിക്കുന്ന പുസ്തക പ്രേമികളിൽ (Bibliophile) പ്രമുഖനാണ് അമേരിക്കക്കാരനായ നിക്കോളാസ് ബാസ് ബെയിൻസ്. പുസ്തകങ്ങളെയും പുസ്തകവായനശേഖരണ സംസ്കാര ത്തെയുംപറ്റി നിരവധി ഗ്രന്ഥങ്ങൾ ബാസ് ബെയിൻസ് രചിച്ചിട്ടുണ്ട്. പുസ്തകസാഹിത്യം എന്ന് വിശേഷിപ്പിക്കാവുന്ന തരത്തിൽ പുസ്ത കങ്ങളെപ്പറ്റിയുള്ള ഗ്രന്ഥങ്ങളുടെ വലിയ പ്രളയംതന്നെയാണ് ലോക സാഹിത്യരംഗത്ത് സംഭവിച്ചുകൊണ്ടിരിക്കുന്നത്. ഇവയിൽ ഏറ്റവുമധികം ശ്രദ്ധിക്കപ്പെടുന്ന കൃതികൾ രചിച്ചിട്ടുള്ളത് ബാസ് ബെയിനാണ്. പുസ്ത കപ്രേമികളെയും പുസ്തകഭ്രാന്തന്മാരെയും (Bibliomaniacs) കുറിച്ചുള്ള അദ്ദേഹത്തിന്റെ വളരെ ചുരുങ്ങിയകാലംകൊണ്ട് പ്രസിദ്ധീകരണ അത്ഭുതം തന്നെ സൃഷ്ടിച്ച ഏറെ പ്രസിദ്ധമായ *എ ജന്റിൽ മാഡ്നസ് (A Gentle Madness: Bibliophiles, Bibliomanes, and the Eternal Passion for Books,* Henry Holt & Co., New York: 1995) എന്ന കൃതി പുസ്തകങ്ങളോടുള്ള നിതാന്തമായ അഭിനിവേശത്തെപ്പറ്റിയുള്ളതാണ്. താരതമ്യേന വിരസമാണെന്ന് തോന്നാവുന്ന ഒരു വിഷയത്തെപ്പറ്റിയുള്ള ഈ പുസ്തകത്തിന്റെ എട്ട് ഹാർഡ് കവർ എഡിഷനും 20 പേപ്പർ ബാക്ക് എഡിഷനും പ്രസിദ്ധീകരിക്കപ്പെട്ടു. പുസ്തകത്തിന്റെ പേരു തന്നെ പുസ് തകങ്ങളോടുള്ള സൗമ്യമായ ഉന്മാദത്തെയാണ് സൂചിപ്പിക്കുന്നത്. പുസ് തകശേഖരണത്തെപ്പറ്റി ഇരുപതാം നൂറ്റാണ്ടിൽ പ്രസിദ്ധീകരിക്കപ്പെട്ട ഏറ്റവും ശ്രദ്ധേയമായ കൃതിയായി *ദി വാൾ സ്ട്രീറ്റ് ജേർണൽ ജന്റിൽ മാഡ്നസിനെ* വിലയിരുത്തുന്നു.

പുസ്തക പ്രസിദ്ധീകരണത്തിന്റെയും വായനയുടെയും ചരിത്രവും ഭാവിയുമാണ് *പേഷ്യൻസ് ആന്റ് ഫോർട്ടിറ്റ്യൂഡ് (Patience & Forti-*

tude: A Roving Chronicle of Book People, Book Places, and Book Culture, HarperCollins, New York: 2001) എന്ന ബാസ് ബെയിനിന്റെ രണ്ടാമത്തെ പുസ്തകത്തിന്റെ വിഷയം. ആഗോളതലത്തിൽ പുസ്ത കങ്ങളും ലൈബ്രറികളും നശിപ്പിക്കാൻ നടന്ന നീക്കങ്ങളും അവയെ പുനഃസ്ഥാപിക്കാനും നടന്ന ശ്രമങ്ങളുമാണ് *എ സ്പ്ലെൻഡർ ഓഫ് ലെറ്റേഴ്സ് (A Splendor of Letters: The Permanence of Books in an Impermanent World,* HarperCollins, 2003) എന്ന ബാസ് ബെയിനിന്റെ മൂന്നാമത്തെ പുസ്തകത്തിന്റെ വിഷയം. ലോകത്തെ ചലിപ്പിക്കാനും മനുഷ്യരാശിയെ ഉത്തേജിപ്പിക്കാനുമുള്ള പുസ്തക ങ്ങളുടെ പങ്കിനെപ്പറ്റിയാണ് *എവരി ബുക്ക് ഇറ്റ്സ് റീഡർ (Every Book its Reader: The Power of the Printed Word to Stir the World,* Harper Collins, 2005) എന്ന തന്റെ നാലാമത്തെ പുസ്തകത്തിൽ ബാസ് ബെയിൻ ചർച്ചചെയ്യുന്നത്.

കടലാസിന്റെ കണ്ടുപിടിത്തവും ലോകസംസ്കാരത്തിൽ കടലാസ് വഹിച്ച പങ്കുമാണ് ബാസ് ബെയിൻ അവസാനമായി പ്രസിദ്ധീകരിച്ച പുസ്തമായ *ഓൺ പേപ്പർ (On Paper: The Everything of Its Two-Thousand-Year History,*: Alfred A. Knopf, New York 2013) എന്ന ബൃഹത് കൃതിയിൽ വിശദമായി പ്രതിപാദിക്കുന്നത്. പുസ്തക പ്രേമി കൾ വളരെ പ്രതീക്ഷയോടെ കാത്തിരുന്ന ഈ പുസ്തകത്തിന്റെ വില കൂടിയ ഹാർഡ് കവർ പതിപ്പ് വാങ്ങാൻ പല പുസ്തക പ്രേമികൾക്കും കഴിഞ്ഞില്ല. ആ കുറവ് പരിഹരിച്ചുകൊണ്ട് പുസ്തകത്തിന്റെ താരത മ്യേന വില കുറഞ്ഞ പേപ്പർ ബാക്ക് എഡിഷൻ അടുത്തകാലത്ത് ലഭ്യ മാക്കിയത് (Vintage Reprint Edition) പുസ്തകപ്രേമികളെ പ്രത്യേകിച്ച് ബാസ് ബെയിനിന്റെ ആരാധകരെ ഏറെ സന്തോഷിപ്പിക്കുകയുണ്ടായി.

അച്ചടി മാധ്യമമെന്ന നിലയിലുള്ള കടലാസിന്റെ ചരിത്രം മാത്രമല്ല കടലാസ് നിർമ്മാണത്തിന്റെ സാങ്കേതിക വിദ്യയും സാമ്പത്തിക ശാസ് ത്രവും ചർച്ചചെയ്യുന്ന ഓൺ പേപ്പർ എട്ട് വർഷം നീണ്ട ഗവേഷണത്തെ തുടർന്നാണ് ബാസ് ബെയിൻ എഴുതി പൂർത്തിയാക്കിയത്. അമേരിക്കൻ ലൈബ്രറി അസോസിയേഷൻ ഏറ്റവും ശ്രദ്ധേയമായ പുസ്തകങ്ങളുടെ പട്ടികയിൽ ഓൺ പേപ്പർ ഉൾപ്പെടുത്തിയിട്ടുണ്ട്. നാലു അദ്ധ്യായ ങ്ങളിലായി അതീവ വിജ്ഞാനപ്രദമായ 60 ചിത്രങ്ങളുടെ സഹായത്തോ ടെയാണ് ബാസ് ബെയിൻ ഓൺ പേപ്പർ രചിച്ചിട്ടുള്ളത്.

പതിനെട്ടാം നൂറ്റാണ്ടിൽ ചൈനക്കാർ കടലാസ് കണ്ടുപിടിച്ചതു മുതലുള്ള ചരിത്രം സാഹിത്യ ഭാഷയിൽ വായനാക്ഷമതയോടെ ബാസ് ബെയിൻ രേഖപ്പെടുത്തുന്നു. കടലാസിന്റെ ആയിരക്കണക്കിനുള്ള ഉപ യോഗവും (ദുരുപയോഗവും) സാമൂഹ്യ സ്വാധീനവും ബാസ് ബെയിൻ വിവരിക്കുന്നു. കടലാസിന്റെ ആഗോള ഉല്പാദകരെയും വില്പന ക്കാരെയും വിതരണക്കാരെയും അദ്ദേഹം പരിചയപ്പെടുത്തുന്നു. ഇസ്ലാ മിക പണ്ഡിതരുടെയും യൂറോപ്പ്, ഏഷ്യ, അമേരിക്കൻ ഭൂഖണ്ഡം എന്നി

വിടങ്ങളിലെ പണ്ഡിതരുടെ ചിന്തകളും ആശയങ്ങളും കടലാസ് എന്ന മാധ്യമത്തിൽ രേഖപ്പെടുത്തി സൂക്ഷിക്കയും പ്രചരിപ്പിക്കയും ചെയ്തതെങ്ങനെയെന്ന് ചരിത്രപരമായ ഉൾക്കാഴ്ചയോടെ ബാസ് ബെയിൻ വിശകലനം ചെയ്യുന്നു.

ലോക ചരിത്രത്തിലെ രാഷ്ട്രീയ വിവാദങ്ങളും വാട്ടർ ഗേറ്റും ഡാനിയൽ എൽസ് ബർഗിന്റെ പെന്റഗൺ രേഖകളും മറ്റും സൃഷ്ടിച്ച നാടകീയ വിചാരണകളും കടലാസിലൂടെ ലോകജനത വായിച്ചറിഞ്ഞതെങ്ങനെയെന്ന് ബാസ് ബെയിൻ വെളിപ്പെടുത്തുന്നു. *ഓൺ പേപ്പർ* തയ്യാറാക്കുന്നതിനായി താൻ നടത്തിയ ചൈന മുതൽ അമേരിക്കയിലെ നാഷണൽ സെക്യൂരിറ്റി ഏജൻസിവരെയുള്ള യാത്രയുടെ വിവരണങ്ങൾ പുസ്തകത്തെ വിജ്ഞാനപ്രദം മാത്രമല്ല രസകരവും കൂടിയായ വായനാനുഭവമാക്കി മാറ്റുന്നു. മനുഷ്യ സംസ്കാരത്തെ രൂപപ്പെടുത്തുന്നതിൽ മുഖ്യ പങ്ക് വഹിച്ച കടലാസിന്റെ ചരിത്രം മനസ്സിലാക്കാൻ *ഓൺ പേപ്പ റിലും* മികച്ച ഒരു സ്രോതസ്സ് ഇല്ലെന്നു തന്നെ പറയാം. അതുകൊണ്ട് തന്നെ *ഓൺ പേപ്പർ* ഒരു തവണ വായിച്ച് മാറ്റിവയ്ക്കാനുള്ളതല്ല. നിരന്തരമായി പരിശോധിക്കേണ്ട ഒരു ആധികാരിക റഫറൻസ് ഗ്രന്ഥമായി കരുതാവുന്നതാണ്.

കേരളം കണ്ട എറ്റവും പ്രഗത്ഭനായ പുസ്തക പ്രേമിയായിരുന്ന സഖാവ് പി ഗോവിന്ദപ്പിള്ളയ്ക്ക് അദ്ദേഹം നമ്മെ വിട്ടു പോയതിന് ഏതാനും മാസം മുൻപ് ബാസ് ബെയിന്റെ ക്ലാസിക്ക് കൃതിയായ *ദി ജെന്റിൽ മാഡ് നസിന്റെ* കോപ്പി നല്കാൻ കഴിഞ്ഞത് അതീവ ചാരിതാർത്ഥ്യത്തോടെ ഈ അവസരത്തിൽ ഓർത്തുപോവുകയാണ്.

ജൂഡാസിന്റെ അറിയപ്പെടാത്ത ചരിത്രം

പ്രസിദ്ധ ഇസ്രയേലി എഴുത്തുകാരനായ അമോസ് ഓസിന്റെ ജൂഡാസ് എന്ന നോവൽ (*Judas:* Amos Oz. Vintage: 2016) സാർവ ദേശീയ സാഹിത്യ ലോകത്ത് ഏറ്റവും സജീവ ചർച്ചയ്ക്ക് വിധേയമാക്ക പ്പെട്ടുവരുന്ന കൃതികളിലൊന്നാണ്. ഒരേയവസരത്തിൽ ഇസ്രയേൽ രൂപീ കരണവുമായി ബന്ധപ്പെട്ട ഭിന്ന രാഷ്ട്രീയ പരിപ്രേക്ഷ്യങ്ങളും ക്രിസ് തുവിനോടുള്ള ജൂത സമീപനങ്ങളും ക്രിസ്തു ശിഷ്യനായ ജൂഡാസിനെ പറ്റിയുള്ള പുനർ വിലയിരുത്തലുകളും അതീവ വായനാക്ഷമതയുള്ള ഈ നോവലിന്റെ അന്തർദ്ധാരയായി വർത്തിക്കുന്നു. 1959 ലെ ജെറു സലേമിന്റെ രാഷ്ട്രീയ സാമൂഹ്യ കാലാവസ്ഥയുടെ പശ്ചാത്തലത്തിലാണ് നോവലിലെ സംഭവവികാസങ്ങൾ അനാവരണം ചെയ്യപ്പെടുന്നത്.

നിഷ്കളങ്കനും ഗവേഷക വിദ്യാർത്ഥിയുമായ ഷാമുവൽ ആഷ് എന്ന യുവാവിന്റെ അനുഭവ വിവരണങ്ങളാണ് നോവലിന്റെ ഉള്ളടക്കം. ക്രിസ്തുവിനെപ്പറ്റിയുള്ള ജൂത വിലയിരുത്തലാണ് ആഷിന്റെ ഗവേഷണ വിഷയം. സോഷ്യലിസ്റ്റ് റിനുവൽ എന്ന പുരോഗമന പ്രസ്ഥാനത്തിലെ അംഗമായിരുന്നു ആഷ്. പ്രസ്ഥാനത്തിൽ ഉയർന്നുവന്ന പ്രത്യയശാസ്ത്ര ഭിന്നതകൾ ആഷിനെ അലട്ടുന്നു. ആഷിന്റെ പിതാവിന്റെ വ്യാപാരം ആകസ്മികമായി തകരുന്നതോടെ ഗവേഷണം തുടരാൻ ആഷിന് കഴി യാതെ വരുന്നു. അതിനിടെ ആഷിന്റെ കാമുകിയായ യാർഡിന പ്രത്യേ കിച്ച് കാരണമൊന്നും കൂടാതെ മറ്റൊരാളെ വിവാഹം ചെയ്യുന്നു. ഇതിൽ മാനസികമായി തകർന്ന ആഷ് ഒരു പരസ്യത്തിൽനിന്നും ലഭിച്ച വിവരമനുസരിച്ച് ജർഷോം വാൽഡ് എന്ന് ശാരീരിക വൈകല്യം ബാധിച്ച ഒരു വൃദ്ധന്റെ പരിചാരകനായി ജോലിയിൽ പ്രവേശിക്കുന്നു. അവിടെ താമസിക്കുന്ന വാൽഡിന്റെ 1948 ലെ ഇസ്രയേൽ യുദ്ധത്തിൽ മരിച്ച മകന്റെ വിധവ അറ്റാലിയ എന്ന സുന്ദരിയിൽ ആഷ് ആകൃഷ്ടനാ

വുന്നു. അപ്പോഴും ജോലിസമയം കഴിഞ്ഞാൽ തന്റെ ഗവേഷണവുമായി ബന്ധപ്പെട്ട പുസ്തകങ്ങൾ അടുത്ത ലൈബ്രറിയിൽനിന്നും ആഷ് വായിക്കുന്നുണ്ട്.

ക്രിസ്തു ജീവിച്ചിരുന്നപ്പോഴും മരണസമയത്തും ഒരു ജൂതൻ മാത്ര മായിരുന്നെന്നും ഒരു പ്രത്യേക മതവും ക്രിസ്തു സ്ഥാപിച്ചിരുന്നില്ലെ ന്നുമുള്ള ഫ്ലാവിയസ് ജോസഫസ്, ജോസഫ് കെലൗസർ എന്നീ ജൂത ചരിത്രകാരന്മാരുടെ അഭിപ്രായങ്ങൾ ആഷിനെ സ്വാധീനിക്കുന്നു. യേശു വിന്റെ കുരിശുമരണത്തെ തുടർന്നുള്ള ഉയിർത്തെഴുന്നേല്പിലോ യേശു നടത്തിയതായി പറയുന്ന അത്ഭുത പ്രവൃത്തികളിലോ ഇവർ വിശ്വസി ക്കുന്നില്ല. മതമേധാവികൾ ദുഷിപ്പിച്ച ജൂതമതത്തെ നവീകരിക്കാനാണ് യേശു ശ്രമിച്ചതെന്ന ഇവരുടെ വാദം ആഷിനെ ആകർഷിക്കുന്നു. യേശു വിനെ സംബന്ധിച്ചുള്ള ജൂത സമീപനത്തെപ്പറ്റിയുള്ള അന്വേഷണം ജുഡാസിനെ സംബന്ധിച്ച് കൂടുതൽ വായിക്കാൻ ആഷിനെ പ്രേരി പ്പിക്കുന്നു. നിരവധി പുസ്തകങ്ങളും രേഖകളും പരിശോധിച്ച ആഷ് ജൂഡാസ് പൊതുവിൽ കരുതുന്നതുപോലെ ക്രിസ്തുവിനെ റോമൻ പട യാളികൾക്ക് ഒറ്റു കൊടുത്ത ഒരു വഞ്ചകനായിരുന്നില്ലെന്നും ക്രിസ് തുവിന്റെ മഹത്വം ലോകത്തിനു മുന്നിൽ വ്യക്തമാക്കാൻ ശ്രമിച്ച ശിഷ്യൻ മാത്രമായിരുന്നുമെന്നുമുള്ള നിഗമനത്തിലെത്തുന്നു. ധനികനായ ജൂഡാസിന് മുപ്പത് വെള്ളിക്കാശിന്റെ ആവശ്യമുണ്ടായിരുന്നില്ല. ക്രിസ്തു ദൈവപുത്രനാണെന്ന് കരുതിയിരുന്ന ജൂഡാസിന്റെ പ്രേരണയിലാണ് കുരിശുമരണത്തിലേക്ക് നയിക്കുന്ന പ്രവൃത്തികൾ ക്രിസ്തു ചെയ്യുന്നത്. എന്നാൽ കുരിശിൽനിന്നും നാടകീയമായി ഉയിർത്തെഴുന്നേല്ക്കാതെ വേദനിച്ച് തന്നെ കൈവിട്ട ദൈവത്തോട് വിലപിച്ച് മരണമടയുന്ന യേശു വിനെയാണ് ജൂഡാസ് കാണുന്നത്. തന്റെ പ്രതീക്ഷ തെറ്റിപ്പോയെന്ന് മനസ്സിലാക്കിയ ക്രിസ്തുവിനെ ജീവനുതുല്യം ആരാധിച്ചിരുന്ന ജൂഡാസ് മാനസിക സംഘർഷംമൂലം തൂങ്ങിമരിക്കയാണുണ്ടായത്. ജൂഡാസിനെ സംബന്ധിച്ച് സ്വാംശീകരിച്ച പുതിയ വിവരങ്ങളുടെ അടിസ്ഥാനത്തിൽ *ജൂഡാസിന്റെ സുവിശേഷം* എന്നൊരു പുസ്തകം എഴുതാൻ ആഷ് തീരുമാനിക്കുന്നു.

വാൽഡുമായി ദിനം പ്രതി നടത്തി വന്നിരുന്ന സംവാദങ്ങളിലൂടെ യാണ് ഇസ്രയേലിന്റെ സമകാലീന ചരിത്രം നോവലിൽ വിഷയീഭവി ക്കുന്നത്. അറ്റാലിയയുടെ ഭർത്താവിന്റെ അച്ഛൻ അന്തരിച്ച ഷിയാറ്റിയൽ അബ്രവാനെൽ ഇസ്രയേലിലെ പ്രമുഖ രാഷ്ട്രീയ നേതാവായിരുന്നു. ഇസ്രയേൽ രൂപീകരണത്തിനായി നിലകൊണ്ട ഇസ്രയേലിന്റെ ആദ്യത്തെ പ്രധാനമന്ത്രി ഡേവിഡ് ബെൻ ഗുരിയനുമായി അദ്ദേഹത്തിന് തികഞ്ഞ അഭിപ്രായ വ്യത്യാസമായിരുന്നു ഉണ്ടായിരുന്നത്. ബ്രിട്ടീഷു കാർ പാലസ്തീൻ വിട്ടു കഴിഞ്ഞാൽ ജൂതന്മാർക്ക് മാത്രമായി ഇസ്രയേൽ എന്ന രാജ്യം സ്ഥാപിക്കരുതെന്നും മുസ്ലീങ്ങളും ജൂതരും ഒരുമിച്ച് കഴി യുന്ന സംയുക്ത രാഷ്ട്രം സ്ഥാപിക്കണമെന്നുമായിരുന്നു അബ്ര

വാനെലിന്റെ അഭിപ്രായം. ഇസ്രയേൽ രൂപീകരിച്ചാൽ മുസ്ലീങ്ങളും ജൂതരും തമ്മിൽ നിരന്തരം പ്രസ്തുത പ്രദേശത്തിന്റെ മേധാവിത്ത ത്തിനായി യുദ്ധം ചെയ്യേണ്ടിവരുമെന്നും അബ്രവാനെൽ പ്രവചിച്ചിരുന്നു. ഇതിൽനിന്നും വ്യത്യസ്തമായി ഇസ്രയേൽ രൂപീകരണത്തിനായിട്ടാണ് ബെൻ ഗുറിയാന്റെ അഭിപ്രായത്തോട് യോജിച്ച് വാൽഡ് നിലകൊണ്ടത്. വാൽഡുമായുള്ള ആഷിന്റെ സംസാരത്തിനിടയിൽ ഇസ്രയേലിന്റെയും പാലസ്തീനിന്റെയും ചരിത്രവുമായി ബന്ധപ്പെട്ട നമുക്കേറെ പരിചയ മില്ലാത്ത നിരവധി വിവരങ്ങൾ നോവലിൽ അനാവരണം ചെയ്യപ്പെടു ന്നുണ്ട്.

അറ്റാലിയയുമായി അധികം അടുക്കരുതെന്ന വാൽഡിന്റെ മുന്നറി യിപ്പ് അവഗണിച്ച് ആഷ് അവളിൽ അനുരക്തനാവുകയും ശാരീരിക ബന്ധം പുലർത്തുകയും ചെയ്യുന്നുണ്ട്. അതിനിടെ ഒരു ദിവസം വീടിന്റെ ഇടനാഴിയിൽ വീണ് ആഷിന് പരിക്കേല്ക്കുന്നു. പരിക്കിൽനിന്നും സുഖം പ്രാപിക്കുന്ന ആഷിന്റെ സേവനം അവസാനിപ്പിക്കാൻ അറ്റാലിയ തീരുമാനിക്കുന്നു. ആഷ് തെരുവിലൂടെ ഒറ്റയ്ക്കുള്ള തന്റെ പ്രയാണം ആരംഭിക്കുന്നതോടെ നോവൽ അവസാനിക്കുന്നു.

ഇസ്രയേലിൽ ഇന്നത്തെ ഏറ്റവും വിഖ്യാതനായ എഴുത്തുകാരനും പത്രപ്രവർത്തകനും ബുദ്ധിജീവിയുമാണ് അമോസ് ഓസ്. ബെൻ ഗുറി യാൻ സർവ്വകലാശാലയിൽ സാഹിത്യവിഭാഗത്തിലെ പ്രൊഫസറാണ് ഓസ്. ഇസ്രയേലി പാലസ്തീൻ പ്രശ്നത്തിൽ ദ്വിരാഷ്ട്ര വാദത്തിനോ ടൊപ്പമാണ് അമോസ് നിലകൊള്ളുന്നത്. പത്ത് നോവലുകളും മൂന്ന് ചെറുകഥാ സമാഹാരങ്ങളും അഞ്ച് ലേഖന സമാഹാരങ്ങളും ഓസ് പ്രസി ദ്ധീകരിച്ചിട്ടുണ്ട് പ്രസിദ്ധമായ ഗയ്ഥേ അവാർഡ് തുടങ്ങി നിരവധി പുര സ്കാരങ്ങൾ ഓസിന് ലഭിച്ചിട്ടുണ്ട്.

സ്പോർട്ട്സ് ഭീമനെതിരെ

ഇരുപത്തി ഒന്നാം നൂറ്റാണ്ടിലെ ഏറ്റവും ശ്രദ്ധേയമായ വൈദ്യശാ സ്ത്ര കണ്ടുപിടിത്തങ്ങളിലൊന്ന് നടത്തുകയും അമേരിക്കൻ ഫുട്ബോ ളിനെ നിയന്ത്രിക്കുന്ന കോർപ്പറേറ്റ് ഭീമനുമായി ഏറ്റുമുട്ടുകയുംചെയ്ത സാമൂഹ്യപ്രതിബദ്ധതയുള്ള ഡോക്ടറുടെ തീക്ഷ്ണമായ ജീവിതാനുഭവ ങ്ങളാണ് *കൺക്കഷൻ* എന്ന പ്രസിദ്ധ ഗ്രന്ഥത്തിൽ പത്രപ്രവർത്തക ജീൻ മാരി ലാസ്ക്കാസ് രേഖപ്പെടുത്തിയിട്ടുള്ളത്. (*Concussion:* Jeanne Marie Laskas: Penguin November 2015). നൈജീരിയയിലെ ആഭ്യന്തര കലഹങ്ങളിൽനിന്നും രക്ഷപ്പെട്ട് അമേരിക്കയിലെത്തി വൈദ്യ വിദ്യാ ഭ്യാസം പൂർത്തിയാക്കി ജനറൽ പത്തോളജിയിലും ഫോറൻസിക് പത്തോളജിയിലും സ്പെഷ്യലൈസ് ചെയ്ത ഡോക്ടറാണ് ഡോ. ബെന്നറ്റ് ഒമാലു. പീറ്റ്സ് ബർഗിൽ ജോലിചെയ്യുന്ന അവസരത്തിലാണ് ഒമാലുവിന്റെയും അമേരിക്കൻ ഫുട്ബോളിന്റെയും ഭാവിയാകെ മാറ്റി മറിച്ച ഒരു ഓട്ടോപ്സി (മരണ ശേഷമുള്ള പത്തോളജി ശരീര പരി ശോധന) ഒമാലുവിനു നടത്തേണ്ടി വന്നത്.

അമേരിക്കയിലെ ഏറ്റവും വലിയ ഫുട്ബോൾ ക്ലബ്ബുകളിലൊന്നായ പീറ്റ്സ് ബർഗ് സ്റ്റീലേഴ്സിലെ കളിക്കാരൻ ഇരുക്ക് മൈക്ക് എന്ന റിയപ്പെട്ടിരുന്ന മൈക്ക് വെബ്സ്റ്ററിന്റെ ഓട്ടോപ്സിയാണ് ഒമാലു നട ത്തിയത്. സ്റ്റീലേഴ്സിന്റെ പ്രധാന കളിക്കാരനായ മൈക്ക് വെബ്സ്റ്റർ 50 മത്തെ വയസ്സിൽ ഹൃദയാഘാതംമൂലം മരണമടഞ്ഞതെന്നാണ് കരുതപ്പെട്ടത്. ഇത്ര ചെറുപ്പത്തിൽ എന്തുകൊണ്ടാണ് വെബ്സ്റ്റർക്ക് ഹൃദയാഘാതമുണ്ടാവാൻ സാദ്ധ്യതയില്ലെന്ന് ഒമാലുവിന് മനസ്സിലായി. വെബ്സ്റ്ററിന്റെ രോഗചരിത്രം വളരെ വിശദമായി ഒമാലു പഠിച്ചു. ഫുട്ബോൾ കളിയിൽനിന്നും വിരമിച്ചശേഷം മൈക്കിന്റെ ഓർമ്മശക്തി

നിരന്തരം കുറഞ്ഞുവരികയും പെരുമാറ്റത്തിൽ വലിയ മാറ്റം വരികയും ചെയ്തിരുന്നു. മൈക്ക് ഭാര്യയെ നിരന്തരം ഉപദ്രവിക്കയും സുഹൃത്തു ക്കളിൽനിന്നെല്ലാം വിട്ടുമാറി മയക്കു മരുന്നിന്റെ അടിമയാവുകയും ചെയ്തു. ഒരു ട്രക്കിൽ കിടന്ന മൈക്കിന്റെ മൃതദേഹം നാട്ടുകാർ കണ്ടെത്തി വീട്ടിലെത്തിക്കയായിരുന്നു. വളരെ സൂക്ഷ്മതയോടെ മൈക്കിന്റെ ഓട്ടോപ്സി നടത്തിയ ഒമാലുവിന് ഒമാലുവിന്റെ തലച്ചോറിൽ നിരവധി മാറ്റങ്ങൾ കണ്ടെത്താൻ കഴിഞ്ഞു. സൂക്ഷ്മദർശിനി പരിശോധനയിൽ തലച്ചോറിനു നിരന്തരമായി സംഭവിച്ച പരിക്കിനെത്തുടർന്നുണ്ടായ മാറ്റ ങ്ങൾ ഒമാലുവിന്റെ ശ്രദ്ധയിൽ പെട്ടു.

ഫുട്ബോൾ കളിക്കിടെ തലയ്ക്കുണ്ടാവുന്ന ആവർത്തിച്ചുള്ള പരി ക്കിനെത്തുടർന്ന് തലച്ചോറിന് സംഭവിക്കുന്ന സവിശേഷ മാറ്റങ്ങൾക്ക് ക്രോണിക്ക് ട്രോമാറ്റിം എൻസെഫലോപതി (Chronic Traumatic Encephalopathy: CTE. സിറ്റിയി) എന്ന് ഒമാലു നാമകരണം ചെയ്തു. മൈക്കിന്റെ സ്വഭാവത്തിലും മറ്റും വന്ന മാറ്റങ്ങളുടെ കാരണം തലച്ചോ റിനു സംഭവിച്ച പരിക്കും അതിന്റെ ഫലമായുണ്ടായ സിറ്റിയി എന്ന രോഗാ വസ്ഥയുമാണെന്ന് ഒമാലുവിന് മനസ്സിലായി. ഒമാലു തന്റെ കണ്ടെത്തൽ അമേരിക്കയിലെ വിശ്രുത വൈദ്യശാസ്ത്ര ജേർണലുകളിൽ പ്രസിദ്ധീ കരിച്ചു.

ഫുട്ബോൾ കളിമൂലമുണ്ടായ പരിക്കിന്റെ ഫലമായി രോഗാവസ്ഥ യുണ്ടാവാമെന്ന വാർത്ത അമേരിക്കൻ ഫുട്ബോൾ കളികൾ നിയ ന്ത്രിക്കുന്ന നാഷണൽ ഫുട്ബോൾ ലീഗ് (National Football League: NFL: എൻ എഫ് എൽ) എന്ന ഭീമനെ അക്ഷരാർത്ഥത്തിൽ ഞെട്ടിച്ചു. ഈ നിഗമനം ശരിയാണെന്ന് അംഗീകരിക്കപ്പെടുന്നതോടെ രോഗം ബാധി ക്കുന്നവർക്ക് കോടിക്കണക്കിന് ഡോളർ നഷ്ടപരിഹാരം നല്കേണ്ടി വരുമെന്ന് എൻ എഫ് എൽ ഭയപ്പെട്ടു. കളിക്കാരുടെ സുരക്ഷയ്ക്കുവേണ്ടി യുള്ള കമ്മിറ്റിയുടെ മുന്നിൽ തന്റെ നിഗമനങ്ങൾ അവതരിപ്പിക്കാൻ ഒര വസരം തരണമെന്ന് ഒമാലു ആവശ്യപ്പെട്ടു. എന്നാൽ ഒമാലുവിന് അതി നുള്ള അനുമതി എൻ എഫ് എൽ നല്കിയില്ല. എന്നു മാത്രമല്ല ഒമാ ലുവിന്റെ നിഗമനങ്ങൾ ശരിയല്ലെന്ന് വാദിച്ച് മാധ്യമങ്ങളിലൂടെ വലിയ പ്രചരണവും എൻ എഫ് എൽ ആരംഭിച്ചു.

ഇതിനിടെ പ്രസിദ്ധ മൂന്ന് ഫുട്ബോൾ കളിക്കാർക്കൂടി മൈക്ക് വെബ് സ്റ്ററിന്റേതിന് സമാനമായ രോഗലക്ഷണങ്ങൾ കാട്ടി മരണമടഞ്ഞു. ഇവ രിലൊരാൾ ആത്മഹത്യചെയ്തതായിരുന്നു. ഇവരുടെ ഓട്ടോപ്സിയിലും സമാനമായ മാറ്റങ്ങൾ തലച്ചോറിൽ ഒമാലു കണ്ടെത്തി. ഇവരെല്ലാം സി റ്റി ഇ രോഗം ബാധിച്ചാണ് മരണമടഞ്ഞതെന്ന് വ്യക്തമായി. ഒമാലുവിന്റെ നിഗമനങ്ങളുടെ ശാസ്ത്രീയത പരിശോധിക്കുന്നതിനായി എൻ എഫ് എൽ നിയോഗിച്ച ഡോക്ടർമാരുടെ സംഘവും ഒമാലുവിന്റെ അഭിപ്രായ ങ്ങൾ ശരിയാണെന്ന നിഗമനത്തിലാണ് എത്തിയത്. എങ്കിലും വൈര നിര്യാതന മനസ്സോടെ ഒമാലുവിനെതിരായ ഒളിപ്പോരുകൾ എൻ എഫ്

എൽ തുടർന്നു. ഗത്യന്തരമില്ലാതെ ഒമാലു ഭാര്യയുമായി താമസം കാലിഫോർണിയയിലേക്ക് മാറ്റി. എങ്കിലും അധികം വൈകാതെ തന്നെ വൈദ്യസമൂഹം ഒമാലുവിന്റെ കണ്ടെത്തലുകൾ അംഗീകരിച്ചു. സി റ്റി ഇ ബാധിച്ച നിരവധി ഫുട്ബോൾ കളിക്കാർക്ക് എൻ എഫ് എലിന് നഷ്ടപരിഹാരം നല്കേണ്ടി വന്നു. അമേരിക്കൻ സർക്കാർ ഒമാലുവിന്റെ സേവനങ്ങൾ പരിഗണിച്ച് അദ്ദേഹത്തെ കൊളംബിയ ഡിസ്ട്രിക്റ്റിലെ ചീഫ് മെഡിക്കൽ എക്സാമിനറായി നിയമിച്ചു. കൺക്ഷൻ പ്രസിദ്ധീ കരിച്ച വർഷം തന്നെ പീറ്റർ ലണ്ടേഴ്സ് മാൻ സംവിധാനം നിർവ്വഹിച്ച് ചലച്ചിത്രമായും അവതരിപ്പിച്ചു.

സി റ്റി ഇ ഇപ്പോൾ വൈദ്യശാസ്ത്രം അംഗീകരിച്ച രോഗാതുരതക ളിലൊന്നായി മറിയിട്ടുണ്ട്. ബോക്സിങ്, ഫുട്ബോൾ, റഗ് ബി തുടങ്ങി ആവർത്തിച്ച് തലയ്ക്ക് പരിക്ക് പറ്റുന്ന കളികളിൽ ഏർപ്പെടുന്നവരിൽ 58 വർഷങ്ങൾക്ക് ശേഷമാണ് രോഗലക്ഷണങ്ങൾ കണ്ട് തുടങ്ങുന്നത്. തലവേദന, ഓർമ്മക്കുറവ്, പെരുമാറ്റത്തിലുള്ള മാറ്റം, മേധാക്ഷയം, ആത്മ ഹത്യാപ്രവണത എന്നിവയാണ് രോഗലക്ഷണങ്ങൾ. ഏതാണ്ട് അൽ ഷിമേഴ്സ് രോഗത്തിന് സമാനമായ രോഗലക്ഷണങ്ങളാണ് സിറ്റിയിലും കാണപ്പെടുന്നത്.

തൊഴിലുമായി ബന്ധപ്പെട്ടുണ്ടാവുന്ന തൊഴിൽജന്യരോഗങ്ങൾക്ക് വൈദ്യലോകം പൊതുവിൽ അവഗണിച്ച് വരുന്ന സാഹചര്യം കൂടി ഒമാലുവിന്റെ പഠനങ്ങളുടെ പ്രസക്തി വർദ്ധിപ്പിക്കുന്നുണ്ട്. 1845 ൽ പ്രസിദ്ധീകരിച്ച ഫ്രെഡറിക് ഏംഗൽസിന്റെ *കണ്ടീഷൻസ് ഒഫ് വർക്കിങ് ക്ലാസ്* (*Conditions of Working Class in England* 1845) എന്ന കൃതിയിലാണ് തൊഴിലും രോഗാവസ്ഥയും തമ്മിലുള്ള ബന്ധം ആദ്യ മായി ചർച്ചചെയ്യപ്പെട്ടത്. അന്നത്തെ ഫാക്ടറി തൊഴിലാളികളുടെ ദുസ്സ ഹമായ ജീവിതസാഹചര്യങ്ങളും അവർ ഏർപ്പെട്ടിട്ടുള്ള ജോലിയുടെ സ്വഭാവവുമാണ് ശ്വാസകോശ രോഗങ്ങൾക്കും മറ്റും നിരവധി രോഗ ങ്ങൾക്കും കാരണമാവുന്നതെന്ന് എംഗൽസ് നിരീക്ഷിച്ചിരുന്നു. പിന്നീട് രോഗാവസ്ഥയ്ക്ക് കാരണമാവുന്ന സാമൂഹ്യ സാമ്പത്തിക ഘടകങ്ങളെ പറ്റി ജർമ്മൻ പത്തോളജിസ്റ്റും രാഷ്ട്രീയ പ്രവർത്തകനുമായിരുന്ന റഡോൾഫ് വിർക്കോ തന്റെ അപ്പർ സെലേസ റിപ്പോർട്ടിൽ (Upper Silesia Report 1848) കൂടുതൽ വിശദമായി പ്രതിപാദിച്ചു. ഇവരുടെ പിൻ മുറക്കാരനായി ബെന്നറ്റ് ഒമാലുവിനെ കാണാവുന്നതാണ്.

വൈദ്യശാസ്ത്രത്തിന്റെ ഉന്നതമായ മാനവിക പാരമ്പര്യങ്ങളും നൈ തികതയും ഉയർത്തിപ്പിടിച്ച ബെന്നറ്റ് ഒമാലുവിന്റെ അനുഭവങ്ങൾ വൈദ്യ മേഖലയിൽ പ്രവർത്തിക്കുന്നവരും പൊതുസമൂഹവും മനസ്സിലാക്കി യിരിക്കേണ്ടതാണ്.

വാൻഗോഗിന്റെ ചെവി

ലോക പ്രശസ്ത ഡച്ച് ചിത്രകാരൻ വിൻസെന്റ് വില്ലം വാൻ ഗോഗ് (1853-1890) തന്റെ അത്യപൂർവ്വ ചിത്രങ്ങളിലൂടെ ആധുനിക കാലത്തും വലിയൊരു ആരാധകവൃന്ദത്തിനുടമയായ അസാധാരണ ജീനിയസായിരുന്നു. വാൻഗോഗ് ചിത്രങ്ങളുടെ തനിമയും വർണ്ണ വൈവിദ്ധ്യവും താൻ ജീവിച്ചിരുന്ന കാലഘട്ടത്തിൽ മാത്രമല്ല ഇരുപത്തൊന്നാം നൂറ്റാണ്ടിലും ചിത്രകലയിൽ നിർണ്ണായക സ്വാധീനം ചെലുത്തിവരുന്നു. ജീവിതകാലം മുഴുവൻ ഒരുപക്ഷേ, സാഹിത്യ പ്രതിഭയായ ദസ്തയേവ് സ്കിയോട് താരതമ്യം ചെയ്യാവുന്ന രീതിയിൽ മദ്യപാനവും മറ്റുമായി കുത്തഴിഞ്ഞ ജീവിതം നയിച്ച വാൻഗോഗ് തന്റെ 37-ാം വയസ്സിൽ യാദൃച്ഛികമെന്ന് കരുതപ്പെടുന്ന രീതിയിൽ സ്വയം വച്ച വെടിയേറ്റ് മരണമട യുകയാണുണ്ടായത്. വാൻഗോഗിന്റെ പല ചിത്രങ്ങളും ലോകം അറി ഞ്ഞതും ആസ്വദിച്ചതും അദ്ദേഹത്തിന്റെ മരണശേഷമായിരുന്നു.

ഉന്മാദത്തോടടുക്കുന്ന മാനസിക വിഭ്രാന്തിക്കടിമയായിരുന്ന വാൻ ഗോഗിന്റെ ജീവിതത്തിലെ പല സംഭവവികാസങ്ങളും വളരെയേറെ വ്യാഖ്യാനങ്ങൾക്കും ഊഹാപോഹങ്ങൾക്കും വിധേയമാക്കപ്പെട്ടിട്ടുണ്ട്. വാൻഗോഗിനെ ബാധിച്ചിരുന്നതായി സംശയിക്കപ്പെടുന്ന ശാരീരിക മാന സിക രോഗങ്ങളെ പറ്റി നിരവധി വൈദ്യശാസ്ത്ര ലേഖനങ്ങൾ വിശ്രുത മെഡിക്കൽ ജേർണലുകളിൽ പ്രസിദ്ധീകരിക്കപ്പെട്ടുവരുന്നു. ദസ്തയേ വ്സ്കിയെപ്പോലെ വാൻഗോഗിനെയും അപസ്മാരരോഗം ബാധിച്ചിരു ന്നതായി കരുതപ്പെടുന്നുണ്ട്. മാനസിക വൈകല്യത്തിന് കാരണമായ അപൂർവ്വമായി കണ്ടുവരുന്ന ഒരു തരം ചയാപചയ രോഗത്തിനു (Meta-bolic Disorders) അദ്ദേഹം അടിമയായിരുന്നുവെന്ന് കരുതുന്നവരുമുണ്ട്.

1888 ഡിസംബറിൽ ക്രിസ്തുമസിന് തൊട്ടുമുൻപാണ് അദ്ദേഹ ത്തിന്റെ ജീവിതത്തിലെ ഏറെ അഭ്യൂഹങ്ങൾക്കും ഊഹാപോഹ ങ്ങൾക്കും വിധേയമാക്കപ്പെട്ട നാടകീയമായ സംഭവം നടക്കുന്നത്. തെക്കൻ ഫ്രാൻസിലെ ആർലസിൽ താൻ താമസിച്ചിരുന്ന വീടിന് തൊട്ട ടുത്തുള്ള വേശ്യാലയത്തിലെ അഭിസാരികയായ റേച്ചലിന് വാൻഗോഗ് തന്റെ വലത് ചെവി മുറിച്ച് കാഴ്ചവെച്ചു എന്നതായിരുന്നു ഏറെ പ്രചരിപ്പിക്കപ്പെട്ടിരുന്ന സ്തോഭജനകമായ സംഭവം. ഭ്രാന്തിന്റെ വക്കോ ളമെത്തിയ മാനസിക പിരിമുറുക്കത്തെ തുടർന്നാണ് വാൻഗോഗ് ചെവി യുടെ ഒരു ഭാഗം മുറിച്ച് റേച്ചലിന് നല്കിയതെന്നാണ് പരക്കെ വിശ്വ സിക്കപ്പെട്ടിരുന്നത്. വാൻഗോഗിന്റെ ആരാധകരായ നിരവധിപേർ ഈ സംഭവത്തിന്റെ സത്യാവസ്ഥ എന്തെന്ന് കണ്ടെത്താൻ അന്വേഷണം നട ത്തുകയും നിരവധി പുസ്തകങ്ങൾ രചിക്കയും ചെയ്തിട്ടുണ്ട്. ജർമ്മൻ ചരിത്രകാരന്മാരായ ഹാൻസ് കോഫ് മാനും റീത്താ വിൽഡ് ഗാൻസും ചേർന്ന് ജർമ്മൻ ഭാഷയിലെഴുതി ഇംഗ്ലീഷിലേക്ക് താമസിയാതെ പരി ഭാഷ ചെയ്യാൻ പോവുന്ന *നിശ്ശബ്ദതയുടെ ഉടമ്പടി (Van Goghs Ear: Paul Gauguin and Pact of Silence)* എന്ന പുസ്തകത്തിൽ വാൻ ഗോഗും അടുത്ത സുഹൃത്തായ പോൾ ഗോഗിനുമായുണ്ടായ വഴക്കിനെ തുടർന്നാണ് സംഭവം നടക്കുന്നതെന്ന് വിശദീകരിക്കുന്നു. സ്വവർഗ്ഗാ നുരാഗത്തോടടുത്ത ഉറ്റബന്ധമായിരുന്നു വാൻഗോഗിന് പോൾ ഗോഗു മായുണ്ടായിരുന്നത്. തന്നെ പിരിഞ്ഞ് പോൾ ഫ്രാൻസിലേക്ക് തിരികെ പോകാൻ തീരുമാനിച്ചതിൽ അതൃപ്തനായ വാൻഗോഗും പോളളും തമ്മിൽ ശക്തമായ വാക്കേറ്റം നടന്നെന്നും അതിനൊടുവിൽ പോളാണ് ഒരു വാളെടുത്ത് വാൻഗോഗിന്റെ ചെവി അറുത്തുമാറ്റിയതെന്നും വേണ്ടത്ര സ്വീകരിക്കപ്പെടാതെ പോയ പ്രസ്തുത പുസ്തകത്തിൽ രേഖ പ്പെടുത്തിയിരിക്കുന്നു.

ദീർഘകാലത്ത് ഗവേഷണത്തെത്തുടർന്ന് അടുത്തകാലത്ത് പ്രസി ദ്ധീകരിക്കപ്പെട്ട ചിത്രകലാദ്ധ്യാപികയായ ബെർനഡെറ്റ് മർഫി (Bernadette Murphy) എന്ന വനിത രചിച്ച *ഗോഗിന്റെ ചെവി യഥാർത്ഥ കഥ (Van Gogh's Ear: The True Story:* Chatto and Windus 2016) എന്ന പുസ്തകത്തിൽ ഈ സംഭവത്തിന്റെ യഥാർത്ഥ ചരിത്രം അന്തി മമായി വെളിപ്പെടുത്തുന്നതായി വിലയിരുത്തപ്പെടുന്നു. വാൻഗോഗിന്റെ ചെവി മുറിച്ചതിന് ശേഷം അദ്ദേഹത്തെ ചികിത്സിച്ച ഡോക്ടർ ഫിലിസ് ക്രേയുടെ പ്രിസ്ക്രിപ്ഷൻ പാഡിലെ കുറിപ്പിൽനിന്നാണ് ചെവി മുറിച്ച സംഭവത്തിലേക്ക് വെളിച്ചം വീഴുന്ന വിവരങ്ങൾ ലഭിച്ചത്. വേശ്യാലയ ത്തിലെ ജോലിക്കാരിയായിരുന്ന ഗബ്രിയേലിനാണ് വാൻഗോഗ് തന്റെ ചെവി മുറിച്ച് നല്കിയതെന്നാണ് ഡോ. റേയുടെ കത്തിൽ പറയുന്നത്. ഗബ്രിയേലിനെ ഒരു പട്ടി കടിച്ച് മുറിവേല്പിച്ചതിലുള്ള വിഷമം പ്രകടിപ്പിച്ച കൊണ്ട് തന്റെ അനുകമ്പ പ്രകടിപ്പിക്കുന്നതിന് വേണ്ടിയാണ് മാനസിക രോഗമുള്ള വാൻ ഗോഗ് തന്റെ ചെവി മുറിച്ച് ആ വനിതയ്ക്ക് സമർപ്പിച്ച

തെന്നാണ് റേ എഴുതിയിട്ടുള്ളത്. ബി ബി സി സീരീസിന് വേണ്ടിയാണ് ബെർനഡെറ്റ് മർഫി ഈ പുസ്തകം എഴുതിയത്. എന്നാൽ മർഫിയുടേത് അന്തിമ വാക്കാണ് എന്ന് പറയാൻ നിവൃത്തിയില്ല. കൂടുതൽ സിദ്ധാന്തങ്ങളും വിശകലനങ്ങളും വാൻഗോഗിന്റെ മുറിച്ച് മാറ്റപ്പെട്ട ചെവിയെ സംബന്ധിച്ച് ഇനിയും എഴുതപ്പെടാനുള്ള സാദ്ധ്യത തള്ളിക്കളയാനാവില്ല.

വാൻഗോഗിന്റെ ജീവിതത്തെപ്പറ്റിയുള്ള ഊഹാപോഹങ്ങൾക്കും അഭ്യൂഹങ്ങൾക്കും അറുതി വന്നു എന്ന് കരുതാൻ നിവൃത്തിയില്ല. വാൻ ഗോഗ് യഥാർത്ഥത്തിൽ ആത്മഹത്യ ചെയ്യുകയായിരുന്നില്ല കൊലചെയ്യപ്പെടുകയായിരുന്നു എന്ന് ചിത്രീകരിച്ചുകൊണ്ടുള്ള ഒരു ചലച്ചിത്രം വൈകാതെ റിലീസ് ചെയ്യപ്പെടാൻ പോവുകയാണ്.

ഡോക്ടർ രോഗിയാവുമ്പോൾ

രോഗികളായവർ തങ്ങളുടെ രോഗാവസ്ഥയെ സംബന്ധിച്ചും ചികി
ത്സാനുഭവങ്ങളെക്കുറിച്ചും എഴുതിയ ശ്രദ്ധേയങ്ങളും സാഹിത്യമൂല്യ
മുള്ളവയുമായ നിരവധി ആത്മകഥകൾ സമീപകാലത്തായി പ്രസിദ്ധീ
കരിക്കപ്പെട്ടു വരുന്നുണ്ട്. ഇവയിൽത്തന്നെ വലിയൊരു വിഭാഗം രോഗി
കളായ ഡോക്ടർമാർ എഴുതിയ അവർക്ക് നേരിട്ടുണ്ടായ ചികിത്സാനു
ഭവങ്ങളെ സംബന്ധിച്ചെഴുതിയിട്ടുള്ള പുസ്തകങ്ങളാണ്. രോഗങ്ങളെയും
രോഗനിർണ്ണയത്തെയും ചികിത്സയെയുംപറ്റി ആധികാരിക വൈദ്യഗ്രന്ഥ
ങ്ങളിൽനിന്നും വസ്തുനിഷ്ഠവിവരങ്ങൾ പഠിക്കേണ്ടവരാണ് ഡോക്ടർ
മാർ. വൈദ്യവിജ്ഞാനത്തിന്റെ അടിസ്ഥാനത്തിൽ നിരവധി രോഗികളെ
അവർ ചികിത്സിക്കയും ചെയ്യുന്നു. എന്നാൽ സ്വയം രോഗബാധിത
രാവുകയും ചികിത്സയ്ക്ക് വിധേയരാവുകയും ചെയ്യുമ്പോൾ രോഗാവസ്ഥ
മനുഷ്യമനസ്സിലുണ്ടാക്കുന്ന സംഘർഷങ്ങളെ സംബന്ധിച്ചും ഡോക്ടർ
– രോഗി ബന്ധത്തെപ്പറ്റിയും പുതിയൊരു അനുഭവജ്ഞാനം നേടാൻ
ഡോക്ടർമാർ നിർബ്ബന്ധിതരാവുന്നു. വൈദ്യ ഗ്രന്ഥങ്ങളിൽനിന്നും ഒരി
ക്കലും ലഭിക്കാനിടയില്ലാത്ത വൈയക്തികവും തീക്ഷ്ണവുമായ അവ
ബോധമാണ് രോഗത്തിന് വിധേയരാവുമ്പോൾ അവർക്ക് ലഭിക്കുന്നത്.

സമീപകാലത്ത് ഈ സരണിയിൽ പ്രസിദ്ധീകരിക്കപ്പെട്ട ഏറെ
ശ്രദ്ധേയമായ ഗ്രന്ഥമാണ് ഇന്ത്യൻ വംശജനായ അമേരിക്കൻ ന്യൂറോ
സർജൻ ഡോക്ടർ പോൾ കലാനിധിയുടെ *വെൻ ബ്രത്ത് ബിക്കംസ്
എയർ* (*When Breath Becomes Air*: Random House: 2016) ശ്വാസ
കോശ അർബ്ബുദം ബാധിച്ച് മരണമടയുന്നതിന് ഏതാനും മാസങ്ങൾക്ക്
മുൻപ് വരെയുള്ള കലാനിധിയുടെ കണ്ണുനീരണിയിക്കുന്ന അനു
ഭവങ്ങളുടെ ഹൃദയസ്പൃക്കായ വിവരണമാണ് പുസ്തകത്തിലുള്ളത്.
പിൻകുറിപ്പായി കലാനിധിയുടെ ഭാര്യ അദ്ദേഹത്തിന്റെ അന്ത്യരംഗങ്ങളെ

സംബന്ധിച്ചും എഴുതിയിട്ടുണ്ട്. മലയാളിയും പ്രശസ്ത സാഹിത്യ കൃതികളുടെ രചയിതാവും സ്റ്റാൻഫോർഡ് സർവകലാശാലയിൽ മെഡിസിൻ പ്രൊഫസറുമായ ഡോ. ഏബ്രഹാം വർഗ്ഗീസാണ് പുസ്തകത്തിന് ഉജ്ജ്വലമായ അവതാരിക എഴുതിയിരിക്കുന്നത്.

സ്റ്റാൻഫോർഡ് സർവ്വകലാശാലയിൽനിന്നും സാഹിത്യത്തിലും വൈദ്യശാസ്ത്ര ചരിത്രത്തിലും തത്ത്വശാസ്ത്രത്തിലും ഉപരിപഠനം നടത്തിയ കലാനിധി യേൽ സ്കൂൾ ഓഫ് മെഡിസിനിൽനിന്നും വൈദ്യ ശാസ്ത്ര ബിരുദം നേടി. ഒരു പ്രൊഫഷൻ എന്നതിനേക്കാൾ ഒരു നിയോഗമായിട്ടാണ് താൻ വൈദ്യമേഖലയിലേക്ക് തിരിഞ്ഞതെന്ന് കലാനിധി എഴുതുന്നു. വൈദ്യപഠനകാലത്തെ അനുഭവങ്ങൾ അതീവ സൂക്ഷ്മതയോടെയാണ് അദ്ദേഹം അവതരിപ്പിക്കുന്നത്. ആദ്യമായി പ്രസവമെടുത്തപ്പോൾ ജനനത്തെയും ചികിത്സയിലുണ്ടായിരുന്ന രോഗി മരണമടയുമ്പോൾ മരണത്തെയും ഡോക്ടർ എന്ന നിലയിൽ താനെങ്ങനെയാണ് ആദ്യമായി അഭിമുഖീകരിച്ചതെന്ന് അദ്ദേഹം ഹൃദയസ്പർശിയായി രേഖപ്പെടുത്തുന്നു.

ന്യൂറോ സർജ്ജറിയിലാണ് അദ്ദേഹം ഉപരിപഠനം നടത്തിയത്. ന്യൂറോസർജ്ജറി പരിശീലനത്തിന്റെ കാഠിന്യവും കാർക്കശ്യവും സ്വാംശീകരിച്ച് മികച്ച ന്യൂറോസർജനാവാനുള്ള തയ്യാറെടുപ്പ് കലാനിധി ആരംഭിച്ചു. അതിനിടെ അദ്ദേഹം തന്റെ സഹപാഠിയെ വിവാഹം കഴിക്കുന്നുണ്ട്. പഠനകാലത്ത് തന്നെ ചികിത്സയിൽ മാത്രമല്ല ഗവേഷണത്തിലും പ്രാഗത്ഭ്യം തെളിയിച്ച കലാനിധി അപൂർവ്വമായി കാണപ്പെടുന്ന റ്റൂറെറ്റ് സിൻഡ്രോം (*Tourette's Syndrome*) എന്ന രോഗത്തെ പറ്റി നടത്തിയ ഗവേഷണത്തിനുള്ള പുരസ്കാരത്തിനർഹനായി.

ന്യൂറോസർജ്ജറി പരിശീലനത്തിന്റെ അവസാനവർഷമാണ് തന്നെ ഇടയ്ക്കിടെ അലട്ടിക്കൊണ്ടിരുന്ന നിസ്സാരമായ കാരണത്താലെന്ന് താൻ കരുതിയിരുന്ന പുറംവേദന അതിഗുരുതരമായ രോഗത്തിന്റെ ഫലമായുണ്ടായതാണെന്ന് കലാനിധിക്ക് മനസ്സിലാവുന്നു. സ്കാൻ പരിശോധനയിൽ ശ്വാസകോശത്തെയും നട്ടെല്ലിനെയും ക്യാൻസർ ബാധിച്ചതായി സ്ഥിരീകരിച്ചത് കലാനിധിയെയും ഭാര്യയെയും ഞെട്ടിച്ചു. അപ്പോൾ കലാനിധിക്ക് കേവലം 36 വയസ്സുമാത്രമാണുണ്ടായിരുന്നത്. ശരീരത്തിലെ അജ്ഞാതമായ ഭാഗത്തുനിന്നും ശരീരം മുഴുവൻ വ്യാപിച്ചുകൊണ്ടിരുന്ന സെക്കണ്ടറി മെറ്റാസ്റ്റാറ്റിക് ക്യാൻസറിനാണ് നിർഭാഗ്യവശാൽ കലാനിധി വിധേയനായത്.

തികച്ചും ശാന്തനായി തന്റെ രോഗത്തെ സമീപിക്കുന്നതിൽ കലാനിധി പ്രദർശിപ്പിച്ച മനസംയമനവും മനസ്സാന്നിദ്ധ്യവും ഗുരുതരമായ രോഗം ബാധിച്ച എല്ലാവർക്കും മാതൃകയാക്കാവുന്നതാണ്. മരണത്തെ അഭിമുഖീകരിക്കുമ്പോൾ ജീവിതത്തിന്റെ അർത്ഥം തേടുന്നതിൽ ടി എസ് എലിയട്ട്, നബോക്കോവ് എന്നിവരുടേതടക്കമുള്ള സാഹിത്യ കൃതികൾ തന്നെ സഹായിച്ചതായി കലാനിധി വെളിപ്പെടുത്തുന്നുണ്ട്.

ഭാര്യയുമായി ആലോചിച്ച് ഒരു കുട്ടിക്ക് ജന്മം നല്കാൻ അദ്ദേഹം തീരുമാനിക്കുന്നു. അവർക്ക് ജനിച്ച കാഡിയെന്ന എന്ന പെൺക്കാണ് പുസ്തകം സമർപ്പിച്ചിട്ടുള്ളത്. ആദ്യഘട്ടത്തിൽ ചികിത്സയോട് അനു കൂലമായി പ്രതികരിച്ച കലാനിധിയുടെ ശരീരം പിന്നീട് രോഗത്തിന് കീഴ ടങ്ങി. മരിക്കുന്നതിന് ഏതാനും മാസം മുൻപു വരെയുള്ള വിവരങ്ങൾ ദുർബ്ബലമായ വിരലുകളുപയോഗിച്ച് കലാനിധി എഴുതികൊണ്ടിരുന്നു. അന്ത്യരംഗങ്ങൾ ഭാര്യയാണ് രേഖപ്പെടുത്തിയിട്ടുള്ളത്.

വൈദ്യവിദ്യാർത്ഥികൾ വൈദ്യഗ്രന്ഥങ്ങൾക്ക് പുറമെ നിർബ്ബന്ധ മായും വായിച്ചിരിക്കേണ്ട പുസ്തകങ്ങളിലൊന്നാണിത്. ഗുരുതരമായ രോഗം ബാധിച്ച സാമാന്യ ജനങ്ങൾക്കും രോഗാവസ്ഥയെ മനസ്സൈര്യ ത്തോടെ നേരിടാനുള്ള ആത്മവിശ്വാസം കലാനിധിയുടെ പുസ്തകം നല്കുമെന്ന് പറയാൻ കഴിയും. പുസ്തകത്തിന്റെ പേര് അന്ത്യശ്വാസം, പ്രാണവായുവായി അന്തരീക്ഷത്തിൽ ലയിക്കും എന്ന ഇന്ത്യൻ തത്ത്വചിന്തയിലെ ആശയത്തിൽ നിന്നോ പതിനേഴാം നൂറ്റാണ്ടിലെ കവിയും നാടകകൃത്തുമായ ഫുൽക്കെ ഗ്രെവില്ലെയുടെ 'സിലിക്ക 83' (Fulkke Greville: Caelica 83) എന്ന കവിതയിൽനിന്നോ സ്വീകരിച്ച താവാമെന്ന് വ്യാഖ്യാനിക്കപ്പെട്ടിട്ടുണ്ട്.

ആരോഗ്യമേഖലയിലെ
ക്യൂബൻ മാതൃക

ബാറ്റിസ്റ്റയുടെ ദുർഭരണത്തിൽനിന്നും ദുരിതജീവിതം നയിച്ചിരുന്ന ക്യൂബൻ ജനതയെ ഫിഡൽ കാസ്ട്രോയും ഏണസ്റ്റെ ചെഗുവേരയും സഹപ്രവർത്തകരും ചേർന്ന് മോചിപ്പിക്കുമ്പോൾ അതീവ ശോചനീ യമായിരുന്നു ക്യൂബൻ ജനതയുടെ ആരോഗ്യസ്ഥിതി. ക്യൂബൻ വിമോചനത്തിന് ശേഷവും നഗരപ്രദേശങ്ങളിൽ കേന്ദ്രീകരിച്ച് ചികിത്സ നടത്തിയിരുന്ന ക്യൂബൻ ഡോക്ടർമാർ ഗ്രാമപ്രദേശങ്ങളിലേക്ക് പോവാൻ തയ്യാറായില്ല. വിപ്ലവപ്രവർത്തനവും ഡോക്ടർ എന്ന നിലയിലുള്ള തന്റെ കടമകളും സമന്വയിപ്പിച്ചിരുന്ന ചെഗുവേരയെ ക്യൂബയിലെ ആരോഗ്യ സംവിധാനത്തിന്റെ ശോച്യാവസ്ഥ അസ്വസ്ഥനാക്കി. സാമൂഹ്യ നീതി യിലധിഷ്ഠിതമായ രാഷ്ട്രപുനർനിർമ്മിതിയും വൈദ്യശാസ്ത്രത്തിന്റെ മാനവികതയും സമന്വയിപ്പിക്കേണ്ടതാണെന്ന് ചെഗുവേര അഭിപ്രായ പ്പെട്ടു. ഇതിലേക്കായി വിപ്ലവകരമായ വൈദ്യശാസ്ത്രം ആവിഷ്കരിക്ക ണമെന്നും പുതിയ മൂല്യബോധമുള്ള ഡോക്ടർമാരെ പരിശീലിപ്പിച്ചെടു ക്കണമെന്നും അദ്ദേഹം ആഹ്വാനം ചെയ്തു.

ചെഗുവേരയുടെ നിർദ്ദേശങ്ങളുടെ അടിസ്ഥാനത്തിൽ ഫിദൽ കാസ്ട്രോ ക്യൂബൻ ആരോഗ്യമേഖലയിൽ നടപ്പിലാക്കിയ വമ്പിച്ച പരി വർത്തനത്തിന്റെ ആവേശകരമായ വിശദാംശങ്ങളാണ് സ്റ്റീവ് ബ്രൗർ *റവലൂഷണറി ഡോക്ടേഴ്സ്* എന്ന ശ്രദ്ധേയമായ പുസ്തകത്തിൽ (*Revolutionary Doctors:* Steve Brouwser: Monthly Review Press 2011) നല്കുന്നത്. ഗ്രാമങ്ങളിൽനിന്നുമുള്ള യുവാക്കളെ ആരോഗ്യ വിദ്യാ ഭ്യാസം നല്കി തങ്ങളുടെ ജന്മസ്ഥലത്ത് തന്നെ വൈദ്യസേവനം നല് കാൻ പ്രേരിപ്പിക്കുക എന്ന നയമാണ് ഫിഡൽ നടപ്പിലാക്കിയത്. ഡോക്ടർ മാരെ പരിശീലിപ്പിക്കുന്നതിനായി ലോകത്തെ ഏറ്റവും വലിയ മെഡി

ക്കൽ വിദ്യാഭ്യാസ കേന്ദ്രമായ ലാറ്റിനമേരിക്ക സ്കൂൾ ഓഫ് മെഡിസിൻ 1993 ൽ ഹവാനയിൽ സ്ഥാപിച്ചു. സ്വാർത്ഥതക്കെതിരെ ഐക്യദാർഢ്യ ത്തിന്റെ പോരാട്ട വേദിയാണ് ഈ വൈദ്യവിദ്യാഭ്യാസ കേന്ദ്രമെന്ന് കാസ്ട്രോ പ്രഖ്യാപിച്ചു. സമഗ്ര പൊതുജനാരോഗ്യ പരിശീലനമാണ് ഈ കേന്ദ്രത്തിൽ മെഡിക്കൽ വിദ്യാർത്ഥികൾക്ക് നല്കുന്നത്. പൊതു സമൂഹത്തിന്റെ ആരോഗ്യപ്രശ്നങ്ങൾ മനസ്സിലാക്കി അവയിൽ ഇടപെടു ന്നതിന് ഈ പാഠ്യപദ്ധതി മെഡിക്കൽ ബിരുദധാരികളെ പ്രാപ്ത രാക്കുന്നു.

ആരോഗ്യ മേഖലയിലെ ക്യൂബൻ മാതൃക പ്രസിഡന്റ് ഹ്യൂഗോ ഷാവേസ് പ്രത്യേക താല്പര്യമെടുത്ത് വെനിസ്വേലയിലും നടപ്പിലാക്കി യതെങ്ങനെയെന്നും പുസ്തകത്തിൽ വിശദീകരിക്കുന്നുണ്ട്. 2003 മുതൽ വെനിസ്വേലയിൽ ക്യൂബയുടെ സഹായത്തോടെ പ്രാഥമികാരോഗ്യ സേവനത്തിന്റെ അടിസ്ഥാനത്തിലുള്ള ആരോഗ്യ സംവിധാനം നട പ്പിലാക്കി. 2004 മുതൽ 2010 വരെ ക്യൂബയിൽനിന്നുള്ള 14,000 ഡോക്ടർ മാരും ഡന്റിസ്റ്റ്, നഴ്സുമാർ, ടെക്നീഷ്യന്മാർ തുടങ്ങിയ 20,000 പേരും വെനിസ്വേലയിൽ സേവനമനുഷ്ഠിച്ചു. ഗ്രാമപ്രദേശങ്ങളിൽനിന്നുമുള്ള ഡോക്ടർമാരെ തങ്ങളുടെ ജീവിത ചുറ്റുപാടുകൾ മനസ്സിലാക്കി വൈദ്യ പഠനം നടത്താൻ സഹായിക്കുന്ന അതിരുകളില്ലാത്ത സർവ്വകലാശാല യെന്ന് വിശേഷിപ്പിക്കപ്പെടുന്ന മാതൃകയാണ് വെനിസ്വേല പിന്തുടരുന്നത്.

സാമ്പത്തിക ഉപരോധമടക്കമുള്ള നടപടികൾ സ്വീകരിച്ച് ക്യൂബ യിലെ കമ്യൂണിസ്റ്റ് ഭരണകൂടത്തെ തകർക്കാൻ ശ്രമിച്ചുവരുന്ന അമേരി ക്കയേക്കാൾ മികച്ച ആരോഗ്യ നിലവാരമാണ് ക്യൂബയ്ക്കുള്ളത്. അമേ രിക്കയുടെ ആരോഗ്യച്ചെലവിന്റെ കേവലം 4 ശതമാനം മാത്രമാണ് ക്യൂബ ആരോഗ്യത്തിനായി ചെലവിടുന്നത്. എന്നാൽ മിക്ക ആരോഗ്യ സൂചികകളിലും ക്യൂബ മുന്നിട്ട് നില്ക്കുന്നു. ശിശുമരണനിരക്ക് ക്യൂബയിൽ ആയിരത്തിന് 4.6 ആണെങ്കിൽ അമേരിക്കയിൽ അത് 6.5 ആണ്. സങ്കീർണ്ണമായ സാങ്കേതിക വിദ്യാകേന്ദ്രീകൃതമായ രോഗ ചികി ത്സയേക്കാൾ രോഗപ്രതിരോധത്തിനും ആരോഗ്യ വിദ്യാഭ്യാസത്തിനും ഊന്നൽ നല്കുന്ന കുടുംബാരോഗ്യ സംവിധാനമാണ് ക്യൂബ പിന്തു ടരുന്നത്.

ക്യൂബയിൽ ഏറ്റവും താഴെത്തട്ടിൽ ഡോക്ടറും നഴ്സുമടങ്ങിയ ടീം നിശ്ചിത എണ്ണം കുടുംബങ്ങളുടെ ആരോഗ്യ ആവശ്യങ്ങൾ നിർവ്വഹി ക്കുന്നു. നമ്മുടെ സബ് സെന്ററുകൾക്ക് തുല്യമായ ഈ സംവിധാനം കൺസൾട്ടാറിയോ എന്നാണ് അറിയപ്പെടുന്നത്. കൺസൾട്ടാറി യോയിലെ ഡോക്ടർക്കും നഴ്സിനും തങ്ങളുടെ ചുമതലയിലുള്ള എല്ലാ ജനങ്ങളുമായും നേരിട്ടു ബന്ധമുണ്ട്. ഇതിനു മുകളിലായി ചില സ്പെ ഷ്യലിസ്റ്റുകളടങ്ങിയ നമ്മുടെ കമ്യൂണിറ്റി ഹെൽത്ത് സെന്ററുകൾക്ക് തുല്യമായ പോളിക്ലിനിക്കുകളുണ്ട്. ഉയർന്ന തലത്തിൽ സൂപ്പർസ്പെ

ഷ്യാലിറ്റി ആശുപത്രികളും മെഡിക്കൽ കോളേജുകളും പ്രവർത്തി ക്കുന്നു. കൃത്യമായ റഫറൽ സമ്പ്രദായമാണ് വിവിധ തലങ്ങളിലുള്ള ആശുപത്രികൾ പിന്തുടരുന്നത്.

ഇമ്യൂണൈസേഷൻ തുടങ്ങിയ രോഗപ്രതിരോധ പ്രവർത്തന ങ്ങൾക്കും ആരോഗ്യ വിദ്യാഭ്യാസത്തിനും കൺസൾട്ടാറിയോ നേതൃത്വം നല്കുന്നു. ഫലപ്രദമായ രോഗപ്രതിരോധ പ്രവർത്തനത്തിലൂടെ നിര വധി പകർച്ച വ്യാധികൾ വർഷങ്ങൾക്ക് മുൻപ് തന്നെ നിയന്ത്രിക്കാൻ ക്യൂബയ്ക്ക് കഴിഞ്ഞിട്ടുണ്ട്. പോളിയോ (1962), മലേറിയ (1967), നവജാത ടെറ്റനസ് (1972), ഡിഫ്തീരിയ (1979), മീസിൽസ് (1983), റുബല്ല (1995), ടിബി മെനിഞ്ചൈറ്റിസ് (1997) എന്നീ രോഗങ്ങൾ ക്യൂബ പൂർണ്ണമായും നിർമ്മാർജ്ജനം ചെയ്ത് കഴിഞ്ഞിട്ടുണ്ട്. ലോകമാകെ ഭീതി പടർത്തിയ എയ്ഡ്സ് രോഗത്തെ ഫലപ്രദമായി ചെറുക്കുന്നതിലും ക്യൂബ വിജയി ച്ചിട്ടുണ്ട്. കേവലം 200 എയ്ഡ്സ് രോഗികൾ മാത്രമാണ് രാജ്യത്തുള്ളത്.

ക്യൂബൻ ജനതയുടെ ആരോഗ്യ നിലവാരം മെച്ചപ്പെടുത്താൻ ശ്രമി ക്കുന്നതിനോടൊപ്പം മറ്റ് രാജ്യങ്ങൾക്ക് പ്രത്യേകിച്ച് ലാറ്റിനമേരിക്കൻ, ആഫ്രിക്കൻ, ഏഷ്യൻ രാജ്യങ്ങൾക്ക് വൈദ്യസഹായം നല്കാനും ക്യൂബ പല പരിപാടികളും നടപ്പിലാക്കിവരുന്നു. ക്യൂബയിൽനിന്നുള്ള 1,24,000 ഡോക്ടർമാർ, ഡോക്ടർ ക്ഷാമം അനുഭവിക്കുന്ന 60 ഓളം രാജ്യങ്ങളിൽ സേവനം അനുഷ്ഠിച്ച് വരുന്നുണ്ട്. ലാറ്റിനമേരിക്കൻ സ്കൂൾ ഓഫ് മെഡിസിനിൽനിന്നും 123 രാജ്യങ്ങളിൽനിന്നുമുള്ള 20,00 പേർ ഇതിനകം മെഡിക്കൽ ബിരുദം നേടിയിട്ടുണ്ട്. ഇപ്പോൾ വിവിധ രാജ്യങ്ങളിൽ നിന്നായി 11,000 പേർ ഇവിടെ വൈദ്യവിദ്യാഭ്യസം നടത്തുന്നു.

ഹ്യൂഗോ ഷാവേസുമായി ചേർന്ന് ക്യൂബൻ പ്രസിഡന്റ് ഫിഡൽ കാസ്ട്രോ ബൊളീവിയ, കോസ്റ്ററിക്ക, ഇക്വഡോർ തുടങ്ങിയ 14 ലാറ്റിനമേരിക്കൻ രാജ്യങ്ങളിൽ നടപ്പിലാക്കിയ വിജയകരമായ നേത്ര ചികിത്സാപദ്ധതിയാണ് ഓപ്പറേഷൻ മിറക്കിൾ. ഈ പരിപാടിയിലൂടെ 35 ലക്ഷം പേർക്ക് കാഴ്ച ശക്തി തിരികെ നല്കാൻ കഴിഞ്ഞു. നിരവധി രാജ്യങ്ങളിൽ ദുരന്ത നിവാരണ യജ്ഞത്തിലും ക്യൂബ പങ്കെടുത്തിട്ടുണ്ട്. 1986 ലെ ചെർണോബിൽ ന്യൂക്ലിയർ അപകടത്തെത്തുടർന്ന് ഉക്രയിനിലെ ദുരന്തബാധിതർക്ക് ക്യൂബ വൈദ്യ സഹായം നല്കി. 2004 ലെ ശ്രീല ങ്കൻ സുനാമിയിലും 2005 ൽ പാകിസ്ഥാനിലുണ്ടായ ഭൂമികുലുക്കത്തിലും ക്യൂബ ഫലപ്രദമായ ദുരന്ത നിവാരണ പ്രവർത്തനങ്ങൾ നടത്തുകയു ണ്ടായി.

ആധുനിക ജൈവസാങ്കേതിക വിദ്യയുടെ സാദ്ധ്യതകൾ പ്രയോ ജനപ്പെടുത്തി ഔഷധ ഗവേഷണ രംഗത്ത് വലിയ മുന്നേറ്റമാണ് ക്യൂബ നടത്തിവരുന്നത്. 1980 കളിൽ മസ്തിഷ്കാവരണ നേത്രരോഗാണു ബാധയും (മെനിഞ്ചൈറ്റിസ്കഞ്ചക്റ്റിവൈസ്), ഡെങ്കിപ്പനിയും വ്യാപ കമായപ്പോഴാണ് ജൈവസാങ്കേതിക വിദ്യാരംഗത്തേക്ക് ക്യൂബ കടന്നു

വന്നത്. 1986 ൽ ലോകത്തെ തന്നെ ഏറ്റവും മികച്ച ജനിതക ഗവേഷണ കേന്ദ്രമായ സെന്റർ ഫോർ ജനറ്റിക് എഞ്ചിനീയറിങ് ആന്റ് ബയോ ടെക്നോളജി (Centre for Genetic Engineering and Biotechnology: CIGB സി ഐ ജി ബി) ക്യൂബ സ്ഥാപിച്ചു.

സി ഐ ജി ബിയിൽ ആദ്യഘട്ടത്തിൽ ഇപ്പോൾ പ്രചാരത്തിലുള്ള മരുന്നുകളുടെ മികച്ച നിലവാരമുള്ള ജനറിക് മരുന്നുകളാണ് ഉല്പാദിപ്പിച്ച് തുടങ്ങിയത്. ഹൃദ്രോഗ മസ്തിഷ്ക രോഗ ചികിത്സയ്ക്കാവശ്യമായ സ്ട്രോപ്റ്റോകൈനേസ് (Heberkinesa) ആണ് ആദ്യമായി ഇവിടെ നിന്നും ഉല്പാദിപ്പിച്ച ജൈവ ഔഷധം. റുമറ്റോയൊഡ് ആർത്രൈറ്റിസിന് ആവശ്യമായ ഇന്റർഫെറോൺ (Heberol Gamma R) തുടർന്ന് ഉല്പാദിപ്പിച്ചു. നിരവധി വാക്സിനുകൾ ഇപ്പോൾ സി ഐ ജി ബിയിൽ നിന്നും ഉല്പാദിപ്പിച്ചുവരുന്നു. ഹെപ്പറ്റൈറ്റിസ് ബി, ഹിബ്, ട്രൈവക്ക് വാസ്കിൻ (ഹെപ്പറ്റൈറ്റിസ് ബി, ഡി പി റ്റി) എന്നിവ ഇവയിൽ ഉൾപ്പെടുന്നു. പാർശ്വഫലങ്ങൾ പൂർണ്ണമായും ഒഴിവാക്കിക്കൊണ്ടുള്ള മരുന്നുകളാണ് ഇവിടെ ഉല്പാദിപ്പിക്കുന്നത്. വാക്സിനുകളുടെ മിശ്രിതം ഉല്പാദിപ്പിക്കുന്നതുമൂലം കുട്ടികൾക്ക് നല്കുന്ന വാക്സിനുകളുടെ എണ്ണം 11 ൽ നിന്നും 5 ആയി കുറയ്ക്കാനും ചെലവ് കുറയ്ക്കാനും കഴിയുന്നുണ്ട്.

പഴയ മരുന്നുകളുടെ ജനറിക് പതിപ്പ് ഉല്പാദിപ്പിക്കാൻ മാത്രമല്ല പുതിയ മരുന്നുകൾ കണ്ടെത്താനുള്ള ശ്രമങ്ങളും സി ഐ ജി ബി യിൽ നടന്നുവരുന്നു. പ്രമേഹരോഗികളുടെ കാലുകളെ ബാധിക്കുന്ന വ്രണം ചികിത്സിക്കുന്നതിനുള്ള ഒരു നവീന ഔഷധം (Citoprot –R, Epidermal Growth Factor), ഹവാനയിലെ സെന്റർ ഫോർ ആഞ്ചിയോളജി ആന്റ് വാസ്കുലാർ സർജറിയുടെ സഹായത്തോടെ സി ഐ ജി ബി വികസിപ്പിച്ചെടുത്ത് കഴിഞ്ഞു. ക്യൂബയിലെ പ്രധാന കൃഷികളിലൊന്നായ പുകയിലയിൽനിന്നും സ്തനം, ശ്വാസകോശം, പാൻക്രിയാസ് തുടങ്ങിയ അവയവങ്ങളെ ബാധിക്കുന്ന ക്യാൻസറുകൾക്കുള്ള മരുന്നുകൾ കണ്ടെത്താനുള്ള ശ്രമം നടന്നുവരുന്നു. കന്നുകാലികളിൽ ചെള്ള് പരത്തുന്ന രോഗങ്ങൾ പ്രതിരോധിക്കുന്നതിനുള്ള വാക്സിനും സി ഐ ജി ബി കണ്ടെത്തിയിട്ടുണ്ട്. ആയിരക്കണക്കിന് കന്നുകാലിമരണങ്ങൾ തടയാൻ ഇതുവഴി കഴിഞ്ഞു.

അമേരിക്കൻ സാമ്പത്തിക ഉപരോധത്തിൽപ്പെട്ട് കഷ്ടപ്പെട്ട ക്യൂബയ്ക്ക് സാമ്പത്തികമായി പിടിച്ച് നില്ക്കാൻ ജൈവ ഔഷധങ്ങളുടെ ലോകമെമ്പാടുമുള്ള വില്പന സഹായകരമായി. ഔഷധ ഉല്പാദന വിപണിക്ക് സഹായകരമായ പേറ്റന്റ് നിയമം പിന്തുടരാനും ക്യൂബ ശ്രമിച്ചു വരുന്നുണ്ട്.

ലോകാരോഗ്യ സംഘടന ക്ഷണിച്ചതനുസരിച്ച് ആരോഗ്യ മേഖലയിൽ കൈവരിച്ച നേട്ടങ്ങളുടെ അംഗീകാരമായി 2014 ൽ 67 മത് ലോക ആരോഗ്യ അസംബ്ലിയിൽ ക്യൂബ അദ്ധ്യക്ഷസ്ഥാനം വഹിക്കയുണ്ടായി.

ക്യൂബൻ ആരോഗ്യ മാതൃക കേരളത്തെയും സ്വാധീനിച്ചിട്ടുണ്ട്. കഴിഞ്ഞ ഇടതുമുന്നണി സർക്കാരിന്റെ കാലത്ത് തിരുവനന്തപുരം ജില്ലയിലെ വട്ടിയൂർക്കാവിൽ ക്യൂബൻ മാതൃകയിൽ ഒരു പ്രാഥമികാരോഗ്യ കേന്ദ്രം സ്ഥാപിച്ചിരുന്നു

ക്യൂബൻ വിപ്ലവസൂര്യനു ലോകം ആദരവർപ്പിച്ചുകൊണ്ടിരിക്കുന്ന സന്ദർഭത്തിൽ ഫിഡലിന്റെയും ചെഗുവേരയുടെയും മഹത്തായ സംഭാ വനയായ ക്യൂബൻ ആരോഗ്യമാതൃകയെപ്പറ്റി വിശദമായി മനസ്സിലാ ക്കാൻ സ്റ്റീവ് ബ്രൗറിന്റെ പുസ്തകം സഹായിക്കും.

മലയാള സാഹിത്യം സാർവ്വദേശീയ തലത്തിലേക്ക്

ആരാച്ചാർ മാധ്യമം വാരികയിൽ പ്രസിദ്ധീകരിച്ച് വരുന്ന കാലം. സീരിയലൈസ് ചെയ്യുന്ന നോവലുകൾ വായിക്കുന്നത് ഞാൻ ഒഴിവാ ക്കിയിരുന്നു. പുസ്തക രൂപത്തിൽ വരുമ്പോൾ വായിക്കാനായി മാറ്റി വക്കയാണ് പതിവ്. യാദൃച്ഛികമായിട്ടായിരുന്നെങ്കിലും ഇതേ കാലയള വിലാണ് മൂന്നാഴ്ചയോളം എന്റെ പ്രിയ സുഹൃത്തും ജനകീയാരോഗ്യ പ്രവർത്തകനുമായ അമിതാ ഗുഹയുടെ ആതിഥേയത്തിൽ ബംഗാളിൽ ചെലവിടേണ്ടിവന്നത്. അമിതാവുമായി ബംഗാളിലെ ഗ്രാമങ്ങളിലും നഗരങ്ങളിലുമെല്ലാം അലസമായി കറങ്ങി നടക്കവെ മിക്ക സ്ഥലങ്ങ ളോടും ഞാൻ പരിചിതഭാവം കാട്ടുന്നത് കണ്ട് അദ്ദേഹം അത്ഭുതപ്പെട്ടു. താങ്കൾക്ക് ഈ പ്രദേശങ്ങളെല്ലാം എങ്ങനെയറിയാമെന്ന് അമിതാവ് കൗതുകത്തോടെ ചോദിച്ചു. അതെല്ലാം മലയാളത്തിലേക്ക് പരിഭാഷ പ്പെടുത്തപ്പെട്ട ബംഗാളി നോവലുകളിൽനിന്ന് ലഭിച്ച വിവരങ്ങളാണെന്ന് ഞാൻ പറഞ്ഞു. പിന്നീട് കൽക്കത്ത പ്രസ് ക്ലബ്ബിൽ നടന്ന ഒരു ബംഗാളി ബുദ്ധി ജീവി സാഹിത്യ സദസ്സിൽ മലയാളത്തിലേക്ക് തർജ്ജമചെയ്യപ്പെട്ട രബീന്ദ്രനാഥ ടാഗോർ, ബിമൽ മിത്ര, താരാശങ്കർ ബാനർജി, ശങ്കർ, ബങ്കിംചന്ദ്ര ചതോപാദ്ധ്യായ, വിഭൂതി ഭൂഷൺ ചതോപാദ്ധ്യായ, മഹാ ശ്വേതാ ദേവി, സുനിൽ ഗംഗോപാദ്ധ്യായ, അമിതാവ ഘോഷ്, രാമചന്ദ്ര ഗുഹ, നിരാദ് സി ചൗധരി, വനഫുൽ, മാണിക് ബാനർജി, ജരാസന്ധൻ, സാവിത്രി റോയ്, രമാപാദചൗധുരി, ബുദ്ധദേവ് ഗുഹ, ബുദ്ധദേവ് ബോസ്, തുടങ്ങിയവരുടെ കൃതികളെപ്പറ്റി ഞാൻ സൂചിപ്പിച്ചപ്പോൾ അവരെല്ലാം അത്ഭുതപ്പെട്ടു. ഏതാണ്ട് മുന്നൂറോളം ബംഗാളി നോവലുകൾ മലയാളത്തിലേക്ക് വിവർത്തനം ചെയ്യപ്പെട്ടിട്ടുണ്ടെന്നും എന്തിന് ബിമൽ മിത്രയുടെ *വിലയ്ക്ക് വാങ്ങാം* സാംബശിവൻ കഥാപ്രസംഗമായി

അമ്പലപ്പറമ്പുകളിൽ അവതരിപ്പിച്ചിരുന്നു എന്നും ഞാൻ പറഞ്ഞത് അവിശ്വാസത്തോടെയാണ് അവർ കേട്ടത്. പക്ഷേ, അപ്പോഴൊക്കെ ഇടതുപക്ഷ രാഷ്ട്രീയ സാംസ്കാരിക പ്രസ്ഥാനങ്ങൾക്ക് കേരളത്തെ പ്പോലെ വേരോട്ടമുള്ള ബംഗാളിൽ കേരളത്തിലെ പുരോഗമന സാഹിത്യകാരന്മാരുടെ കൃതികൾപോലും വേണ്ടത്ര പരിഭാഷപ്പെടുത്തി പ്രസിദ്ധീകരിക്കപ്പെടാതെ പോയത് എന്തുകൊണ്ടാണെന്നത് എന്നെ അത്ഭുതപ്പെടുത്തുകയും അസ്വസ്ഥനാക്കുകയും ചെയ്തിരുന്നു.

ബംഗാളിൽനിന്നും തിരികെ നാട്ടിലെത്തിയ അവസരത്തിലാണ് *ആരാച്ചാർ* പുസ്തകരൂപത്തിൽ പ്രസിദ്ധീകരിക്കപ്പെട്ടത്. ഒരുപക്ഷേ, *ആരാച്ചാർ* ആദ്യം വായിച്ചവരിൽ ഒരാൾ ഞാനായിരിക്കണം. ഡി സി ബുക്സ് കോട്ടയത്ത് സംഘടിപ്പിച്ച് പുസ്തക പാരായണ പരിപാടിയിൽ മീരയോടൊപ്പം പങ്കെടുക്കാനും കഴിഞ്ഞു. ചെറുകഥാകൃത്തെന്ന നില യിൽ ഏറെ ആകർഷിച്ചിരുന്നുവെങ്കിലും മീരയുടെ നേരത്തെ പ്രസിദ്ധീ കരിച്ച് നോവലുകൾ വായിച്ചപ്പോൾ ചെറുകഥയാണ് മീരയുടെ സർഗ്ഗാ ത്മകതയുടെ പ്രകാശനത്തിന് ഉചിതമായ മാധ്യമം എന്നെനിക്ക് തോന്നി യിരുന്നു. അതുകൊണ്ട് അല്പം ആശങ്കയോടെയാണ് ഞാൻ *ആരാച്ചാർ* വായിച്ച് തുടങ്ങിയത്. ഒറ്റയിരുപ്പിന് വായിച്ച് തീർത്ത ശേഷം *ആരാച്ചാർ* മലയാളത്തിൽ പ്രസിദ്ധീകരിക്കപ്പെട്ട എല്ലാകാലത്തെയും ഏറ്റവും മികച്ച കൃതികളിലൊന്നാണ് എന്ന് എനിക്ക് ബോദ്ധ്യപ്പെട്ടു. എന്റെ സാഹിത്യാ സ്വാദരകരായ സുഹൃത്തുക്കളോടെല്ലാം എന്റെ *ആരാച്ചാർ* വായനാനു ഭവം പങ്ക് വയ്ക്കണമെന്ന് ആഗ്രഹിച്ചു. പക്ഷേ, ഒരു സാഹിത്യാസ്വാദകൻ എന്ന നിലയിൽ ഈ നോവലിനെപ്പറ്റി സത്യസന്ധമായി അഭിപ്രായം പറയാൻ മീരയും ദിലീപുമായുള്ള വ്യക്തിബന്ധം യഥാർത്ഥത്തിൽ തട സ്സമാവുകയും ചെയ്തു. കാരണം, മലയാളത്തിലിപ്പോൾ സത്യസന്ധവും വസ്തുനിഷ്ഠവുമായ നിരൂപണമോ ആസ്വാദനമോ ഇല്ലല്ലോ. ഒന്നുകിൽ സുഹൃത്തുക്കൾക്ക് വേണ്ടി നടത്തുന്ന പുകഴ്ത്തൽ നിരൂപണം അല്ലെ ങ്കിൽ ശത്രുനിഗ്രഹത്തിനായുള്ള ഇകഴ്ത്തൽ നിരൂപണം.. *ആരാച്ചാറിനെ* പറ്റി പ്രകീർത്തിച്ച് പറഞ്ഞാൽ അത് സുഹൃത്ബന്ധം കൊണ്ടുള്ള പുകഴ്ത്തൽ മാത്രമാവുമെന്ന് കരുതപ്പെടുമെന്ന ഭയം എനിക്കുണ്ടായത് സ്വാഭാവികം മാത്രം.

മലയാള സാഹിത്യത്തെ അവഗണിച്ച ബംഗാളിനോടുള്ള മലയാള ത്തിന്റെ മധുരമായ പകവീട്ടൽ ആണ് *ആരാച്ചാർ* എന്നായിരുന്നു നോവൽ വായിച്ച് കഴിഞ്ഞപ്പോൾ എനിക്ക് തോന്നിയ ആദ്യ പ്രതികരണം. ബംഗാളിലെ ഇതിഹാസ്യ തുല്യമായ ബിമൽ മിത്ര നോവലുകളോട് കിടപിടിക്കാവുന്ന ഒരു സാഹിത്യ കൃതി ബംഗാളിന്റെ പശ്ചാത്തലത്തിൽ മലയാളത്തിൽ എഴുതപ്പെട്ടിരിക്കുന്നു. ജെ ദേവികയുടെ കൃതിയുടെ ആത്മാവ് ഒട്ടും നഷ്ടപ്പെടുത്താത്ത ഇംഗ്ലീഷ് പരിഭാഷ *ആരാച്ചാരിന്* അഖിലേന്ത്യാ തലത്തിൽ അംഗീകാരം നേടികൊടുത്തിട്ടുണ്ട്. (അമേരി ക്കയിൽ താമസിക്കവേ *ഹാങ് വുമൺ* പ്രസിദ്ധീകരിച്ച ദിവസം തന്നെ

ഇ ബുക്കായി ആമസോണിൽനിന്നും ഡൗൺ ലോഡ് ചെയ്ത് വായിച്ചിരുന്നു. ഒരുപക്ഷേ, *ഹാങ് വുമണും* ആദ്യം വായിച്ചവരിലൊരാൾ ഞാനാവണം) എന്നാൽ എന്റെ ആഗ്രഹം ബംഗാളി ഭാഷയിൽ *ആരാച്ചാർ* പ്രസിദ്ധീകരിക്കപ്പെടണമെന്നാണ്. ബംഗാളിലെ എഴുത്തുകാരും സാഹിത്യാസ്വാദകരും അതിലൂടെ മലയാള സാഹിത്യത്തെ അതിന്റെ ശക്തിയെ മനസ്സിലാക്കട്ടെ. മലയാള സാഹിത്യത്തിൽ നിന്നുള്ള കൂടുതൽ കൃതികൾ ബംഗാളിയിലേക്ക് പരിഭാഷപ്പെടുത്താൻ *ആരാച്ചാർ* പ്രേര കമാവും എന്ന പ്രതീക്ഷ എനിക്കുണ്ട്. കേന്ദ്ര സാഹിത്യ അക്കാദമിയും നാഷണൽ ബുക്ക് ട്രസ്റ്റും മലയാള സാഹിത്യ കൃതികൾ ബംഗാ ളിയിലേക്ക് പരിഭാഷപ്പെടുത്താൻ മുൻകൈയെടുക്കേണ്ടതാണ്.

ആരാച്ചാർ മലയാള സാഹിത്യത്തെ ദേശീയതലത്തിലേക്കുയർ ത്തിയ കൃതിയായി വിലയിരുത്തപ്പെട്ടിട്ടുണ്ട്. എന്റെ നോട്ടത്തിൽ മലയാള സാഹിത്യത്തെ പ്രാദേശികതയിൽനിന്നും ദേശീയതലത്തിലേക്ക് മാത്രമല്ല സാർവ്വദേശീയ തലത്തിലേക്കുയർത്തിയ കൃതിയാണ് *ആരാ ച്ചാർ.* സാർവ്വദേശീയ പ്രസക്തിയുള്ളവയും സമകാലീന ലോകം സജീ വമായി ചർച്ച ചെയ്തുകൊണ്ടിരിക്കുന്നവയുമായ സമസ്യകളും ധാർ മ്മിക പ്രതിസന്ധികളുമാണ് *ആരാച്ചാരിൽ* മീര വിഷയമാക്കിയിട്ടുള്ളത്. ഒരു സാമൂഹ്യ ശിക്ഷാവിധി എന്ന നിലയിലുള്ള വധശിക്ഷയുടെ നൈ തികവും നിയമപരവുമായ സാധൂകരണം മിക്ക രാജ്യങ്ങളിലേയും മനു ഷ്യാവകാശ പ്രവർത്തകരും നീതിന്യായ വിദഗ്ദ്ധരും സൂക്ഷ്മമായി പരിശോധിച്ച് വരികയാണ്.

നിയമത്തിന്റെ പരിരക്ഷയിൽ നടത്തുന്ന കൊലപാതകമാണ് വധശിക്ഷ എന്ന് ജസ്റ്റിസ് കെ ടി തോമസ് അഭിപ്രായപ്പെട്ടിട്ടുണ്ട്. ഏത് ശിക്ഷയ്ക്കും നാല് ലക്ഷ്യങ്ങളാണുള്ളത്. സാമൂഹിക പ്രതികാരം (Retribution), കുറ്റവാളിയുടെ സ്വഭാവ പരിവർത്തനം (Reformation), പുനരധിവസം (Rehabilitation), കുറ്റകൃത്യങ്ങളുടെ പ്രതിരോധം (Deterrance). ഭാവി കുറ്റകൃത്യങ്ങളെ പ്രത്യേകിച്ച് നരഹത്യയെ നിവാ രണം ചെയ്യുന്ന പ്രതിരോധകമായി (Deterrant) വധശിക്ഷ പ്രവർത്തി ക്കുന്നില്ലെന്ന് തെളിഞ്ഞിട്ടുണ്ട്. അതുകൊണ്ടുകൂടിയാണല്ലോ കൂടുതൽ വധശിക്ഷ വിധികൾ പുറപ്പെടുവിക്കേണ്ടിവരുന്നതും. ഈയൊരു തിരി ച്ചറിവിന്റെ അടിസ്ഥാനത്തിലാണ് അൻപത്തി നാല് രാജ്യങ്ങൾ വധശിക്ഷ നിർത്തലാക്കുകയും 11 രാജ്യങ്ങൾ വധശിക്ഷ ഗുരുതരമായ കുറ്റ കൃത്യങ്ങൾക്കായി പരിമിതപ്പെടുത്തുകയും ചെയ്തിട്ടുള്ളത്. എന്നാൽ, വധശിക്ഷ സംബന്ധിച്ച് ഏറ്റവും കൂടുതൽ സംവാദം നടന്നുവരുന്ന അമേ രിക്കയിൽ ചില സംസ്ഥാനങ്ങളിൽ മാത്രമാണ് വധശിക്ഷ നിർത്തലാ ക്കിയിട്ടുള്ളത്.

തൂക്കിലേറ്റിക്കൊണ്ടാണെങ്കിലും വൈദ്യുതി ഉപയോഗിച്ചുകൊണ്ടാ ണെങ്കിലും അവസാന ഘട്ടത്തിൽ ശിക്ഷ നടപ്പിലാക്കാനുള്ള ചുമതല (കുറ്റവാളിയുടെ ജീവനെടുക്കാനുള്ള ചുമതല) ഇതുമായി യാതൊരു

ബന്ധവുമില്ലാത്ത ഒരു വ്യക്തിയുടെ ചുമതലയാവുന്നു എന്നതാണ് വധശിക്ഷ ഉയർത്തുന്ന അസ്വസ്ഥജനകമായ നൈതിക പ്രശ്നം. ഭരണ കൂടത്തിന്റെ നീതി നടത്തിപ്പിലെ സുപ്രധാന കണ്ണിയായി ആരാച്ചാർ മാറുന്നു. അവിടെയും പ്രശ്നങ്ങളുണ്ടല്ലോ. ആരുടെ പ്രതിനിധിയായി ട്ടാണ് ആർക്ക് വേണ്ടിയാണ് എന്തിന്റെ ഭാഗമായാണ് ആരാച്ചാർ പ്രവർ ത്തിക്കുന്നത്? നീതിന്യായ വ്യവസ്ഥ (Judiciary), ഭരണ നിർവ്വഹണം (Adminitsration), നിയമനിർമ്മാണ സഭ (Legislature) എന്നിങ്ങനെ ഭരണകൂടത്തിന് മൂന്നു ഘടകങ്ങളാണുള്ളത്. ഇതിൽ നീതിന്യായ വ്യവസ്ഥ, ഭരണ നിർവ്വഹണം ഇതിൽ ഏതിനെയാണ് ആരാച്ചാർ സേവി ക്കുന്നത്? മാത്രമല്ല ഒരു വിധിയും അന്തിമമല്ല. ഉന്നത നീതിപീഠമായ സുപ്രീം കോടതിയുടെ വിധിയിലും തെറ്റ് സംഭവിക്കാം. ചരിത്രത്തിൽ വധശിക്ഷയ്ക്ക് വിധേയരാക്കപ്പെട്ടവരിൽ ദേശീയ വിമോചനത്തിനായും സാമൂഹ്യ മാറ്റത്തിനായും പടപൊരുതിയ ധീര രക്തസാക്ഷികളും, ദേശാഭിമാനികളും സാമൂഹ്യ നന്മയ്ക്ക് വിലപ്പെട്ട സംഭാവനകൾ നല്കിയ ബുദ്ധിജീവികളും ശാസ്ത്രകാരന്മാരും ഉൾപ്പെട്ടിട്ടുണ്ടെന്ന് കാണാൻ കഴിയും. വധശിക്ഷ നടപ്പിലാക്കിയശേഷം വിധി തെറ്റായിരു ന്നുവെന്ന് തെളിഞ്ഞാൽ വിധി നടപ്പിലാക്കി നിരപരാധിയുടെ കൊലയ്ക്ക് കാരണക്കാരായി മാറിയ ആരാച്ചാർ കുറ്റക്കാരനാവുമോ? അയാൾ സ്വന്തം മനഃസാക്ഷിയെ എങ്ങനെ നേരിടും. എന്ത് സമാധാനം പറയും. വിധി പ്രസ്താവിച്ച ജഡ്ജിക്ക് പോലും ഇത്തരത്തിലൊരു നൈതിക മാനസിക പ്രതിസന്ധിയെ നേരിടേണ്ടിവരുന്നില്ല.

ആരാച്ചാർ വായിച്ചുകൊണ്ടിരുന്നപ്പോൾ എനിക്ക് ടോൾസ്റ്റോയിയുടെ *യുദ്ധവും സമാധാനവും* ഓർമ്മവന്നു. *യുദ്ധവും സമാധാനവും* റഷ്യ ഫ്രെഞ്ച് യുദ്ധത്തെക്കുറിച്ചുള്ള ചരിത്ര നോവൽ മാത്രമല്ല ചരിത്രത്തെ ക്കുറിച്ചുള്ള നോവൽ കൂടിയാണല്ലോ. നോവലിന്റെ ഓരോ അദ്ധ്യായ ത്തിന്റെയും തുടക്കത്തിൽ യുദ്ധത്തെപ്പറ്റിയുള്ള തന്റെ തത്ത്വചിന്താ പരവും ചരിത്രപരവുമായ സമീപനങ്ങൾ ടോൾസ്റ്റോയി രേഖപ്പെടുത്തു ന്നുണ്ട്. മീര അത്തരത്തിലുള്ള സിദ്ധാന്തവല്ക്കരണമൊന്നും നോവലിൽ നടത്താൻ പ്രത്യക്ഷത്തിൽ ശ്രമിക്കുന്നില്ല. എന്നാൽ *ആരാച്ചാറിന്റെ* ഓരോ പേജിലും വരികളിലും വധശിക്ഷ, ആരാച്ചാർ എന്നീ പരികല്പനകൾ നീതിയുടെയും നൈതികതയുടെയും തലത്തിൽ അതീവ സൂക്ഷ്മത യോടെ മീര പരിശോധിക്കുന്നത് നമുക്കനുഭവവേദ്യമാവുന്നു എന്നതാണ് *ആരാച്ചാറിനെ* അത്യപൂർവ്വമായി മാത്രം ലഭിക്കുന്ന സാഹിത്യാനുഭവ മാക്കി മാറ്റുന്നത്, ദസ്തേവിസ്കിയൻ നോവലുകളിലാണ് ഇത്തരത്തിൽ കഥാതന്തുവും നോവലിസ്റ്റിന്റെ ലോകവീക്ഷണവും അദൃശ്യമായി ഇഴുകിച്ചേർന്നിരിക്കുന്നതായി എനിക്കനുഭവപ്പെട്ടിട്ടുള്ളത്.

ആരാച്ചാർ ഭാരതീയ സാഹിത്യലോകത്ത് പ്രബലമായി നിലനില് ക്കുന്ന മറ്റൊരു ധാരണയെക്കൂടി പൊളിച്ചെഴുതുന്നു എന്നത് തീരെ ശ്രദ്ധി ക്കപ്പെടാതെ പോയിട്ടുണ്ട്. ഇന്ത്യൻ പ്രാദേശിക ഭാഷ (സാഹിത്യ)

കൃതികൾക്ക് ഇന്തോ ആംഗ്ലിക്കൻ നോവലുകളുടെ നിലവാരമില്ല എന്ന പ്രസ്താവന നടത്തി ഒരിക്കൽ സാൽമൻ റഷ്ദി വിവാദം സൃഷ്ടിച്ചിരുന്നു. അടുത്തയിടെ സംസ്കാര ശൂന്യമായ ഭാഷയിൽ ജ്ഞാനപീഠ ജേതാവ് ബാലചന്ദ്ര നേമാഡേയെ അധിക്ഷേപിക്കാനും റഷ്ദി മടിച്ചില്ല. വിശ്വ സാഹിത്യ കൃതികൾ പരിചയപ്പെടുത്തുമ്പോൾ അവയെ മലയാള സാഹി ത്യവുമായി തട്ടിച്ച് നോക്കി ഒട്ടും മയമില്ലാത്ത ഭാഷയിൽ സമാനമായ അഭിപ്രായം എം കൃഷ്ണൻ നായർ സർ പറയുമായിരുന്നത് ഓർ മ്മിക്കുമല്ലോ. ഇതിൽ അല്പം വാസ്തവമില്ലാതില്ല. മലയാള നോവൽ രചയിതാക്കളുടെ പ്രധാന പരിമിതി അവരിൽ പലരും വേണ്ടത്ര ഗൃഹപാഠം ചെയ്യാതെ സാഹിത്യ രചനയ്ക്ക് മുതിരുന്നുവെന്നതാണ്. സാഹിത്യ രചനയ്ക്ക് സിദ്ധിമാത്രമല്ല സാധന കൂടി വേണ്ടതാണെന്ന് ഉദാഹരിക്കാനായി പി കെ ബാലകൃഷ്ണൻ തെരഞ്ഞെടുത്തത് ദസ്ത യോവ്സ്കിയുടെയും താരാശങ്കര ബാനർജിയുടെയും കൃതികളായിരു ന്നുവെന്നോർക്കുക. മലയാള സാഹിത്യ കൃതികളൊന്നും പരിഗണി ക്കാതിരുന്നത് യാദൃച്ഛികമാവാനിടയില്ല.

ഇംഗ്ലീഷിലെഴുതുന്ന ഇന്ത്യൻ എഴുത്തുകാരുടെ ഇന്തോആംഗ്ലിക്കൻ കൃതികൾ ഭാഷാസാഹിത്യത്തോടൊപ്പം ദേശീയതലത്തിൽ അംഗീകരി ക്കപ്പെടുകയും നിരൂപണവിധേയമാക്കപ്പെടുകയും ചെയ്യുന്നുണ്ട്. മാൽ ഗുഡികഥകളിലൂടെ ഇന്ത്യൻ ജനതയുടെ ഹൃദയംകവർന്ന ആർ കെ നാരായണൻ, തത്ത്വാചിന്താപരമായ കൃതികളിലൂടെ പ്രസിദ്ധനായ രാജാ റാവു, പുരോഗമനസാഹിത്യകാരനായ മുൽക് രാജ് ആനന്ദ്, വിവാദ ഗ്രന്ഥങ്ങളുടെ കർത്താവായ നിരാദ് സി ചൗധരി തുടങ്ങിയവരാണ് പഴയ തലമുറയിലെ പ്രമുഖ ഇന്തോആംഗ്ലിക്കൻ എഴുത്തുകാർ. സമകാലീന ഇന്തോആംഗ്ലിക്കൻ എഴുത്തുകാരിൽ പ്രമുഖർ സാൽമൻ റഷ്ദി, അമിതാഘോഷ്, വിക്രംസേത്ത്, ഡേവിഡ്ദവീദാർ, ജുംബാലാഹിരി, അനിതാദേശായി, കിരൺ ദേശായി, ചേതൻ ഭഗത്ത്, അരവിന്ദ്അധിഗ, വികാസ് സ്വരൂപ് തുടങ്ങിയവരാണ്. ബുക്കർ പ്രൈസ്, പുലിറ്റ്സർ പ്രൈസ് തുടങ്ങിയ നിരവധി സർവ്വദേശീയ പുരസ്കാരങ്ങൾ ഇവരിൽ പലർക്കും ലഭിച്ചിട്ടുണ്ട്.

മലയാളികളായ നിരവധി എഴുത്തുകാർ ഇന്തോആംഗ്ലിക്കൻ സാഹിത്യരംഗത്തുണ്ട്. ഇവരിൽ പലരുടെയും കൃതികൾക്ക് ദേശീയ സാർവ്വദേശീയ തലങ്ങളിൽ അംഗീകാരവും ലഭിച്ചുവരുന്നുണ്ട്. എന്നാൽ കേരളത്തിൽ അപൂർവ്വമായി മാത്രമാണ് ഇവരുടെ രചനകൾ ശ്രദ്ധിക്ക പ്പെടാറുള്ളത്. അരുന്ധതിറോയി, ജയശ്രീമിശ്ര, ശശിതരൂർ, ജോർജ് വർഗ്ഗീസ്, അഞ്ജലിജോസഫ്, മനുജോസഫ്, ബിനു കെ ജോൺ, വിനോദ് ജോർജ് ജോസഫ്, അനിതാനായർ, മീനാ അലക്സാണ്ടർ, എൽ സി താരമംഗലം, സുജാത സംക്രാന്തി, സൂസൻ വിശ്വനാഥൻ, അനിൽ മേനോൻ, ശ്രീകുമാർ വർമ്മ, അനീസ് സലീം തുടങ്ങിയവരാണ് ഇംഗ്ലീഷിൽ എഴുതുന്ന മലയാളി എഴുത്തുകാരിൽ പ്രമുഖർ. ഇവരുടെ

പല കൃതികളും മലയാളത്തിലേക്ക് പരിഭാഷപ്പെടുത്തിയിട്ടുമുണ്ട്. ശശിതരൂരിന്റെ *റൗട്ട്* (കലാപം), ജയശ്രീ മിശ്രയുടെ *റാണി* എന്നിവയാണ് മലയാളത്തിലേക്ക് തർജ്ജമ ചെയ്യപ്പെട്ടിട്ടുള്ള പ്രധാനപ്പെട്ട കൃതികൾ. മാധവിക്കുട്ടി (കമലാസുരയ്യ) തന്റെ കവിതകൾ മിക്കവയും എഴുതിയി ട്ടുള്ളത് ഇംഗ്ലീഷിലാണ്. മലയാളിയും ഓപ്പൺ മാഗസിൻ വാരികയുടെ ചീഫ്എഡിറ്ററും പത്രപ്രവർത്തകനുമായ മനുജോസഫിന്റെ *സീരിയസ് മെൻ* (Serious Men:) അനീസ് സലീമിന്റെ *വാനിറ്റി ബാഗ്* (Vantiy Bagh) എന്നീ കൃതികൾക്ക് ഹിന്ദുദിനപ്പത്രത്തിന്റെ മികച്ച നോവൽ അവാർഡു കൾ ലഭിച്ചിട്ടുണ്ട്. ഇന്തോആംഗ്ലിക്കൻ മലയാളി എഴുത്തുകാരിൽ കൂടുതൽ പേരും വനിതകളാണെന്ന പ്രത്യേകതയുമുണ്ട്.

മലയാളികളായ ഇന്തോആംഗ്ലിക്കൻ എഴുത്തുകാരുടെ കൃതി കളുമായി തട്ടിച്ച് നോക്കുമ്പോൾ പ്രത്യേകിച്ച് ചരിത്രനോവലുകളുടെ കാര്യത്തിൽ മുൻകൂട്ടിയുള്ള തയ്യാറെടുപ്പിന്റെയും സാധനയുടെയുമെല്ലാം കുറവ് മലയാള സാഹിത്യ കൃതികളിൽ നമുക്കനുഭവപ്പെടും. സി വി രാമൻ പിള്ളയുടെ കൃതികൾ ഒഴിച്ച് മലയാളത്തിൽ പ്രസിദ്ധീകരിക്ക പ്പെട്ടിട്ടുള്ള സമീപകാല ചരിത്രനോവലുകൾ ജയശ്രീ മിശ്രയുടെ റാണിയുമായി ചേർത്ത് പരിശോധിച്ചാൽ ഇത് കൂടുതൽ ബോദ്ധ്യപ്പെടും. അമിതാ ഘോഷിന്റെ *ഐബിസ് ട്രിലോളജിയിലെ സീ ഓഫ് പോപ്പീസ്, റിവർ ഓഫ് സ്മോക്* (Sea of Poppies, River of Smoke) എന്നീ ഇതി നകം പ്രസിദ്ധീകരിക്കപ്പെട്ട നോവലുകളുടെ അടുത്തെങ്ങും നമ്മുടെ ഒരു നോവലുകളും എത്തില്ലെന്ന് പ്രത്യേകിച്ച് പറയേണ്ടതില്ലല്ലോ. എന്നാലീ ധാരണകളെ തിരുത്തിക്കൊണ്ട് ഏത് ഇന്തോആംഗ്ലിക്കൻ കൃതിയേ ക്കാളും സാഹിത്യമൂല്യമുള്ള നന്നായി ക്ലേശിച്ച് ഗൃഹപാഠം ചെയ്തെ ഴുതിയ ഒരു നോവൽ പ്രാദേശിക ഇന്ത്യൻ സാഹിത്യത്തിൽ ഉദയം കൊണ്ടിരിക്കുന്നു എന്ന് നമുക്കവകാശപ്പെടാൻ *ആരാച്ചാറിന്റെ* പ്രസി ദ്ധീകരണത്തിലൂടെ കഴിഞ്ഞിരിക്കുന്നു. നമുക്കിനി സാൽമൻ റഷ്ദിയെ തീർച്ചയായും ആത്മവിശ്വാസത്തോടെ അഭിമുഖീകരിക്കാം. *ഹാങ് വുമൺ* റഷ്ദി വായിക്കുന്നതുവരെ നമുക്ക് കാത്തിരിക്കാം. അതോടെ പൊതുവിൽ ബുദ്ധിപരമായ സത്യസന്ധത പുലർത്താറുള്ള റഷ്ദി തന്റെ അഭിപ്രായം തിരുത്തുമെന്നും പ്രതീക്ഷിക്കാം.

ആരാച്ചാർ പുരുഷ മേധാവിത്തത്തിനും പുരുഷകേന്ദ്രീകൃത മൂല്യ ങ്ങൾക്കുമെതിരായ പെൺ പ്രതിരോധത്തിന്റെ കഥയെന്ന നിലയിൽ വിശ ദമായി പഠന വിഷയമാക്കപ്പെട്ടിട്ടുണ്ട്. അതേയവസരത്തിൽ മാധ്യമ പ്രവർത്തനത്തെ പ്രത്യേകിച്ച് ദൃശ്യമാധ്യമ ലോകത്തെ നിഗൂഢതകുറ യ്ക്കുന്നു (Demystification) എന്നതുകൂടി *ആരാച്ചാറിന്റെ* വ്യതിരികത തയ്ക്ക് കാരണമാവുന്നുണ്ട്. മാധ്യമങ്ങൾ പല തലങ്ങളിലായി വിമർ ശിക്കപ്പെടുകയും വിലയിരുത്തപ്പെടുകയും ചെയ്യപ്പെടുന്നുണ്ടെങ്കിലും പൊതുവേ അവഗണിക്കപ്പെടാറുള്ള മാധ്യമ ധാർമ്മികത (Media Eth- ics) അതിശക്തമായി അതും സ്ത്രീ കാഴ്ചപ്പാടിൽ അവതരിപ്പിക്കപ്പെട്ടു

എന്ന പ്രത്യേകതയും ആരാച്ചാറിനുണ്ട്. ആരാച്ചാർ മുന്നോട്ട് വക്കുന്ന സമസ്യകൾ ചർച്ചക്കെടുക്കാതെ മാധ്യമ പഠിതാക്കാൾക്ക് ഇനി മുന്നോട്ട് പോവാനാവില്ല.

ഏത് പുസ്തകത്തിനും ഉണ്ടായിരിക്കേണ്ട പ്രധാന ഗുണങ്ങളി ലൊന്ന് അതിന്റെ വായനാക്ഷമതയാണ് (Readabiltiy). വായനാ ക്ഷമതയെന്നാൽ അനായാസം വായിച്ചു പോവാൻ കഴിയുക എന്നല്ല അർത്ഥമാക്കുന്നത്. വാണിജ്യ നോവലുകളെ (Commercial Fiction) സർ ഗ്ഗത്മാക നോവലുകളിൽ (Creative Fiction)നിന്നും വേർതിരിക്കുന്നത് സർഗ്ഗാത്മക കൃതികൾ വായിച്ചാസ്വദിക്കാൻ പരിശ്രമവും ഏകാഗ്രതയും വായനക്കാരുടെ ഭാഗത്തുനിന്നും സർഗ്ഗാത്മക കൃതികൾ ആവശ്യ പ്പെടുന്നു എന്നതാണ്. വായിച്ച് പോകുമ്പോൾ ലഭിക്കുന്ന ആസ്വാദ്യതയും വീണ്ടും ആവർത്തിച്ച് വായിക്കാനുള്ള അദമ്യമായ ആഗ്രഹവും ഉത്തമ കൃതികൾ ഉളവാക്കുന്നു. അത്തരത്തിലുള്ള അങ്ങേയറ്റം വായനാ ക്ഷമതയുള്ള അപൂർവ്വം ബൃഹത് നോവലുകളിലൊന്നാണ് *ആരാച്ചാർ* എന്ന് പറയേണ്ടിയിരിക്കുന്നു. ചില പുസ്തകങ്ങൾ പ്രത്യേകിച്ച് പേജു കളേറെയുള്ള വലിയ പുസ്തകങ്ങൾ വായിക്കുമ്പോൾ എപ്പോഴെങ്കിലും ഈ പുസ്തകം വായിച്ച് തീരുമല്ലോയെന്നോർത്ത് ദുഃഖം തോന്നിയിട്ടുള്ള ഒരു വായനക്കാരനാണ് ഞാൻ. അടുത്തകാലത്ത് 773 പേജുകളുള്ള അമേരിക്കൻ സാഹിത്യകാരി ഡൊണ്ണാ ടാർട്ടിന്റെ (Donna Tartt) പുലിറ്റ്സർ പുരസ്കാരം ലഭിച്ച് *ഗോൾഡ് ഫിൻഞ്* (*Gold Finch*: Brown Book Group: 2013) എന്ന നോവൽ വായിച്ചപ്പോഴും മുൻ കാലങ്ങളിൽ ബൃഹത് ആഖ്യായികകളായ വില്യം ഷിററുടെ (William Shirer) *ദ റൈസ് ആന്റ് ഫാൾ ഓഫ് തേർഡ് റീച്ചും* (*The Rise and Fall of Third Reich*: Rhuk: 1991) ടോൾസ്റ്റോയിയുടെ *യുദ്ധവും സമാധാനവും* ദസ്തേവ്സ്കിയുടെ *കാരമസോവ് സഹോദരന്മാരും* മറ്റും വായിച്ചപ്പോൾ ഇങ്ങനെയൊരു വികാരം എന്നെ അടിമപ്പെടുത്തിയിരുന്നു. വായന കഴിയുന്നത്ര സാവധാനത്തിലാക്കി അപ്പോഴൊക്കെ പുസ്തകം വായിച്ച് തീർക്കുന്നത് കഴിയുന്നത്ര നീട്ടിക്കൊണ്ട് പോവാൻ ശ്രമിച്ചിരുന്നു. അത്ത രത്തിലൊരനുഭവം ഒരു മലയാളസാഹിത്യ കൃതി വായിച്ചപ്പോൾ എനി ക്കാദ്യമായി ലഭിച്ചത് 552 പേജുകളുള്ള *ആരാച്ചാർ* വായിച്ചാസ്വദി പ്പോഴാണെന്ന് കൂടി ഇവിടെ സൂചിപ്പിക്കട്ടെ.

ജ്ഞാനിയായ
ന്യായാധിപന്റെ വാക്കുകൾ

ആരാധ്യനായ ജസ്റ്റിസ് കെ റ്റി തോമസ് പല വിഷയങ്ങളെ അടിസ്ഥാനമാക്കി എഴുതിയ ലേഖനങ്ങളാണ് *കുറ്റകൃത്യങ്ങളിൽ പീഡി തരാവുന്ന നിർദ്ദോഷികൾ* (അസന്റ് പബ്ലിക്കേഷൻസ് 2015) എന്ന അതീവ ശ്രദ്ധേയമായ പുസ്തകത്തിൽ ഉൾപ്പെടുത്തിയിട്ടുള്ളത്. അതിഗഹനമായ നിയമ വിഷയങ്ങൾ ലളിതമായ ഭാഷയിലും, വ്യക്തിപരമായ അനു ഭവകളും സ്മരണകളും സരളമായും അവതരിപ്പിക്കുന്ന ലേഖനങ്ങൾ ഒരേയവസരത്തിൽ വിജ്ഞാനപ്രദവും ഹൃദ്യവുമായ വായനാനുഭവമാണ് തുറന്ന് തരുന്നത്. ഇന്ത്യൻ ശിക്ഷാനിയമത്തിന്റെയും ഭരണഘടന യുടെയും പരിധിക്കുള്ളിൽനിന്നുകൊണ്ട് വിധി പ്രസ്താവിക്കേണ്ടിവരുന്ന ന്യായാധിപർക്ക് നേരിടേണ്ടിവരുന്ന ധാർമ്മിക പ്രതിസന്ധികളും നിരപരാധികളെ കുറ്റവിമുക്തരാക്കാനുള്ള സാദ്ധ്യതകളും ജസ്റ്റിസ് കെ റ്റി തോമസ് സ്വന്തം അനുഭവങ്ങളുടെ അടിസ്ഥാനത്തിൽ വിശകലനം ചെയ്ത് അവതരിപ്പിക്കുന്നുവെന്നതാണ് ഈ ലേഖനങ്ങളുടെ പ്രധാന സവിശേഷത.

ഈ ലേഖന സമാഹാരത്തിലെ ഏറ്റവും ശ്രദ്ധേയമായ ലേഖനങ്ങ ളിലൊന്ന് വധശിക്ഷയെ സംബന്ധിച്ചിട്ടുള്ളതാണ്. സാർവ്വദേശീയ പ്രസ ക്തിയുള്ളവയും സമകാലീന ലോകം സജീവമായി ചർച്ച ചെയ്ത് കൊണ്ടിരിക്കുന്നതുമായ നിയമപ്രശ്നമാണ് വധശിക്ഷ. ഒരു സാമൂഹ്യ ശിക്ഷാവിധി എന്ന നിലയിലുള്ള വധശിക്ഷയുടെ നൈതികവും നിയമപരവുമായ സാധൂകരണം മിക്ക രാജ്യങ്ങളിലെയും മനുഷ്യാവ കാശ പ്രവർത്തകരും നീതിന്യായ വിദഗ്ദ്ധരും സൂക്ഷ്മമായി പരിശോ ധിച്ച് വരികയാണ്. ഭാവി കുറ്റകൃത്യങ്ങളെ പ്രത്യേകിച്ച് നരഹത്യയെ നിവാരണം ചെയ്യുന്ന പ്രതിരോധകമായി (Deterrant) വധശിക്ഷ പ്രവർ ത്തിക്കുന്നില്ലെന്ന് തെളിഞ്ഞിട്ടുണ്ട്. ഒരു വിധിയും അന്തിമമല്ല. ഉന്നത

നീതിപീഠമായ സുപ്രീം കോടതിയുടെ വിധിയിലും തെറ്റ് സംഭവിക്കാം. ചരിത്രത്തിൽ വധശിക്ഷയ്ക്ക് വിധേയരാക്കപ്പെട്ടവരിൽ ദേശീയ വിമോ ചനത്തിനായും സാമൂഹ്യ മാറ്റത്തിനായും പടപൊരുതിയ ധീര രക്ത സാക്ഷികളും, ദേശാഭിമാനികളും സാമൂഹ്യ നന്മയ്ക്ക് വിലപ്പെട്ട സംഭാ വനകൾ നല്കിയ ബുദ്ധിജീവികളും ശാസ്ത്രകാരന്മാരും ഉൾ പ്പെട്ടിട്ടുണ്ടെന്ന് ജസ്റ്റിസ് തോമസ് ഉദാഹരണ സഹിതം സമർ ത്ഥിക്കുന്നുണ്ട്. വധശിക്ഷ നടപ്പിലാക്കിയശേഷം വിധി തെറ്റായിരു ന്നുവെന്ന് തെളിഞ്ഞാൽ വിധി പ്രസ്ഥാവിച്ച ജഡ്ജിക്കും ആരാച്ചാർക്കും നൈതിക മാനസിക പ്രതിസന്ധിയെ നേരിടേണ്ടിവരും. ഇതെല്ലാം പരി ഗണിച്ച് നിയമത്തിന്റെ പരിരക്ഷയിൽ നടത്തുന്ന കൊലപാതകമാണ് വധ ശിക്ഷ എന്ന ധീരമായ അഭിപ്രായ പ്രകടനം ജസ്റ്റിസ് കെ റ്റി തോമസ് നടത്തുന്നു. വധശിക്ഷയെ സംബന്ധിച്ച് ഇപ്പോൾ നടന്നുവരുന്ന സംവാ ദങ്ങൾക്ക് കൂടുതൽ വെളിച്ചം പകരാൻ ഈ ലേഖനം ഉപകരിക്കും.

കുറ്റവാളികളെ ശിക്ഷിക്കുന്നതിൽ വീഴ്ച വരുത്താതിരിക്കുമ്പോൾ തന്നെ കുറ്റം ചെയ്യാത്തവരെ കുറ്റക്കാരായി വിധിക്കുക എന്ന തെറ്റിനും ജഡ്ജിമാർ, വിധേയരാവരുതെന്ന് ജസ്റ്റിസ് ഓർമ്മപ്പെടുത്തുന്നുണ്ട്. കുറ്റകൃത്യങ്ങളുമായി ബന്ധപ്പെട്ട നിർദ്ദോഷികളായ പീഢിതർ, വിചാരണത്തടവുകാർ, തെറ്റായ കോടതിവിധിമൂല തടവ് ശിക്ഷ അനു ഭവിക്കേണ്ടിവരുന്നവർ, ശിക്ഷിക്കപ്പെടുന്നവരുടെ ബന്ധുക്കൾ, കുറ്റ കൃത്യങ്ങൾക്ക് വിധേയരാക്കപ്പെടുന്നവരുടെ ബന്ധുക്കൾ എന്നിങ്ങനെ നാലു വിഭാഗത്തിൽപ്പെടുത്തി ജസ്റ്റിസ് പരിശോധിക്കുന്നുണ്ട്. കേസു കളുടെ സൂക്ഷ്മ പരിശോധനയിലൂടെ നിരപരാധികളെ രക്ഷപ്പെടുത്തി യതിന്റെ അനുഭവങ്ങൾ ഉദാഹരണ സഹിതം ജസ്റ്റിസ് വ്യക്തമാക്കുന്നു. കേസ് വിധിപ്രസ്താവിക്കുന്നതിനുമുൻപ് ന്യായാധിപന്മാർ പാലിക്കേണ്ട സൂക്ഷ്മ നിരീക്ഷണങ്ങളെപ്പറ്റി പലതും പഠിക്കാൻ ഈ ലേഖനത്തിൽ വിശദീകരിക്കുന്ന ജസ്റ്റിസ് തോമസിന്റെ അനുഭവങ്ങൾ സഹായിക്കും. യുവ ന്യായാധിപന്മാർ നിർബ്ബന്ധമായും വായിച്ചിരിക്കേണ്ട ലേഖന മാണിത്.

ഇന്ത്യൻ ഭരണഘടനയുടെ പ്രസക്തഭാഗങ്ങൾ ഉദ്ധരിച്ചുകൊണ്ട് ഇന്ത്യക്ക് ഒരു ഏകീകൃത സിവിൽ കോഡ് ആവശ്യമാണെന്നും മത ന്യൂനപക്ഷങ്ങൾക്ക് വിദ്യാഭ്യാസ സ്ഥാപനങ്ങൾ നടത്താനുള്ള അവ കാശം മാത്രമാണ് ഭരണഘടന വിഭാവനം ചെയ്യുന്നതെന്നും ക്രിസ്ത്യൻ മുസ്ലിം മതന്യൂനപക്ഷങ്ങൾക്ക് പ്രത്യേക അവകാശം ഭരണഘടനയി ലില്ലെന്നും മത സംഘടനകളുടെയും മറ്റും ഭാഗത്ത് നിന്നുണ്ടാവാനി ടയുള്ള എതിർപ്പ് ഭയക്കാതെ ജസ്റ്റിസ് തോമസ് വ്യക്തമാക്കുന്നു. ഇന്നത്തെ സാഹചര്യത്തിൽ ന്യൂനപക്ഷ കമ്മിഷനുകൾ ആവശ്യമുണ്ടോ എന്ന പ്രസക്തമായ ചോദ്യവും അദ്ദേഹം ഉന്നയിക്കുന്നുണ്ട്. മതന്യൂന പക്ഷങ്ങൾ നടത്തുന്ന ചില വിദ്യാഭ്യാസ സ്ഥാപനങ്ങൾ അവയുടെ പ്രഖ്യാപിത ലക്ഷ്യങ്ങൾ മറന്ന് ലാഭേച്ഛയോടെ വാണിജ്യവല്

ക്കരിക്കപ്പെടുന്ന സമീപകാല പ്രവണതയെ സൗമ്യമായ ഭാഷയിൽ വിമർശിക്കാനും ജസ്റ്റിസ് മടിക്കുന്നില്ല.

മന്ത്രവാദങ്ങളുടെയും ആഭിചാര പ്രയോഗങ്ങളുടെയും അടിസ്ഥാനത്തിൽ നടക്കുന്ന അതിക്രൂരമായ നരഹത്യകളും ജനവഞ്ചനയും തട്ടിപ്പുകളും സ്വന്തം അനുഭവങ്ങളുടെ അടിസ്ഥാനത്തിൽ തുറന്ന് കാട്ടുന്ന എതാനും ലേഖനങ്ങളും പുസ്തകത്തിലുണ്ട്. ആൾദൈവമായി പില്ക്കാലത്ത് മാറാൻ സാദ്ധ്യതയുണ്ടായിരുന്ന ഒരു അത്ഭുത കന്യക യുടെ തട്ടിപ്പ് സ്കൂൾക്കുട്ടികൾ വെളിച്ചത്ത് കൊണ്ടുവന്ന സംഭവം ജസ്റ്റിസ് നർമ്മരസത്തോടെ വിവരിക്കുന്നു. എല്ലാ സമുദായക്കാരും ഇപ്പോൾ പിന്തുടർന്നുവരുന്ന മുഹൂർത്തം, ജാതകം നോക്കൽ തുടങ്ങിയ ആചാ രങ്ങളുടെ യുക്തിരാഹിത്യം തന്റെയും മറ്റ് സുഹൃത്തുക്കളുടെയും അനുഭവങ്ങളുടെ അടിസ്ഥാനത്തിൽ ജസ്റ്റിസ് തുറന്നു കാട്ടുന്നുണ്ട്. പല പ്പോഴും ആൾദൈവങ്ങളുടെ ശിഷ്യരായും പ്രചാരകരായും നിരവധി ന്യായാധിപന്മാർ മുന്നോട്ട് വന്നുകൊണ്ടിരിക്കുന്ന സാഹചര്യത്തിൽ ജസ്റ്റിസ് തോമസ് ഇത്തരത്തിൽ വ്യതിരികതമായ അഭിപ്രായം നടത്തി യത് വിശ്വാസത്തോടൊപ്പം യുക്തിചിന്തയും സമന്വയിപ്പിച്ചുകൊണ്ടുള്ള വിവേകപൂർണ്ണമായ സമീപനത്തിന്റെ മാതൃകയായി കാണാവുന്നതാണ്.

അന്ത്യോക്യാ പാത്രിയർക്കീസ് സാഖാ പ്രഥമൻ ബാവ കേരളം സന്ദർശിച്ച അവസരത്തിൽ ജില്ലാജഡ്ജിയായിരുന്ന സമയത്ത് ജസ്റ്റിസ് തോമസ് അദ്ദേഹത്തിന് ആദരവ് അർപ്പിക്കാൻ എത്തിയിരുന്നു. സാഖാ പ്രഥമൻ ജസ്റ്റിസ് തോമസ് ഭാവിയിൽ സുപ്രീം കോടതി ജഡ്ജിയാവാൻ സാദ്ധ്യതയുണ്ടെന്ന് പ്രവചിച്ചു. പിന്നീട് വീണ്ടും കേരളം സന്ദർശിച്ച അവസരത്തിൽ ബാവ ജസ്റ്റിസ് തോമസിന് ജ്ഞാനിയായ ന്യായാധിപൻ (Dayano Hakeam) എന്ന ബഹുമതി നല്കി ആദരിച്ചു. യഥാർത്ഥത്തിൽ ജസ്റ്റിസ് തോമസ് നീതിന്യായ വ്യവസ്ഥയ്ക്ക് നല്കിയ സംഭാവനകൾ പരിഗണിക്കുമ്പോൾ ഇന്ത്യൻ ജനതയ്ക്ക് വേണ്ടിയാണ് സഭയുടെ ഈ പരമോന്നത ബഹുമതി ജസ്റ്റിസ് തോമസിന് സാഖാ പ്രഥമൻ സമർ പ്പിച്ചതെന്ന് കരുതേണ്ടിയിരിക്കുന്നു. ഈ അനുഭവങ്ങളെല്ലാം വിന യാന്വിതനായി ഒരു ലേഖനത്തിൽ ജസ്റ്റിസ് തോമസ് രേഖപ്പെടുത്തുന്നു.

മതവിശേഷ ദിവസങ്ങളുടെ പേരിൽ കേരളത്തിലും രാജ്യത്തും വർ ദ്ധിച്ച തോതിൽ അനുവദിക്കപ്പെടുന്ന അവധി ദിവസങ്ങളെയും ബന്ദും ഹർത്താലും നടത്തി നഷ്ടപ്പെടുന്ന തൊഴിൽ ദിനങ്ങളെയും നർമ്മരസ ത്തോടും വസ്തുനിഷ്ഠമായും ജസ്റ്റിസ് തോമസ് ഒരു ലേഖനത്തിൽ വിശകലനം ചെയ്യുന്നുണ്ട്. ക്രിസ്ത്യൻ മുസ്ലിം ഭൂരിപക്ഷ രാജ്യങ്ങളിൽ പോലും നിലവിലില്ലാത്ത അവധി ദിവസങ്ങളാണ് ഇന്ത്യയിൽ പലപ്പോഴും മതവിശ്വാസത്തിന്റെ പേരിൽ അനുവദിക്കപ്പെടുന്നതെന്ന് ഉദാഹരണങ്ങൾ സഹിതം അദ്ദേഹം വ്യക്തമാക്കുന്നുണ്ട്. മാത്രമല്ല, പല പ്രമുഖ കായിക മേളകളും വിശേഷ ദിനങ്ങളിൽ സംഘടിപ്പിക്കുന്നതിലും ഇവർ മടിക്കാ റില്ലെന്നും അദ്ദേഹം വെളിപ്പെടുത്തുന്നുണ്ട്. പുരോഗതി പ്രാപിക്കുന്ന

രാജ്യത്തിന്റെ അടയാളം ഏറ്റവും കുറവ് അവധി ദിവസവും ഏറ്റവും കൂടുതൽ പ്രവൃത്തി ദിവസവുമായിരിക്കുമെന്നും അതേ സമയം അധോ ഗതിയിലേക്ക് പോകുന്ന രാജ്യങ്ങളിലായിരിക്കും പ്രഖ്യാപിതവും അപ്ര ഖ്യാപിതവുമായ പൊതു അവധി ദിവസങ്ങളുമെന്ന അദ്ദേഹത്തിന്റെ നിരീക്ഷണം നിഷ്പക്ഷ മതികൾ അംഗീകരിക്കുകതന്നെ ചെയ്യും. ജസ്റ്റിസ് തോമസിന്റെ വിവേകത്തിന്റെ വാക്കുകൾ മതവിശ്വാസികളും രാഷ്ട്രീയ പാർട്ടികളും ശ്രദ്ധിക്കുമെന്ന് പ്രതീക്ഷിക്കാം.

പൊതുസമൂഹത്തിനു മാത്രമല്ല നിയമവിദ്യാർത്ഥികൾക്കും നിയമജ്ഞർക്കും വിലപ്പെട്ട ഒട്ടനവധി സന്ദേശങ്ങൾ ഈ ലേഖനങ്ങ ളിലൂടെ ജസ്റ്റിസ് തോമസ് നല്കുന്നുണ്ട്. ചെറുലേഖനങ്ങളുടെ പരി ധിയിൽ ഒതുക്കാവുന്ന വിഷയങ്ങളല്ല ജസ്റ്റിസ് തോമസ് സമൂഹത്തിന്റെ മുന്നിൽ അവതരിപ്പിക്കുന്നതെങ്കിലും അവതരിപ്പിക്കുന്ന വിഷയങ്ങളിൽ പുതിയൊരു അവബോധം സൃഷ്ടിക്കാൻ അദ്ദേഹത്തിന് കഴിയുന്നുണ്ട്. തന്റെ ദീർഘകാലത്തെ അനുഭവങ്ങളുടെയും പരിചയ സമ്പത്തിന്റെയും അടിസ്ഥാനത്തിൽ കൂടുതൽ ലേഖനങ്ങളും ഗ്രന്ഥങ്ങളും ജസ്റ്റിസ് തോമസ് രചിക്കുമെന്ന് പ്രതീക്ഷിക്കുന്നു.

വായന, എഴുത്ത്, പ്രസാധനം ഡിജിറ്റൽ യുഗത്തിൽ

തൊണ്ണൂറുകളിൽ ഇന്റർനെറ്റ് വ്യാപകമായതോടെ വിസ്മയക രമായ മാറ്റങ്ങളാണ് വിജ്ഞാനാർജ്ജനത്തിന്റെയും ആശയവിനിമ യത്തിന്റെയും മേഖലയിൽ ലോകമെമ്പാടും സംഭവിച്ചുകൊണ്ടിരിക്കു ന്നത്. വിജ്ഞാനവും വിവരവും അക്ഷരാർത്ഥത്തിൽ വിരൽത്തുമ്പുകളി ലെത്തിച്ചുകൊണ്ട് ഇന്റർനെറ്റ് വിജ്ഞാനമഹാസരണിയായി മാറി. നവീന വിവരങ്ങൾ തത്സമയം ലോകത്തിന്റെ ഏതുഭാഗത്തിരുന്നും വലിയ ചെലവില്ലാതെ ആർക്കും ലഭ്യമാവുമെന്ന സ്ഥിതി വന്നു. വിജ്ഞാന കുത്തക അവസാനിക്കയും അച്ചടിയന്ത്രത്തിന്റെ കണ്ടുപിടിത്തത്തോടെ ആരംഭിച്ച വിജ്ഞാനത്തിന്റെ വികേന്ദ്രീകരണവും ജനാധിപത്യവല് ക്കരണവും കൂടുതൽ വ്യാപകമാവുകയും ശക്തിപ്പെടുകയുംചെയ്തു.

ഗൂഗിൾ, ഓർക്കുട്ട്, ഫെയ്സ്ബുക്ക്, ടിറ്റർ, യൂട്യൂബ് തുടങ്ങിയ സാമൂഹ്യ ശൃംഖലകൾ ജനങ്ങൾ തമ്മിലുള്ള ആശയവിനിമയത്തെയും ആത്മാവിഷ്കാരത്തെയും പുതിയ തലങ്ങളിലേക്ക് ഉയർത്തി. ഭരണ കൂടത്തിന്റേയോ മൂലധനശക്തികളുടെയോ പൂർണ്ണ നിയന്ത്രണത്തി ലല്ലാതെ ഇപ്പോൾ പ്രവർത്തിച്ചുവരുന്ന സാമൂഹ്യശൃംഖലകൾ ശബ്ദ മില്ലാത്തവരുടെ ശബ്ദവും ഇടമില്ലാത്തവരുടെ ഇടവുമായി മാറി. ലോക മെമ്പാടും സമീപകാലത്ത് ഉയർന്നുവന്ന ജനാധിപത്യ പുരോഗമന പ്രസ്ഥാനങ്ങളെ ശക്തിപ്പെടുത്തുന്നതിൽ സാമൂഹ്യ ശൃംഖലകൾ വഴി നടക്കുന്ന ആശയപ്രചാരണം വലിയൊരു പങ്കുവഹിക്കുന്നു. മൈക്രോ സോഫ്റ്റ് തുടങ്ങിയ ഡിജിറ്റൽ കോർപ്പറേറ്റ് ഭീമന്മാർക്കെതിരെ സോഫ്റ്റ് വെയർ നിർമ്മിതിയിലും വ്യാപനത്തിലും സഹകരണവും പങ്കിടലും സ്വാതന്ത്ര്യവും പ്രഖ്യാപിച്ചുകൊണ്ട് സ്വതന്ത്ര സോഫ്റ്റ് വെയർ പ്രസ്ഥാ നവും ക്രിയേറ്റീവ് കോമൺസ് തുടങ്ങിയ കുത്തകവിരുദ്ധ ബൗദ്ധിക സ്വത്തവകാശ സംരംഭങ്ങളും ഉയർന്നുവന്നു. ഇതോടൊപ്പം ഇന്റർനെ

റ്റിലെ ഇംഗ്ലീഷ്ഭാഷാ മേധാവിത്വം അവസാനിപ്പിച്ചുകൊണ്ട് ദേശീയ ഭാഷാ സാങ്കേതിക വിദ്യാവികസനംകൂടി വ്യാപകമായതോടെ ഇന്റർനെറ്റ് ഉപയോഗത്തിന്റെ കാര്യത്തിൽ സാമാന്യ ജനങ്ങൾ കൂടുതൽ ശാക്തീ ക്കരിക്കപ്പെട്ടു.

ഇന്റർനെറ്റ് ഒരു വായനാമാധ്യമം

അച്ചടി മാധ്യമത്തോടൊപ്പം വലിയൊരു വായനാമാധ്യമമായി (Reading Media) കഴിഞ്ഞിട്ടുള്ള ഇന്റർനെറ്റും അനുബന്ധ സാങ്കേതിക വിദ്യകളും വായനയെ ഗുണപരമായി പുതിയൊരു തലത്തിലേക്ക് ഉയർ ത്തിയിട്ടുണ്ട്. സാങ്കേതിക വിദ്യകൾ എഴുത്തിനെയും വായനയെയും എല്ലാ കാലത്തും സ്വാധീനിച്ചിട്ടുണ്ട്. മാറ്റി മറിച്ചിട്ടുണ്ട്. വായ്മൊഴിയിൽ നിന്നും വരമൊഴിയിലേക്കുള്ള മാറ്റം ത്വരിതപ്പെടുത്തുന്നതിൽ അച്ചടി യന്ത്രം വലിയ പങ്കുവഹിച്ചു. ജോഹാൻ ഗുട്ടൻബർഗ് 1450 ൽ അച്ചടി വിദ്യ കണ്ടുപിടിക്കുന്ന അവസരത്തിൽ യൂറോപ്പിൽ ആകമാനം കേവലം 30,000 ഗ്രന്ഥങ്ങളാണുണ്ടായിരുന്നത്. കൂടുതലും കൈകൊണ്ടെഴുതിയ മതഗ്രന്ഥങ്ങൾ. മതസ്ഥാപനങ്ങളുടെ അലമാരകളിൽ ചങ്ങലകളാൽ ബന്ധിക്കപ്പെട്ടിരുന്ന ഈ കൈയെഴുത്ത് ഗ്രന്ഥങ്ങളിൽ ഭൂരിഭാഗവും പൊതുജന വിജ്ഞാനമാധ്യമങ്ങളായിരുന്നില്ല. അച്ചടിവിദ്യ കണ്ടുപിടിച്ച് വെറും 50 വർഷംകൊണ്ട് യൂറോപ്പിൽ ലഭ്യമായ ഗ്രന്ഥങ്ങളുടെ എണ്ണം ഒൻപത് ദശലക്ഷമായി വർദ്ധിച്ചു. കുറഞ്ഞ ചെലവിൽ ഓരോ ഗ്രന്ഥ ത്തിന്റെയും കൂടുതൽ പ്രതികൾ തയ്യാറാക്കാൻ അച്ചടിവിദ്യ സഹായിച്ചു. വിജ്ഞാനകുത്തക അവസാനിക്കുകയും വിജ്ഞാനം സാമാന്യ ജനങ്ങൾക്ക് പ്രാപ്യമാവുകയും ചെയ്തു. മതകാര്യങ്ങൾ മാത്രമല്ല ശാസ്ത്രവും മാനവികവിഷയങ്ങളും എഴുതപ്പെടാനും വ്യാപകമായി പ്രചരിപ്പിക്കപ്പെടാനുമുള്ള വിഷയങ്ങളായി മാറി. വിജ്ഞാനത്തിന്റെ വികേന്ദ്രീകരണവും ജനാധിപത്യവല്ക്കരണവും സുതാര്യതയും അച്ചടി സാദ്ധ്യമാക്കി.

വായ്മൊഴി, വരമൊഴി, തിരമൊഴി

വായ്മൊഴിക്കും വരമൊഴിക്കും ശേഷം വിജ്ഞാനവിനിമയത്തിനുള്ള പുതിയ രീതിയായ തിരമൊഴി വിവരസാങ്കേതിക വിദ്യയുടെ സംഭാവന യാണ്. സ്ഥലകാല പരിമിതികളെ ഉല്ലംഘിച്ചുകൊണ്ട് ആർക്കും എവിടെ യിരുന്നും വിവരങ്ങൾ തെരഞ്ഞെടുത്ത് കണ്ടെത്താൻ കഴിയുമെന്ന സ്ഥിതി വന്നു. അതോടെ അച്ചടിയുടെ വരവോടെയാരംഭിച്ച വിജ്ഞാ നത്തിന്റെ വികേന്ദ്രീകരണവും ജനാധിപത്യവല്ക്കരണവും കൂടുതൽ ശക്തിപ്രാപിച്ചു. വിജ്ഞാനകുത്തകകൾ തകർന്നു തുടങ്ങി. കംപ്യൂട്ട റിന്റെ സഹായത്തോടെ ഭാഷയ്ക്ക് ലഭിക്കുന്ന അധികമാനമായാണ് കവി പി പി രാമചന്ദ്രൻ തിരമൊഴിയെ വിശേഷിപ്പിക്കുന്നത്. വിവരങ്ങൾ സൂക്ഷി ച്ചിട്ടുള്ള ഒരു കംപ്യൂട്ടറിൽനിന്നും മറ്റൊന്നിലേക്ക് അതിവേഗത്തിൽ

എത്താൻ കഴിയുന്ന ഹൈപ്പർടെക്സ്റ്റ് (Hypertext) എന്ന ഇന്റർനെറ്റ് സാങ്കേതിക വിദ്യയാണ് തിരമൊഴി എന്ന പുതിയ വായനാരീതി സാദ്ധ്യ മാക്കുന്നത്. എട്ടുകാലി വലക്കണ്ണി (Web) പോലെ പരസ്പരബന്ധി തമായി പ്രവർത്തിക്കുന്ന വിവരശേഖരത്തിൽനിന്നും ആവശ്യാനു സരണം വിവരശേഖരണം നടത്താൻ കഴിയുമെന്നത് തിരമൊഴിയെ വരമൊഴിയിൽനിന്നും വ്യത്യസ്തമായ വായനാനുഭവമായി മാറ്റുന്നു.

അച്ചടിപുസ്തകവായനയിൽനിന്നും തിരമൊഴിവായനയെ മറ്റൊരു തലത്തിലേക്കുയർത്തുന്ന ഗുണപരമായ വ്യത്യസ്തതകൾ പി പി രാമ ചന്ദ്രൻ വിശദീകരിക്കുന്നുണ്ട്. (സൈബർ മലയാളം: ടി വി സുനിത). മുൻപിൻ പുറംചട്ടകൾക്കുള്ളിൽ സാംഖ്യാക്രമത്തിലാണ് പുസ്തകങ്ങൾ ക്രമീകരിച്ചിട്ടുള്ളത്. ഈ പൗർവ്വാപര്യക്രമം പിന്തുടർന്നാണ് അച്ചടി പുസ്തകങ്ങൾ വായിക്കപ്പെടുക. ആദിമധ്യാന്തങ്ങളും കർത്തൃത്വത്തിന്റെ ആധികാരികതയിൽ വിശ്വാസമർപ്പിക്കുന്നതുമായ ഒരു പ്രപഞ്ച വീക്ഷണമാണ് പരോക്ഷമായിട്ടാണെങ്കിലും അച്ചടിപുസ്തകവായനയിൽ പ്രകടമാവുന്നത്. പുസ്തകം പ്രതിനിധാനം ചെയ്യുന്ന രേഖീയ പുരോ ഗതി, പൗർവ്വാപര്യക്രമം, തുടക്കം ഒടുക്കം, ആധികാരികത തുടങ്ങിയ കീഴ്‌വഴക്കങ്ങൾ അന്തർല്ലീനമായിട്ടുള്ള ലോകവീക്ഷണത്തെ തിരമൊഴി തിരസ്കരിക്കുന്നു. തിരമൊഴി പാഠങ്ങളിൽനിന്നും തനിക്കാവശ്യമായ വിവരങ്ങൾ ക്രമീകരിച്ച് വായനയുടെ ദിശയെ നിശ്ചയിക്കുന്നത് വായന ക്കാരനാണ്. വായനയിലൂടെ ലഭിക്കുന്ന വിവരങ്ങളുടെ ആധികാരികത സ്വയം പരിശോധിച്ച് ബോദ്ധ്യപ്പെടാനോ തള്ളിക്കളയാനോ തിരമൊഴി വായനക്കാരന് സ്വാതന്ത്ര്യമുണ്ട്. പുസ്തകവായനയുടെ കാലയളവിൽ എഴുത്തുകാരന്റെ നിയന്ത്രണത്തിൽ സ്വയം തളച്ചിടേണ്ട ആവശ്യകത വരമൊഴി വായനക്കാരനില്ല. അടഞ്ഞതും ലംബമാനമായതുമായ പുസ്തകവായനയുടെ സ്ഥാനത്ത് വിവിധ ദിശകളിലുള്ള ശൃംഖലാബ ദ്ധിതമായ വിവരശേഖരണ കേന്ദ്രങ്ങളിലേക്ക് നിരന്തരം സഞ്ചരിച്ചുകൊ ണ്ടുള്ള തുറന്ന വായനയാണ് തിരമൊഴി സാദ്ധ്യമാക്കുന്നത്. അച്ചടി ത്താൾ ഗ്രന്ഥകാരന്റെ ഏകസ്വരമായ കാഴ്ചപ്പാടാണ് അവതരിപ്പിക്കു ന്നതെങ്കിൽ തിരത്താൾ ബഹുസ്വരതയുടേതാണ്. പിന്തുടർച്ചാസംസ് കൃതിയിൽ (Hierarchical Culture) നിന്നും ശൃംഖലാസംസ്കൃതിയിലേ ക്കുള്ള (Networked Culture) സാമൂഹ്യപരിണാമത്തിന്റെ സൂചകംകൂടി യാണ് തിരമൊഴിയെന്ന് രാമചന്ദ്രൻ വിലയിരുത്തുന്നു.

അച്ചടിപുസ്തകങ്ങൾ ഇ പുസ്തകങ്ങളായി (ഇലക്ട്രോണിക് പുസ്ത കങ്ങൾ) മാറുമ്പോൾ ഒട്ടനവധി സാങ്കേതിക സാദ്ധ്യതകളും തുറ ക്കപ്പെടും. കേവലം വാക്കുകളുടെയും ചിത്രങ്ങളുടെയും രേഖപ്പെടുത്തൽ മാത്രമാണ് അച്ചടി പുസ്തകങ്ങളിലുള്ളത്. ശബ്ദവും ചലനത്തോടൂ കൂടിയ ചിത്രങ്ങളും ഇ പുസ്തകത്തിലേക്ക് സന്നിവേശിപ്പിക്കാൻ കഴിയും. അത്തരത്തിൽ ബഹുമാധ്യമങ്ങളുടെ (Multimedia) സാദ്ധ്യത കൾ പ്രയോജനപ്പെടുത്തിയ പുസ്തകങ്ങളെ വൂക്സ് (Vooks) എന്നും

വിളിക്കാറുണ്ട്. യേശുദാസിനെക്കുറിച്ചുള്ള ഇ പുസ്തകത്തിൽ യേശുദാസിന്റെ ഗാനങ്ങൾകൂടി ചേർക്കാൻ കഴിയും. പ്രേംനസീറിനെ ക്കുറിച്ചുള്ള ഇ പുസ്തകത്തിൽ അദ്ദേഹത്തിന്റെ പ്രധാനപ്പെട്ട അഭിന യമുഹൂർത്തങ്ങളുടെ വീഡിയോകൾകൂടി നല്കാവുന്നതാണ്. വായനയെ സമഗ്രതയിലേക്ക് നയിക്കാൻ വിവരസാങ്കേതികവിദ്യകൾ ഒട്ടനവധി സാദ്ധ്യതകൾ ലഭ്യമാക്കുന്നുണ്ട്.

ബ്ലോഗ്എഴുത്ത്

ബ്ലോഗ്എഴുത്ത് അച്ചടിമാധ്യമങ്ങൾക്ക് സമാന്തരമായി ആത്മാ വിഷ്കാരത്തിനുള്ള വിപുലമായ മേഖലയായി വളർന്നു കഴിഞ്ഞിട്ടുണ്ട്. പ്രത്യേകിച്ച് പ്രവാസികളായ മലയാളികളുടെ ജന്മനാടിനെക്കുറിച്ചുള്ള ഗൃഹാതുരത്വത്തോടെയുള്ള രചനകളാണ് ബ്ലോഗെഴുത്തിൽ ആദ്യ കാലത്ത് പ്രത്യക്ഷപ്പെട്ടിരുന്നത്. കവിതയും കഥയും സാഹിത്യ സിനി മാനിരൂപണങ്ങളും സാമൂഹ്യവിമർശനങ്ങളുംകൊണ്ട് സർഗ്ഗസിദ്ധിയുള്ള കേരളീയ യുവാക്കൾ ബ്ലോഗ് സാഹിത്യസരണിയെ സമ്പന്നമാക്കി വരികയാണ്. പ്രസാധകരുടെ കരുണയ്ക്കായി കാത്തു നിന്ന്, ബുദ്ധിമുട്ടി പുസ്തകം അച്ചടിച്ച് വാങ്ങി സ്വയം വിറ്റ് സർഗ്ഗാത്മകപ്രവർത്തനം നട ത്തിയവരായിരുന്നു ബഷീറും ചങ്ങമ്പുഴയുമെല്ലാം. പ്രസാധകരുടെ മേധാ വിത്ത്ത്തിൽനിന്നും രക്ഷപ്പെടാൻ കേരളീയ സാഹിത്യപ്രതിഭകൾക്ക് സാഹിത്യപ്രവർത്തക സഹകരണസംഘം രൂപീകരിക്കേണ്ടിവന്നു. ഇപ്പോൾ ഇന്റർനെറ്റിന്റെ വരവോടെ ആരുടെയും അനുവാദത്തിനായി കാത്തുനില്ക്കാതെ അല്പമെങ്കിലും സൃഷ്ടിപരതയുള്ളവർക്ക് തങ്ങളുടെ കൃതികൾ ലക്ഷക്കണക്കിന് അനുവാചകരിലേക്ക് ബ്ലോഗുകളിലൂടെയും ഫെയ്സ്ബുക്ക്, ടിറ്റർ, യൂറ്റ്യൂബ് തുടങ്ങിയ സാമൂഹ്യ ശൃംഖലകളി ലൂടെയും നിമിഷങ്ങൾക്കകം എത്തിക്കാൻ കഴിയുമെന്ന സ്ഥിതിയിലേക്ക് കാലം മാറിയിരിക്കുന്നു. ആത്മാവിഷ്കാരത്തിനായി ആരെയും ആശ്ര യിക്കാതെയുള്ള അവനവൻ പ്രസാധനം സാദ്ധ്യമാക്കി എന്നതാണ് വിവരസാങ്കേതികവിദ്യയുടെ ഏറ്റവും വലിയ സംഭാവന. അച്ചടിപുസ്തക പ്രസാധനത്തിൽനിന്നും വ്യത്യസ്തമായി ബ്ലോഗ് എഴുത്ത് ഒരു സംവാദപരിസരത്തിലാണ് നടക്കുക. എന്തെഴുതിയാലും ഉടനുടൻ അതേ പറ്റിയുള്ള വായനക്കാരുടെ പ്രതികരണവും എഴുത്തുകാർക്ക് ലഭിച്ചു കൊണ്ടിരിക്കും. പത്രാധിപർക്കുള്ള കത്തുകളുടെ രൂപത്തിലുള്ള പ്രതി കരണങ്ങളുടെ സ്ഥലകാല പരിമിതിയും ബ്ലോഗ് പ്രതികരണങ്ങൾക്കില്ല.

ബ്ലോഗിൽനിന്നും ബുക്കിലേക്ക്

അച്ചടി പ്രസിദ്ധീകരണങ്ങളും നെറ്റിലൂടെയുള്ള ഇ പ്രസിദ്ധീകരണ ങ്ങളും പരസ്പരം ബന്ധപ്പെടാതെ ഒന്നു മറ്റൊന്നിനെ അപ്രസക്തമാ ക്കിയും നിഷേധിച്ചും നടക്കുന്ന പ്രക്രിയകളല്ല. മറിച്ച് ഒന്നു മറ്റൊന്നിനെ സമ്പുഷ്ടമാക്കുന്നു എന്ന യാഥാർത്ഥ്യം പലരും കാണാതെ പോവുന്നുണ്ട്.

ഏറ്റവും ശ്രദ്ധേയമായ ആദ്യകാല ബ്ലോഗായ കൊടകരപുരാണത്തിലെ നർമ്മലേഖനങ്ങൾ (കറന്റ് ബുക്സ് തൃശൂർ, 2007) ബ്ലോഗർ വിശാലമനസ്കനും (സജീവൻ എടുത്താടൻ) ബ്ലോഗിലെ തെര ഞ്ഞെടുത്ത കവിതകൾ നാലാമിടം (ഡി സി ബുക്സ് 2010) എന്ന പേരിൽ സച്ചിദാനന്ദനും പ്രസിദ്ധീകരിച്ചിട്ടുണ്ട്. ബ്ലോഗ് എഴുത്ത് അച്ചടി പുസ്തകമായി പ്രസിദ്ധീകരിക്കുന്നതിനെ ബ്ലൂക്ക് (Blook) എന്ന് വിളിക്കാറുണ്ട്. ഇതിനകം പ്രസിദ്ധീകരിക്കപ്പെട്ട ഇരുപതോളം സാഹിത്യകൃതികൾ ടി വി സുനിത പട്ടികപ്പെടുത്തിയിട്ടുണ്ട്. (ഇ മലയാളം: കേരള ഭാഷാ ഇൻസ്റ്റിറ്റ്യൂട്ട് 2012). ഇവയിൽ കൂടുതലും കവിതാപുസ്തകങ്ങളെന്നത് ഏറെ ശ്രദ്ധേയമാണ്. മലയാളകവിത വസന്തകാലം പിന്നിട്ട് ഊഷരകാലത്തേക്ക് കടന്നിരിക്കുന്നു എന്ന് വിലപിക്കപ്പെടുന്ന കാലത്താണ് ബ്ലോഗിൽ കവിതയുടെ നിറസാന്നിദ്ധ്യം അനുഭവപ്പെട്ടുവരുന്നത്. ബ്ലോഗിലെ മികച്ച രചനകൾ പുസ്ത കരൂപത്തിൽ പ്രസിദ്ധീകരിക്കാനായി ബ്ലോഗർമാർ ചേർന്ന് രൂപീകരിച്ച ബ്ലൂക്ക് റിപ്പബ്ലിക്കെന്ന സ്വതന്ത്രപുസ്തകപ്രസാധനവിതരണസംരംഭം ശ്രദ്ധേയമായ ഒരു കൂട്ടായ്മയാണ്. *ലാപുട (ടി വി വിനോദ്)യുടെ നിലവിളിയെക്കുറിച്ചുള്ള കടങ്കഥകൾ* എന്ന കവിതാ സമാഹാരം, വി എം ദേവദാസിന്റെ *ഡിൽഡ്രോ* എന്ന നോവൽ, അന്തരിച്ച കവി ജനോവന്റെ കവിതകൾ സുഹൃത്തുക്കൾ സമാഹരിച്ച് തയ്യാറാക്കിയ *പൊട്ടക്കലം* എന്ന കവിതാ സമാഹാരം എന്നിവ ഇത്തരത്തിൽ പ്രസിദ്ധീകൃതമായ കൃതികളാണ്. ബ്ലോഗിലെഴുതിയ കഥ ബ്ലോഗർമാർ തന്നെ ചിത്രീകരിച്ച് *പരോൾ* എന്ന ഷോർട്ട് ഫിലിം നിർമ്മിച്ചിട്ടുള്ളത് ശ്രദ്ധേയമായ മറ്റൊരു സംരംഭമാണ്.

വിക്കിഗ്രന്ഥാലയം

അച്ചടി ഇ മാധ്യമങ്ങൾ തമ്മിലുള്ള പരസ്പരം സഹവർത്തിത്വം മലയാളഭാഷയെയും സാഹിത്യത്തെയും ഏറ്റവും ഉദാത്തമായി സമ്പുഷ്ടമാക്കികൊണ്ടിരിക്കുന്നതിന്റെ മികച്ച മാതൃകയാണ് വിക്കിഗ്രന്ഥാ ലയം. സഹകരണ വിജ്ഞാനകോശമായ വിക്കിപീഡിയയിൽ ഏറ്റവും ശക്തമായ സാന്നിദ്ധ്യമുള്ള പ്രാദേശികഭാഷയാണ് മലയാളം. വിക്കി വിവരതാളുകൾക്ക് പുറമേ വിക്കി നിഘണ്ടു, ശബ്ദകോശം, വിക്കി പാഠ ശാല, വിക്കി ചൊല്ലുകൾ വിക്കി ഗ്രന്ഥാവലി തുടങ്ങിയ അനുബന്ധ സേവനങ്ങളും മലയാളംവിക്കിയിൽ ഒരുക്കിയിരിക്കുന്നു. എഴുത്തച്ഛൻ, ചെറുശ്ശേരി, കുഞ്ചൻ നമ്പ്യാർ, കുമാരനാശാൻ, ചങ്ങമ്പുഴ, ഇടപ്പള്ളി രാഘവൻപിള്ള എന്നിവരുടെ എല്ലാ രചനകളും കൊട്ടാരത്തിൽ ശങ്കു ണ്ണിയുടെ *ഐതിഹ്യമാലയും* വിക്കി ഗ്രന്ഥാവലിയിൽ ചേർത്തു കഴി ഞ്ഞിട്ടുണ്ട്. ഇപ്പോൾ ലഭ്യമല്ലാത്തവയും ഇനി മറ്റൊരു അച്ചടിപ്പതിപ്പായി പ്രസിദ്ധീകരിക്കാൻ തീരെ സാധ്യതയില്ലാത്തവയുമായ നിരവധി അമൂ ല്യരചനകൾ വിക്കി ഗ്രന്ഥാവലിയിൽ വായിക്കാനാവും. ഉള്ളൂരിന്റെ *ദീപാ*

വലി, ഭക്തിദീപിക, ചിത്രശാല തുടങ്ങിയ ഖണ്ഡകാവ്യങ്ങൾ, പണ്ഡിറ്റ് കറുപ്പന്റെ ജാതിക്കുമ്മി എന്ന കാവ്യശില്പം, വേങ്ങയിൽ കുഞ്ഞിരാമൻ നായനാരുടെ ദ്വാരക എന്ന ചെറുകഥ, കെ സി കേശവപിള്ളയുടെ കേശവീയം, സ്വദേശാഭിമാനി രാമകൃഷ്ണപിള്ളയുടെ വൃത്താന്ത പത്ര പ്രവർത്തനം തുടങ്ങിയ അപൂർവ രചനകൾ വിക്കി ഗ്രന്ഥാവലിയെ സമ്പ ന്നമാക്കുന്നു. ശ്രീ നാരായണ ഗുരുദേവന്റെ സമ്പൂർണ്ണ കൃതികളും, ചട്ടമ്പിസ്വാമികളുടെ ക്രിസ്തുമതനിരൂപണം, പ്രാചീനമലയാളം തുടങ്ങി ഇപ്പോൾ തീരെ ലഭ്യമല്ലാത്ത കൃതികളും വിക്കി ഗ്രന്ഥാവലിയിൽ ചേർ ത്തുകഴിഞ്ഞിട്ടുണ്ട്. ഇവയിൽ പലതും ഭാഷാസ്നേഹികളായ അദ്ധ്യാ പകരും സ്കൂൾവിദ്യാർത്ഥികളും ചേർന്നാണ് വിക്കി ഗ്രന്ഥാവലിയിൽ ചേർത്തിട്ടുള്ളത്. മലയാളത്തിലെ ആദ്യനോവലായ അപ്പു നെടുങ്ങാടി യുടെ കുന്ദലതയുടെ ഡിജിറ്റൈസേഷൻ നടത്തിക്കൊണ്ടിരിക്കുന്നത് കബനിഗിരി നിർമ്മല ഹൈസ്കൂളിലെ കുട്ടികളുടെ കൂട്ടായ്മയാണ്. മലയാളത്തിലെ ആദ്യ മഹാകാവ്യമായ രാമചന്ദ്രവിലാസത്തിന്റെ ഡിജി റ്റൈസേഷൻ ചവറ ഉപജില്ലയിലെ 15 വിദ്യാലയങ്ങൾ കൂട്ടായി ചെയ് തുവരുന്നു. മലയാളഭാഷാ സാഹിത്യ പ്രേമികളെ സംബന്ധിച്ചിടത്തോളം അപൂർവ്വ സാഹിത്യ കൃതികളുടെ വിലമതിക്കാനാവാത്ത ഖനിയായി വിക്കി ഗ്രന്ഥാലയം മാറക്കഴിഞ്ഞിട്ടുണ്ട്. അ പുസ്തകത്തിൽനിന്നും ഇ പുസ്തകങ്ങളിലേക്കുള്ള വലിയൊരു കുതിച്ചു ചാട്ടത്തിന് മലയാള ഭാഷയും സാഹിത്യവും സാക്ഷ്യം വഹിക്കയാണ്.

ഇ ബുക്ക് റീഡർ

കംപ്യൂട്ടറുകളിൽനിന്നും നേരിട്ടുള്ള വായന ഇ പുസ്തകങ്ങളുടെ സ്വീകാര്യതയെയും വ്യാപനത്തെയും തടസ്സപ്പെടുത്തിയിരുന്നു. ഇ പുസ്തകങ്ങളുടെ വില്പന വർഷംതോറും 10 മുതൽ 20 വരെ വർദ്ധി ക്കാൻ സാദ്ധ്യതയുണ്ടെന്നായിരുന്നു പ്രൈസ് വാട്ടർ ഹൗസ് കൂപ്പേഴ്സ്, അമേരിക്കൻ അസോസിയേഷൻ ഓഫ് പബ്ലിക്കേഷൻസ് തുടങ്ങിയ ഏജൻസികൾ 2000 മാണ്ടിന്റെ ആരംഭത്തിൽ പ്രവചിച്ചിരുന്നത്. എന്നാൽ കേവലം 1 ശതമാനം വളർച്ചാ നിരക്ക് മാത്രമാണ് ഇ പുസ്തകമാർക്കറ്റിൽ 2005 ആവുമ്പോഴേക്കും രേഖപ്പെടുത്തിയത്. 2005 ൽ ആമസോൺ അവരുടെ ഇ ബുക്ക് വായന ഉപാധിയായ കിന്റിൽ (Kindle) ഇ ബുക്ക് റീഡർ മാർക്കറ്റിലെത്തിച്ചു. ഒരു നോട്ട് ബുക്കിന്റെ വലിപ്പമുള്ള കിന്റിൽ ഇ ബുക്ക് റീഡർ പുസ്തകത്താളുകൾപോലെ വായിച്ചു പോകാവുന്ന വയും നേത്രസുഖം നല്കുന്നവയുമാണ്. കംപ്യൂട്ടറിന്റെ മുന്നിൽ ഇരുന്നു വായിക്കുന്നതുവഴിയുള്ള ശാരീരികപ്രശ്നങ്ങൾ ഇ ബുക്ക് റീഡർ വന്ന തോടെ പരിഹരിക്കപ്പെട്ടു. ഇരുന്നോ കിടന്നോ വായനക്കാരന്റെ സൗകര്യ മനുസരിച്ച് പുസ്തകംപോലെതന്നെ ബുദ്ധിമുട്ടില്ലാതെ വായിക്കാൻ ഇ ബുക്ക് റീഡർ സൗകര്യം ഒരുക്കുന്നു. അച്ചടി പുസ്തകങ്ങൾക്കില്ലാത്ത മറ്റ് ചില മേന്മകളും ഇ ബുക്ക് റീഡറുകൾക്കുണ്ട്. കാഴ്ച ശക്തിക്കനു

സരിച്ച് അക്ഷരവലിപ്പം വർദ്ധിപ്പിക്കാനുള്ള സൗകര്യം ഇ ബുക്ക് റീഡ റുകൾക്കുണ്ട്. പ്രായാധിക്യമുള്ളവരുടെയും കാഴ്ചശക്തിയെ ബാധി ക്കുന്ന പ്രമേഹരോഗികളുടെയും എണ്ണം വർദ്ധിച്ചുവരുന്ന കേരളം പോലുള്ള പ്രദേശങ്ങളിൽ ഇ ബുക്ക് റീഡറുകൾ വായനയെ കൂടുതൽ വ്യാപകമാക്കാൻ സഹായിക്കും. മാത്രമല്ല വാക്കുകളുടെ അർത്ഥം അപ്പപ്പോൾ മനസ്സിലാക്കാനായി നിഘണ്ടുക്കളും പുസ്തക ഭാഗത്തെ സംബന്ധിച്ച് കൂടുതൽ വിവരങ്ങൾ സമ്പാദിക്കാൻ സഹായകരമായ നെറ്റ് തിരയലും ഇ ബുക്ക് റീഡർ സാദ്ധ്യമാക്കുന്നു. കിന്റലിനു പുറമേ ഐ പാഡുപോലുള്ള (Ipad) ടാബ്ലറ്റ് പി സികളും (Tablet PC) എന്തിന് സ്മാർട്ട് മൊബൈൽ ഫോണുകളും ഉപയോഗിച്ച് ഇ പുസ്തകങ്ങൾ ഇപ്പോൾ വായിക്കാൻ കഴിയും.

അച്ചടി പുസ്തകങ്ങളുടെ വിലകുറഞ്ഞ പതിപ്പുകളാണ് ഇ ബുക്കു കളായി ആമസോൺ മാർക്കറ്റ് ചെയ്തുവരുന്നത്. സാമ്പത്തികമായ നേട്ടം ഇതുവഴി വായനക്കാർക്ക് ലഭിക്കുന്നു. ചില പുസ്തകങ്ങൾ ഇ ബുക്കുകൾ മാത്രമായും പ്രസിദ്ധീകരിച്ചുവരുന്നുണ്ട്. പ്രസിദ്ധ ത്രില്ലർ നോവലിസ്റ്റ് സ്റ്റീഫൻ കിങ്ങിന്റെ (Stephen King) *റൈഡിങ് ദി ബുള്ളറ്റ്* (*Riding the Bullet*) എന്ന നോവലാണ് ഇങ്ങനെ ഇ ബുക്കായി മാത്രം പ്രസിദ്ധീകരിച്ച് ആദ്യ കൃതി. അച്ചടി പുസ്തകമായിരുന്നെങ്കിൽ 25 ഡോളറെങ്കിലും വിലയിടുമായിരുന്ന ഈ നോവൽ കേവലം 2.5 ഡോളറിനാണ് ഇ പുസ്തകമായി മാർക്കറ്റ് ചെയ്തത്. പ്രസിദ്ധീകരിച്ച് 24 മണിക്കൂറിനകം നാല് ലക്ഷം കോപ്പിയും രണ്ടാഴ്ചയ്ക്കകം ആറുലക്ഷം കോപ്പിയുമാണ് *റൈഡിങ് ദി ബുള്ളറ്റ്* വിറ്റഴിക്കപ്പെട്ടത്.

പകർപ്പവകാശ കാലാവധി കഴിഞ്ഞ ക്ലാസിക് പുസ്തകങ്ങൾ സൗജന്യമായി ഡൗൺ ലോഡ് ചെയ്ത് ഇ ബുക്ക് റീഡറിൽ സൂക്ഷി ക്കാൻ കഴിയും. ഷേക്സ്പിയർ കൃതികളും, ദസ്തേവ്സ്കിയുടെ നോവലുകളും മാർക്സിന്റെയും ഏംഗൽസിന്റെയും ഗ്രന്ഥങ്ങളും അനായാസം യാതൊരു ചെലവുമില്ലാതെ വായിക്കാൻ ഇ ബുക്ക് റീഡർ സഹായിക്കുന്നു. ഗുട്ടൻബർഗ് പ്രോജക്ട് തുടങ്ങി നിരവധി വെബ് സൈറ്റുകൾ സൗജന്യമായി ക്ലാസിക് കൃതികൾ ഡൗൺലോഡു ചെയ്യാൻ സൗകര്യം ഒരുക്കിയിട്ടുണ്ട്. ആയിരക്കണക്കിന് പുസ്തകങ്ങ ളുടെ ശേഖരം എപ്പോഴും കൊണ്ടുനടക്കാനും ഇഷ്ടമുള്ള പുസ്തകങ്ങൾ സൗകര്യം പോലെ വായിക്കാനും ഇ ബുക്ക് റീഡറിലൂടെ കഴിയും. മലയാളത്തിലും ഡി സി ബുക്സ് പോലുള്ള പ്രസാധകർ അച്ചടി പുസ്ത കങ്ങളോടൊപ്പം ഇ പുസ്തകങ്ങളുടെയും വിൽപനയ്ക്ക് തുടക്കം കുറി ച്ചിട്ടുണ്ട്. ബെന്യാമിന്റെ പുതിയ നോവൽ *മഞ്ഞവെയിൽ മരണങ്ങൾ* വിദേശമലയാളികൾ വായിച്ചത് ഇ ബുക്കായിട്ടാണ്. വിങ്കി (Winke) എന്ന പേരിലൊരു ഇ ബുക്ക് റീഡറും ഡി സി ബുക്സ് മാർക്കറ്റ് ചെയ്തിട്ടുണ്ട്.

പുസ്തക പ്രസാധനത്തിലും വിവരസാങ്കേതികവിദ്യ പുസ്തക പ്രേമികളെ സന്തോഷിപ്പിക്കുന്ന ഒട്ടനവധി സാദ്ധ്യതകൾ തുറന്നിട്ടുണ്ട്.

പുസ്തകമെഴുത്ത്, എഡിറ്റിങ്, കവർ രൂപകല്പന തുടങ്ങിയ പ്രസാധന ത്തിന്റെ വിവിധ ഘട്ടങ്ങൾ വളരെ വേഗത്തിലും കൂടുതൽ കാര്യക്ഷമ തയോടെയും നടപ്പിലാക്കാൻ സഹായകരമായ സോഫ്റ്റ് വെയറുകൾ ഇപ്പോൾ ലഭ്യമാണ്. രചന പൂർത്തിയാക്കികഴിഞ്ഞാൽ പ്രസിദ്ധീകരി ക്കുന്നതുവരെയുള്ള കാലയളവ് വളരെ കുറയ്ക്കാൻ ഇതുവഴികഴിയും.

പുസ്തകങ്ങളുടെ അമർത്ത്യത

പുസ്തകത്തിന്റെ വലിപ്പം കൂടുതലായതുകൊണ്ടും ആവശ്യ ക്കാരുടെ എണ്ണം പരിമിതമായതുകൊണ്ടും പുനഃപ്രസിദ്ധീകരണം നട ത്താൻ ബുദ്ധിമുട്ടുള്ള നിരവധി ക്ലാസിക് കൃതികളുണ്ട്. ഇവയുടെ അച്ചടി സാദ്ധ്യമാക്കുന്നതരത്തിൽ ഷോർട്ട് റൺ ഡിജിറ്റൽ പബ്ലിക്കേഷൻ (Short Run Digital Publication) എന്ന അച്ചടിരീതി ആവിഷ്കരിക്കപ്പെട്ടിട്ടുണ്ട്. ഇതുവഴി എത്രപേജുള്ള പുസ്തകങ്ങളുടെയും ആവശ്യാനുസരണമുള്ള കോപ്പികൾപോലും അച്ചടിച്ച് നല്കാൻ കഴിയും. അച്ചടിക്കുക, വില്ക്കുക എന്ന രീതിയിൽ നിന്നും (Print and Sell) ആവശ്യക്കാരുടെ ഓർഡർ ലഭിച്ചശേഷം മാത്രം അച്ചടിക്കുക എന്ന പുതിയൊരു പ്രസാധന രീതി (Sell and Print) നടപ്പിലാക്കി വരുന്നുണ്ട്. കൂടുതൽ കോപ്പി അച്ചടിക്കാൻ ബുദ്ധിമുട്ടുള്ളതുകൊണ്ട് ബാക്ക് ലിസ്റ്റ് ചെയ്തിട്ടുള്ള പുസ്തകങ്ങൾ ആവശ്യമായ കോപ്പികൾ മാത്രമായി അച്ചടിക്കാൻ കഴിയുമെന്ന് വന്ന തോടെ ഇനിയൊരിക്കലും ലഭ്യമാവില്ലെന്ന് കരുതിയിരുന്ന പല അമൂ ല്യഗ്രന്ഥങ്ങളും വീണ്ടും പ്രസിദ്ധീകരിക്കപ്പെട്ടുവരികയാണ്. വിക്കിഗ്രന്ഥാ വലിയും ഗുട്ടൻബർഗ് പ്രോജക്ട് തുടങ്ങി ക്ലാസിക് കൃതികൾ ഇ ബുക്കായി പ്രസിദ്ധീകരിച്ചുവരുന്ന വെബ്സൈറ്റുകളും ഷോർട്ട് റൺ ഡിജിറ്റൽ പബ്ലി ക്കേഷൻപോലുള്ള പുത്തൻ പ്രസാധന രീതികളും പുസ്തകങ്ങളുടെ അമർത്ത്യതയിലേക്കാണ് നയിച്ചുകൊണ്ടിരിക്കുന്നതെന്ന് കാണാൻ കഴിയും. വിവരസാങ്കേതികവിദ്യ പുസ്തകങ്ങളുടെയും വായനയുടെയും അന്ത്യം കുറിക്കുമെന്ന അശുഭാപ്തികലർന്ന പ്രവചനങ്ങൾ തെറ്റി പ്പോയെന്നാണ് വായനയിലും എഴുത്തിലും പ്രസാധനത്തിലുമെല്ലാം സംഭവിച്ചുകൊണ്ടിരിക്കുന്ന സമകാലീന മാറ്റങ്ങൾ തെളിയിക്കുന്നത്.

പുത്തൻ പകർപ്പവകാശനിയമങ്ങൾ

മസാച്ചുസെറ്റ് ഇൻസ്റ്റിറ്റ്യൂട്ടിലെ കംപ്യൂട്ടർ വിദഗ്ദ്ധനായിരുന്ന റിച്ചാർഡ് മാത്യു സ്റ്റോൾമാൻ(Richard Mathew Stallman) ആവിഷ്ക രിച്ച സ്വതന്ത്ര സോഫ്റ്റ് വെയർ (Free Software) തത്ത്വശാസ്ത്രത്തിന്റെ ചുവടുപിടിച്ച് രൂപപ്പെടുത്തിയിട്ടുള്ള പുത്തൻ പകർപ്പവകാശനിയമങ്ങളും വായനയുടെയും പ്രസാധനത്തിന്റെയും മുന്നിൽ പുതിയ സാദ്ധ്യതകൾ തുറന്നിട്ടുണ്ട്. സ്റ്റാൻഫോർഡ് സർവ്വകലാശാലയിൽ നിയമവകുപ്പ് മേധാവി ലോറൻസ് ലെസിഗാണ് (Lawrence Lessig) ക്രിയേറ്റീവ് കോമൺസ് (Creative Commons) എന്നപേരിൽ പുതിയ പകർപ്പവകാശ

നിയമങ്ങൾ തയ്യാറാക്കിയിട്ടുള്ളത്. സർഗ്ഗാത്മക കൃതികളും ശാസ്ത്ര വിവരങ്ങളും സ്രഷ്ടാവിന്റെ പങ്ക് അംഗീകരിച്ചുകൊണ്ടും സ്രഷ്ടാവാരാ ണെന്ന് വെളിപ്പെടുത്തിക്കൊണ്ടും (Attribution) താല്പര്യമുള്ള ആർക്കും ലാഭേച്ഛകൂടാതെ പ്രചരിപ്പിക്കാൻ അവസരം നല്കുകയും അതുവഴി പൊതുസമൂഹത്തിന് ലഭ്യമാക്കുകയും (Sharing) ചെയ്യുക എന്നതാണ് ക്രിയേറ്റീവ് കോമൺസ് പകർപ്പവകാശ നിയമങ്ങളിലൂടെ പ്രധാനമായും ലക്ഷ്യമിടുന്നത്. ഇപ്പോൾ പിന്തുടർന്നുവരുന്ന നിയമപ്രകാരം പകർ പ്പവകാശത്തിന്റെ കാലാവധി കഴിയുന്നതുവരെ പുസ്തകങ്ങൾ അച്ചടിച്ച് വിതരണം ചെയ്യാനുള്ള അധികാരം പ്രസാധകരിൽ നിക്ഷിപ്തമാണ്. ക്രിയേറ്റീവ് കോമൺസ് പകർപ്പവകാശനിയമം അംഗീകരിച്ച് പ്രസി ദ്ധീകരിക്കുന്ന പുസ്തകങ്ങൾ മുഴുവനായോ ഏതെങ്കിലും ഭാഗമോ എഴു തിയാതാരാണെന്ന് വ്യക്തമാക്കിക്കൊണ്ട് ആർക്കും പുനപ്രസി ദ്ധീകരണം നടത്താവുന്നതാണ്. ക്രിയേറ്റീവ് കോമൺസ് പകർപ്പവകാശ നിയമത്തിന്റെ ചുവടുപിടിച്ചാണ് ഓപ്പൺ അക്സസ് പബ്ലിക്കേഷൻ (Open Access Publication) എന്ന സംരംഭത്തിന്റെ ഭാഗമായി നിരവധി ജേർ ണലുകൾ നെറ്റിൽ പ്രസിദ്ധീകരിച്ചുവരുന്നത്. വൻ വില കൊടുത്ത് അക്കാദമിക് ജേർണലുകൾ വാങ്ങേണ്ട സ്ഥിതി ഇതോടെ മാറിയിരിക്ക യാണ്.

മലയാളം കംപ്യൂട്ടിങ്

ഭാഷാ പ്രയോഗവും അക്ഷരരൂപങ്ങളും ഭാഷാ സാങ്കേതികവിദ്യ യുമായി അഭേദ്യമായി ബന്ധപ്പെട്ടാണ് നിലകൊള്ളുന്നതും വികസിച്ചു വരുന്നതും. വായ്മൊഴിയിൽനിന്നും വരമൊഴിയിലേക്ക് മാറുകയും അച്ചടി യന്ത്രം ഉപയോഗിച്ചുതുടങ്ങുകയും ചെയ്തതോടെ ഭാഷയിലെ അക്ഷരങ്ങളുടെ രൂപത്തിന് മാറ്റം വന്നു. ചതുരത്തിലെഴുതിയിരുന്ന മലയാള അക്ഷരങ്ങൾ അച്ചടിക്ക് യോജിച്ച രീതിയിൽ വടിവൊത്ത ഉരുളൻ അക്ഷരങ്ങളായി ബെഞ്ചമിൻ ബെയിലിയും മറ്റും പരിഷ്കരിച്ചു. പിന്നീട് ടൈപ്പ് റൈറ്റിങ്ങിനുള്ള സൗകര്യത്തിനായി മലയാള അക്ഷര ങ്ങളെ മുറിക്കേണ്ടിവന്നതാണ് മലയാളഭാഷയ്ക്ക് സംഭവിച്ച ഏറ്റവും വലിയ ദുരന്തം. എന്നാലിപ്പോൾ കംപ്യൂട്ടർ സാങ്കേതികവിദ്യയുടെ സഹാ യത്തോടെ മലയാള അക്ഷരങ്ങൾക്ക് മുൻകാല തനത് രൂപങ്ങളിലേക്ക് തിരിച്ചുപോവാൻ അവസരം കൈവന്നിരിക്കയാണ്. രചന, സ്വതന്ത്ര മലയാളം കംപ്യൂട്ടിങ് തുടങ്ങിയ ഭാഷാ പ്രേമികളുടെ കൂട്ടായ്മകളും സി ഡാക്, സി ഡിറ്റ് തുടങ്ങിയ സർക്കാർ സ്ഥാപനങ്ങളും വികസിപ്പി ച്ചെടുത്തിട്ടുള്ള മലയാളം സോഫ്റ്റ് വെയറുകളും ഫോണ്ടുകളും മറ്റും ഇന്റർനെറ്റിൽ മലയാള ഭാഷയുടെ സാന്നിദ്ധ്യം ഉറപ്പിച്ചുകഴിഞ്ഞിട്ടുണ്ട്. പുത്തൻ സാങ്കേതിക വിദ്യകളുടെ സഹായത്തോടെ മലയാളം കംപ്യൂ ട്ടിങ് മലയാള ഭാഷയുടെ സൗന്ദര്യവും ശക്തിയും കൂടുതൽ അരക്കിട്ടുറ പ്പിക്കുകയാണ് ചെയ്തിട്ടുള്ളത്.

വായന മരിക്കുന്നില്ല

ഇന്റർനെറ്റിന്റെ അതിശക്തമായ സാന്നിദ്ധ്യം വായനയുടെ അന്ത്യം കുറിക്കുമെന്ന് ഭയപ്പെടുന്നവരുണ്ട്. നേരത്തെ ടെലിവിഷൻ ചാനലുകളുടെ കടന്നു വരവോടെയാണ് പുസ്തകങ്ങളുടെയും വായനയുടെയും മരണ ത്തെക്കുറിച്ചുള്ള ആശങ്ക നിറഞ്ഞ ചർച്ച ആരംഭിക്കുന്നത്. എന്നാലി പ്പോൾ ഇന്റർനെറ്റ് ഒരു വായനാ മാധ്യമമാണെന്ന തിരിച്ചറിവും പുസ്ത കവും ടെലിവിഷനും ഇന്റർനെറ്റുമെല്ലാം വിജ്ഞാനാർജ്ജനത്തിനും കലാ സ്വാദനത്തിനുമുള്ള വിവിധ സ്രോതസ്സുകളാണെന്ന കണ്ടെത്തലും വായ നയുടെ മരണത്തെപ്പറ്റിയുള്ള നിരാശകലർന്ന പ്രവചനങ്ങളെ അപ്ര സക്തമാക്കിയിട്ടുണ്ട്. വിവരസാങ്കേതികവിദ്യാമേഖലയിലെ വികാസപരി ണാമങ്ങൾ വായനയ്ക്ക് വിഘാതം സൃഷ്ടിക്കുന്ന പുസ്തകവിലയുടെയും പകർപ്പവകാശ നിയമങ്ങളുടെയും തടസ്സങ്ങൾ നീക്കി പുസ്തകവായ നയ്ക്കുള്ള കൂടുതൽ അവസരങ്ങൾ ഒരുക്കുകയാണ് ചെയ്തുകൊണ്ടിരി ക്കുന്നത്. അച്ചടി പുസ്തക വായനയും ഇ വായനയും പരസ്പര പൂരക ങ്ങളാണെന്നും ഇവയെ ദ്വന്ദ്വങ്ങളായി കണ്ട് ഒന്ന് മറ്റൊന്നിനെ ഇല്ലാതാ ക്കുമെന്ന ധാരണ ശരിയല്ലെന്നുമുള്ള ശാസ്ത്രീയവും യാഥാർത്ഥ്യ ബോധത്തോടുകൂടിയതുമായ സമീപനമാണ് ഇപ്പോൾ പൊതുവെ സ്വീക രിക്കപ്പെട്ടുവരുന്നത്.

റഫറൻസ്:

1. സുനിത ടി വി (എഡിറ്റർ: സൈബർ മലയാളം. കറന്റ് ബുക്സ് തൃശൂർ, 2009.

2. സുനിത ടി വി *ഇ മലയാളം*. കേരള ഭാഷാ ഇൻസ്റ്റിറ്റ്യൂട്ട്. തിരുവനന്ത പുരം, 2012.

3. കെ രവീന്ദ്രൻ, ഡോ. ബി ഇക്ബാൽ: *ഇന്റർനെറ്റും ഇൻഫർമേഷൻ വിപ്ലവവും*. ഡി സി ബുക്സ് 1999

4. വിക്കി മലയാളം: www.ml.wikipedi.com

5. സ്വതന്ത്ര സോഫ്റ്റ് വെയർ: www.gnu.org

6. ക്രിയേറ്റീവ് കോമൺസ്: www.creativecommons.org

7. സ്വതന്ത്ര മലയാള കംപ്യൂട്ടിങ്: www.smc.org

8. ഗുട്ടൻബർഗ് പ്രോജക്ട്: www.gutneberg.org